അങ്ങും ഇങ്ങും എങ്ങും

Bodhi Books
Nedumpana PO, Kannanalloor
Kollam - 691576, Kerala, India
E-mail: bodhibooks03@gmail.com
Tel: +91 9447304886

ANGUM INGUM ENGUM
By Jalal Rahman
Notes / Malayalam

First Published: October, 2024

Innovative Support: Lekshman Madhav
Layout: Matrix Designs, Haripad
Typesetting: Intimate, Vallikavu
Cover Design:
Chembarathi Creatives, Kottayam

ISBN: 9788119770298

Price **Rs. 299**
Production No. BB-189-1-200-10-24

Printed and bound in India by
Repro Mumbai

ഒരു കോളജ് കാന്റീൻകാരന്റെ കുറിപ്പുകൾ
തുടരുന്നു...

അങ്ങും
ഇങ്ങും
എങ്ങും

ജലാൽ റഹ്മാൻ

ബോധി ബുക്സ്
കൊല്ലം - 691 576

ജലാൽ റഹ്മാൻ

ആലപ്പുഴ, തെക്കനാര്യാട്, കൊറ്റംകുളങ്ങര, വേളിയാകുളങ്ങര ആത്തിക്കാ ഉമ്മാ മൻസിലിൽ അബ്ദുൾ റഹ്മാന്റെയും ആത്തിക്കാ ഉമ്മായുടെയും മകൻ. ഭാര്യ: സാജിത. മക്കൾ: സുൽത്താന, മുഹമ്മദ് സുൽഫിക്കർ, മുഹമ്മദ് സലീൽ. ഒരു കോളേജ് കാന്റീൻകാരന്റെ കുറിപ്പുകൾ എന്ന ആദ്യ കൃതിയുടെ മൂന്നു പതിപ്പുകൾ പ്രസിദ്ധീകരിച്ചു. ഈ കൃതിയുടെ ഇംഗ്ലീഷ് വിവർത്തനം Jottings from a College Canteen Attendant എന്ന പേരിൽ പ്രസിദ്ധീകരിക്കപ്പെട്ടു. ഇപ്പോൾ സൗദി അറേബ്യയിൽ പ്രവാസം.

വിലാസം	:	ജലാൽ റഹ്മാൻ, ആത്തിക്കാഉമ്മാമൻസിൽ, കൊറ്റംകുളങ്ങര വാർഡ് പള്ളി ബസാർ, ആലപ്പുഴ പിൻ 688806
Email	:	jalalabdul519@gmailcom
Phone & Whatsapp	:	00917902539080, 00919895540901
സൗദി അറേബ്യ	:	00966507978427 (Whatsapp)

സമർപ്പണം

ജലാലിന്റെ പുസ്തകത്തിലെ കാര്യങ്ങൾ ആരോടെങ്കിലും എനിക്കിങ്ങനെ പറഞ്ഞു കൊണ്ടിരിക്കണം. ആദ്യമായിട്ടാണ് ഞാൻ ഒരു പുസ്തകം രണ്ടും മൂന്നും തവണ വായിക്കുന്നത്.

ഒരു കോളേജ് കാന്റീൻകാരന്റെ കുറിപ്പുകൾ ഒന്നാം ഭാഗം വായിച്ച ഒരമ്മയുടെ വാക്കുകളാണിത്.

എല്ലാ അമ്മമാർക്കും എന്റെ ഉമ്മായ്ക്കും പ്രോത്സാഹനം നൽകുന്ന വായനക്കാർക്കും മറ്റെല്ലാവർക്കും ഈ പുസ്തകം സമർപ്പിക്കുന്നു.

പ്രസാധകക്കുറിപ്പ്

അനുഭവങ്ങളുടെ തുടർച്ചയാണ് ഓരോ ജീവിതവും. മരണം വരെയും വിവിധങ്ങളായ അനുഭവങ്ങൾ നമ്മെ പിന്തുടരുന്നു. അതിനാൽത്തന്നെ ജീവിതത്തെക്കുറിച്ച്, ഇടയ്ക്കെപ്പോഴെങ്കിലും, പറഞ്ഞവസാനിപ്പിക്കാൻ പ്രയാസമാണ്. വായനക്കാരന്റെ കയ്യിലിരിക്കുന്ന 'അങ്ങും ഇങ്ങും എങ്ങും' എന്ന ഈ പുസ്തകം അപ്രകാരമൊരു ജീവിതത്തിന്റെ പകർച്ചയും തുടർച്ചയുമാകുന്നത് അതുകൊണ്ടാണ്. ജലാൽ റഹ്മാൻ എന്ന അനുഭവ സമ്പന്നനായ മനുഷ്യന്റെ ഏറെ ശ്രദ്ധേയമായ 'ഒരു കോളജ് കാന്റീൻകാരന്റെ കുറിപ്പുകൾ' എന്ന ജീവിത പുസ്തകത്തിന്റെ തുടർച്ചയാണിത്. രണ്ടാം ഭാഗമെന്നത് വെറും ആലങ്കാരിക പ്രയാഗംമാത്രമാണ്. ഈ പുസ്തകവും വായനക്കാർക്ക് ഇഷ്ടപ്പെടുമെന്നതു തീർച്ചയാണ്. ഏറെ അഭിമാനത്തോടെ ബോധി ബുക്സ് പുസ്തകത്തെ കൈരളിക്കു മുന്നിൽ അവതരിപ്പിക്കുന്നു.

ഉള്ളടക്കം

ചിന്തകളെ മറികടന്ന സ്വീകാര്യത

എട്ടാം ക്ലാസ്സ് പഠനം നിർത്തി, ജീവിത മാർഗ്ഗം തേടിപ്പോയ ഞാൻ, ആ കുഞ്ഞു പ്രായത്തിൽ കേരളത്തിൽ അങ്ങോളമിങ്ങോളം കൂലിപ്പണി ചെയ്ത്, കൗമാര-യൗവ്വനത്തിലാണ് കായംകുളം എം.എസ്.എം കോളേജിൽ കാന്റീൻ പണിക്കാരനായി എത്തുന്നത്. 25 വർഷം കാന്റീൻ നടത്തിയ ശേഷമാണു ഞാൻ പ്രവാസത്തിലേക്കു പോയത്.

ചെറുപ്പം മുതലേ ധാരാളം വായിക്കാറുള്ള ഞാൻ എഴുതിത്തുടങ്ങിയത് പ്രവാസജീവിതത്തിന്റെ ഇടവേളകളിലാണ്. എന്റെ കുറിപ്പുകൾ പുസ്തക രൂപത്തിൽ പ്രസിദ്ധീകരിക്കണമെന്ന ആഗ്രഹം നീണ്ടു പോയത് അപകർഷത കൊണ്ടാണ്. ഏഴാം ക്ലാസ്സുകാരന്റെ പുസ്തകം ആരു വായിക്കാനാ എന്ന ചിന്ത. പക്ഷേ പ്രസിദ്ധീകരണത്തിനു ശേഷം പ്രതീക്ഷിക്കാത്ത പിന്തുണയാണു ലഭിച്ചത്. "ഒരു കോളേജ് കാന്റീൻകാരന്റെ കുറിപ്പുകൾ" എന്ന ആ പുസ്തകം പത്രങ്ങളും ചാനലുകളും ഏറ്റെടുത്തു. കേരളത്തിലും ആസ്ട്രേലിയയിലും ഷാർജയിലും പുസ്തകം പ്രകാശനം ചെയ്യപ്പെട്ടു. അമേരിക്കയിലെ നിക്കളാസ് ലൈബ്രറിയിൽ ഇടം പിടിച്ചു. നാട്ടിലെ അനേകം പുസ്തമേളകളിൽ സാന്നിദ്ധ്യമറിയിച്ചു. മൂന്നു പതിപ്പുകളിറങ്ങി. Jottings from a college canteen attendant എന്ന പേരിൽ ഇംഗ്ലീഷ് പതിപ്പും പുറത്തിറങ്ങി. ഇപ്പോളിതാ ആ പുസ്തകത്തിന്റെ രണ്ടാം ഭാഗം വായനക്കാരിലേക്ക് എത്തുന്നു.

എഴുത്തിലേക്കു തിരിഞ്ഞപ്പോഴും ഇരുപത്തിയഞ്ചു വർഷക്കാലം എന്റെ ജീവിതം ചലിപ്പിച്ച "കോളേജ് കാന്റീൻകാരൻ" എന്നു തന്നെ അറിയപ്പെടാനാണ് എനിക്കിഷ്ടം. അതുകൊണ്ടാണ് പുസ്തകത്തിന് "ഒരു കോളേജ് കാന്റീൻകാരന്റെ കുറിപ്പുകൾ" എന്നു പേരു കൊടുത്തത്. പേര് സൂചിപ്പിക്കുന്നപോലെ കോളേജും കാന്റീനും സംബന്ധിച്ച ഒട്ടേറെ കുറിപ്പുകൾ അതിലുണ്ടായിരുന്നു. അതിനു പുറമേയാണ് പ്രവാസത്തിലെയും നാട്ടിലെയും അനുഭവങ്ങൾ ഉൾപ്പെടുത്തിയത്. പുസ്തകം രണ്ടാം ഭാഗമിറങ്ങുമ്പോൾ അങ്ങും ഇങ്ങും എങ്ങും എന്ന് പേര് കൊടുത്തിട്ടുണ്ടെങ്കിലും 'കാന്റീൻകാരനെ' വിട്ടു കളഞ്ഞിട്ടില്ല. കോളേജിലെ അനുഭവങ്ങൾ മിക്കതും ഒന്നാം ഭാഗത്തിൽ ഉൾപ്പെടുത്തിയതുകൊണ്ട് രണ്ടാം ഭാഗത്തിൽ വളരെ കുറച്ചു മാത്രമേയുള്ളൂ.

“ഒരു കോളേജ് കാന്റീൻകാരന്റെ കുറിപ്പുകൾ”, ഇരുപത്തിയഞ്ചു വർഷം ഞാൻ കാന്റീൻ നടത്തിയ എം.എസ്.എം കോളേജിൽ യു.പ്രതിഭ എംഎൽഎ പ്രകാശനം ചെയ്യുമ്പോൾ, ആ കാലയളവിലെ അനേകം സൗഹൃദങ്ങളുടെ സാന്നിദ്ധ്യമുണ്ടായിരുന്നു. അവരിൽ പലരും കലാ-സാഹിത്യ- രാഷ്ട്രീയ രംഗത്തെ പ്രമുഖരായി മാറിയിരുന്നു. രണ്ടാം പതിപ്പിന്റെയും ഇംഗ്ലീഷ് പരിഭാഷയുടെയും പ്രകാശനം എന്റെ ജന്മനാടായ ആലപ്പുഴ തെക്കനാര്യാട്ടാണ് നടന്നത്. അവിടെയൊരു ആഡിറ്റോറിയത്തിൽ മുൻമന്ത്രി ജി. സുധാകരൻസാർ പ്രകാശനം നിർവ്വഹിക്കുമ്പോൾ ജന്മനാടിന്റെ ഹർഷാരവം മുഴങ്ങി കേൾക്കാമായിരുന്നു.

തകഴിയിൽ അദ്ദേഹത്തിന്റെ കവിതാസമാഹാരത്തിന്റെ പ്രകാശനം നടന്നു. അതിലേക്ക് എന്നെയും ക്ഷണിച്ചു. പ്രവാസത്തിലേക്കു പോന്നതിനാൽ പങ്കെടുക്കാൻ സാധിച്ചില്ല. എന്റെ പുസ്തക പ്രകാശനത്തിന് സമയത്തിനും പതിനഞ്ചു മിനിറ്റ് മുന്നേ എത്തി മുക്കാൽ മണിക്കൂർ നീണ്ട വിശിഷ്ടമായൊരു പുസ്തക അവലോകനവും പ്രകാശന കർമ്മവും അദ്ദേഹം നിർവ്വഹിച്ചു.

വിഖ്യാത കഥാകാരൻ തകഴി ശിവശങ്കരപിള്ളയുടെ ചെറുമകനും എഴുത്തുകാരനുമായ രാജ്നായരാണ് മെൽബണിൽ ഇംഗ്ലീഷ് പുസ്തകത്തിന്റെ പ്രകാശന ചടങ്ങിന് വിശിഷ്ട അതിഥി ആയത്. എം.എസ്.എം. കോളേജ് പൂർവ്വ വിദ്യാർത്ഥി രശ്മി സുധി, ഗ്രന്ഥശാല പ്രസിഡന്റ് ഗിരീഷ് അവണൂർ, ഗ്രന്ഥശാലയുടെ സ്ഥാപകനും സംഘാടകനുമായ സഞ്ജയ് പരമേശ്വരൻ, തുടങ്ങിയവരും മെൽബണിലെ മറ്റ് വിശിഷ്ട വ്യക്തിത്വങ്ങളും ചടങ്ങ് ഏറെ ഗംഭീരമാക്കിയപ്പോൾ മനസ്സ് വല്ലാതങ്ങു നിറഞ്ഞു. ഷാർജ അന്താരാഷ്ട്ര പുസ്തക പ്രകാശന വേദിയായ റൈറ്റേഴ്സ് ഫോറത്തിൽ പുസ്തകം പ്രകാശിപ്പിക്കുമ്പോൾ അതൊരു ഹൃദ്യമായ അനുഭവമായി മാറി.

അമേരിക്കയിൽ നടന്ന ലോക കേരളസഭയുടെ സമ്മേളനത്തിൽ “ഒരു കോളേജ് കാന്റീൻകാരന്റെ കുറിപ്പുകൾ” ഒന്നാംഭാഗം പ്രവേശനം നേടിയത് വല്ലാത്തൊരു നിർവൃതി പകർന്നു തന്നു. സമ്മേളനത്തിന്റെ സംഘാടക സെക്രട്ടറി എം.എസ്.എം. കോളേജിന്റെ അഭിമാനമായ പൂർവ്വ വിദ്യാർത്ഥി എന്റെ പ്രിയസുഹൃത്ത്, ലോക ക്രിക്കറ്റിലെ കിംഗ് മേക്കർ പ്രിയപ്പെട്ട സിബി ഗോപാലകൃഷ്ണൻ നിയമസഭാ സ്പീക്കർ എ.എം. ഷംസീറിന് പുസ്തകം കൈമാറി. അദ്ദേഹം നിയമസഭാ സാമാജികരുടെ ലൈബ്രറിയിലേക്ക് പുസ്തകം എത്തിക്കാൻ സിബിയോട് ആവശ്യപ്പെടുകയായിരുന്നു.

നമ്മൾ ഒരു ലക്ഷ്യപ്രാപ്തിക്കായി പരിശ്രമിക്കുമ്പോൾ ഈ പ്രപഞ്ചം മുഴുവൻ നമുക്ക് വേണ്ടി കൂടെ നിൽക്കും (പൗലോ കൊയ്‌ലോ, ദ ആൽക്കെമിസ്റ്റ്) അത്തരം നിമിത്തങ്ങളിലൂടെ കടന്നുപോകുമ്പോൾ ഉണ്ടാകുന്നൊരു മനസ്സിന്റെ സംഭ്രമം, സന്തോഷം... നാഥനോടുള്ള അപാരമായ നന്ദി പറഞ്ഞു തീർക്കാനാവാത്ത ഒരവസ്ഥ. അല്ലങ്കിൽ പിന്നെന്താണ് എന്നെയും എന്റെ പുസ്തകത്തെയും വലിയ വലിയ തിരക്കുകൾക്കിടയിലും മെനക്കേടുകൾ സഹിച്ച് ഇത്രയേറെ പേർ മുന്നിലെത്തിക്കാൻ പരിശ്രമിക്കുന്നത്!

അന്താരാഷ്ട്ര പുസ്തകോത്സവമായ ഷാർജയിൽ ഷിബു ഉസ്മാനും ന്യൂയോർക്കിൽ സുനിൽ എസ്.എസ്, ആസ്ട്രേലിയയിൽ രശ്മി സുധിയും വിപഞ്ചിക ഗ്രന്ഥശാലയും സഹപ്രവർത്തകരും അബുദാബിയിൽ മലയാളിസമാജവും എം.എസ്.എം.കോളേജ് അലുംനിയും ഖത്തറിലും ഒരു ദിവസത്തെ പുസ്തക അവലോകനം നടത്തി.

മുക്രി ഉസ്താദും മമ്മൂഞ്ഞിക്കയും

ആറോ ഏഴോ വയസ്സുള്ള കാലത്ത് മദ്രസയിൽ പഠിക്കുമ്പോളാണ് ആദ്യമായൊരു സമ്മാനം ലഭിക്കുന്നത്. ആഹാരം വിളമ്പി കഴിക്കുന്ന അലുമിനിയം പാത്രമായിരുന്നു സമ്മാനം. ഖുർ-ആനിലെ ആദ്യ അദ്ധ്യായമായ ഫാത്തിഹ തെറ്റില്ലാതെ ഉച്ചത്തിൽ പാരായണം ചെയ്തതിനായിരുന്നു ആ സമ്മാനം. അക്കാലത്തു ഞങ്ങൾക്കൊക്കെ അലുമിനിയം പാത്രത്തിന് ഇന്നത്തെ ഒരു ഓട്ടു കിണ്ണത്തിന്റെ വിലയായിരുന്നു.

അന്ന് മദ്രസയിൽ ഓതിച്ച മുക്രി ഉസ്താദ് എന്ന ആത്മീയ ഗുരുവിന്റെ ചില പ്രത്യേകതയുള്ള പഠന രീതികളെക്കുറിച്ചും കുട്ടികളോടുള്ള അഗാധമായ വാത്സല്യത്തെ കുറിച്ചുമൊക്കെയുള്ള എന്റെ ചില കുറിപ്പുകൾ പത്തുവർഷം മുന്നേ കൂടുതലായി സോഷ്യൽ മീഡിയയിലൂടെ വായിക്കപ്പെട്ടിരുന്നു. പിന്നീടദ്ദേഹം മരണപ്പെടുകയുണ്ടായെങ്കിലും അദ്ദേഹത്തിന്റെ ജീവിതചര്യകളും അർപ്പണമനോഭാവവും ആലപ്പുഴ തെക്കനാര്യാട്ടുള്ള ജനതയുടെ മനസ്സിൽ സ്നേഹഭാജനമായി, ആത്മീയ തേജസ്സായി ഓർമ്മകൾ നിലനിർത്തുന്നു. മനസ്സു കൊണ്ടു പോലും ആർക്കും ഒരിക്കലുമൊരു അനിഷ്ടം തോന്നാത്ത ജീവിതചര്യയായിരുന്നു അബ്ദുൽഖാദർ എന്നു പേരായ മുക്രി ഉസ്താദിന്റേത്. ഒരുപക്ഷേ കേരളത്തിലുള്ള പള്ളികളിൽ, അവിടത്തെ ജനതയുടെ മനസ്സിൽ ഒരു അസിസ്റ്റന്റ് ഇമാം തുടർച്ചയായി 55 വർഷക്കാലം ഇത്രയേറെ സ്വാധീനവും ബഹുമാനവും നിറച്ചിട്ടുണ്ടോ എന്ന് സംശയമാണ്.

അക്കാലത്ത് അദ്ദേഹത്തെ കുറിച്ചുള്ള എഫ്ബി കുറിപ്പുകളിലൂടെയും കോളേജ് കാന്റീൻകാരന്റെ കുറിപ്പുകൾ എന്ന ഒന്നാം ഭാഗം പുസ്തക

ത്തിലെ "പള്ളി ബസാർ" എന്ന അദ്ധ്യായത്തിലൂടെയും അതിന്റെ ഇംഗ്ലീഷ് പരിഭാഷയായ Jottings from a College Canteen Attendant എന്ന പുസ്ത കത്തിലൂടെയും ലോകമെമ്പാടും എത്തി. അതിന്റെ നിറവിൽ, അബ്ദുൽ ഖാദർ മുസലിയാർ നഗറിൽ നടന്ന പ്രഗത്ഭർ പങ്കെടുത്ത വലിയൊരു ജന പങ്കാളിത്തമുണ്ടായ വിജ്ഞാന സദസ്സിൽ സംഘാടകർ നൽകിയ ആദരവ് മനസ്സിൽ വളരെ സന്തോഷം നിറച്ചു. സയ്യിദ് ത്വാഹാ ജിഫ്രി തങ്ങൾ മലപ്പുറം ഉപഹാരം നൽകി. പ്രശസ്ത പ്രാസംഗികൻ സ്വാലിഹ് ബത്തേരിയുടെ ഉജ്ജ്വ ലമായ പ്രസംഗത്തിൽ "മനുഷ്യൻ അഹങ്കാരം വെടിഞ്ഞ് വിനയം ജീവിത ചര്യ ആക്കേണ്ടതിന്റെ ആവശ്യകത"യെ എടുത്തു പറഞ്ഞു.

ഇന്നത്തെ കാലം പോലല്ല; കുട്ടികളായ ഞങ്ങളെയൊക്കെ ആരും മൈൻഡ് ചെയ്യാത്ത, തരം കിട്ടുമ്പോളൊക്കെ എല്ലാ കുട്ടികളെയും എല്ലാ വർക്കും വഴക്കു പറയാൻ പറ്റുന്ന, കുട്ടികൾ എല്ലായിടത്തും അധികപ്പറ്റായി തോന്നുന്ന കാലം. ഒരു കല്യാണ വീട്ടിലോ ബസ്സിലോ ഒക്കെ രണ്ടാംതരം വ്യവസ്ഥിതിയുടെ ഇരകൾ.

അന്നൊക്കെ കടകളിൽ തേങ്ങാ പൂളി വിൽക്കുമായിരുന്നു. അതിനു വേണ്ടി "തേങ്ങാപ്പൂളി"എന്നൊരു അറ്റം വളഞ്ഞ പിച്ചാത്തി തന്നെയു ണ്ടായിരുന്നു. ആറു വയസ്സുള്ള എനിക്ക് മമ്മൂഞ്ഞിക്കായുടെ പലചരക്കു കടയിൽ ചെല്ലുമ്പോളൊക്കെ ഒരു ചെറിയ കഷ്ണം തേങ്ങാ പൂളും ശർക്ക രയും വാത്സല്യപൂർവം നൽകുമായിരുന്നു എന്ന സെന്റൻസ് ഞങ്ങടെ നാട്ടിൽ വളരെ വൈറലായിരുന്നു. എനിക്കു മാത്രമായിരിക്കില്ല, പള്ളിബസാ റിലുള്ള ഒട്ടു മിക്ക കുട്ടികൾക്കും ആ സ്നേഹസമ്മാനം കിട്ടിക്കാണണം.

എന്റെ ഇംഗ്ലീഷ് പുസ്തക പ്രകാശന ചടങ്ങിൽ മമ്മൂഞ്ഞിക്കാ പ്രധാന ശ്രദ്ധാകേന്ദ്രമായി മാറി. അത് പടച്ചോന്റെ പ്രതിഫലമാവാം. വേറെ ചിലർക്കെ ങ്കിലും ഒക്കെയുള്ള ദിശാസൂചനകളും. പുസ്തകത്തിലെ ആദ്യ കഥാ പാത്രമായതു കൊണ്ടു മാത്രമല്ല, അദ്ദേഹം കുട്ടികളോട് കാട്ടിയിരുന്ന വാത്സല്യത്തിനും സ്നേഹത്തിനുമാണ്, കേരളത്തിന്റെ രാഷ്ട്രീയ ഇമേജിൽ ഒന്നാം സ്ഥാനത്ത് നിൽക്കുന്ന ജി.സുധാകരൻ സാറിനാൽ പൊന്നാട അണിയിക്കപ്പെട്ടത്.

കോലാപ്പുരി ഷാജി പറഞ്ഞൊരു കഥ കൂടി ചേർത്തു വെയ്ക്കുന്നു. ബാല്യത്തിൽ ഞാനും നാസറും മമ്മൂഞ്ഞിക്കയുടെ കടയിൽ, സാധന ങ്ങൾ പൊതിഞ്ഞു കൊടുക്കാൻ പേപ്പർ കവറുകൾ ഒട്ടിച്ചു കൊടുക്കു മായിരുന്നു. നൂറു കവറിന് ഇത്ര പൈസ എന്നൊരു കൂലിയും. അന്നൊരു വെള്ളിയാഴ്ച ഞങ്ങൾ രണ്ടാളും കടയോടു ചേർന്നുള്ള ഗോഡൗണ് പോലത്തെ മുറിയിൽ കവറൊട്ടിക്കുമ്പോൾ ജുമാ നിസ്കാരത്തിനായി

മമ്മൂഞ്ഞിക്ക കടയടച്ചു. ഞങ്ങളിരുന്ന മുറിയിൽ പൊതിച്ച തേങ്ങാ കിടപ്പുണ്ട്. കുസൃതിക്ക് നഷ്ടങ്ങളുടെ കണക്ക് ചിന്തിക്കാത്ത ബാല്യം. ഇക്കാ വന്നപ്പോളേക്കും ഞങ്ങൾ അതെല്ലാം തുളച്ച് വെള്ളം കുടിച്ചിട്ട് അറിയാത്ത വിധത്തിൽ ചകിരി കുത്തിക്കേറ്റി വെച്ചു. തുളച്ച തേങ്ങകൾ രണ്ടു ദിവസം കഴിഞ്ഞപ്പോൾ ചീഞ്ഞുപോയി. മമ്മൂഞ്ഞിക്ക നല്ല തല്ലുതരും എന്നൊക്കെ പ്രതീക്ഷിച്ച ഞങ്ങളോട് ഇക്കാ ഇത്രയേ പറഞ്ഞുള്ളൂ, കൊള്ളാടാ മക്കളേ നല്ല പണിയാ കാണിച്ചത്. ഇനി മുതൽ നിങ്ങൾ കടത്തിണ്ണയിൽ ഇരുന്ന് കൂട് ഒട്ടിച്ചാ മതി. അതാണു ഞങ്ങളുടെ പ്രിയപ്പെട്ട മമ്മുഞ്ഞിക്ക എന്ന താഴ്വനയിൽ മുഹമ്മദ് കുഞ്ഞിക്കാ. ജന്മനാടിന്റെ സ്നേഹാദരവുകൾക്കൊപ്പം വെക്കാൻ ഒരു ലോകോത്തര പുരസ്കാരത്തിനുമാവില്ല അല്ലേ?

ശക്തിയാർജ്ജിക്കുന്ന വിശ്വാസങ്ങൾ

സ്വപ്നതുല്യമായ സൗഭാഗ്യങ്ങൾ ഒരു സാധാരണ മനുഷ്യനെ തേടിയെത്തുമ്പോൾ എങ്ങിനെയാണയാൾ ആഹ്ലാദിക്കുക എന്നത് പണ്ടൊക്കെ ചിന്തിക്കാറുണ്ടായിരുന്നു. അതിനു പ്രധാന കാരണം ജീവിത പ്രാരബ്ധങ്ങളിൽപ്പെട്ടുഴലുന്ന കാലത്തെ മനസ്സിന്റെ നീറ്റലുകൾ തന്നെയായിരുന്നു.

ജീവിതത്തിൽ പിന്നീട് പലപ്പോളും ആഹ്ലാദ നിമിഷങ്ങൾ ഉണ്ടായപ്പോളൊക്കെ പ്രാർത്ഥനാ നിർഭരമായി മനസ്സിനെ മാറ്റിയെടുക്കാൻ അക്കാലത്തെ ജീവിത പരീക്ഷണങ്ങൾ തുണയായി എന്നതാണ് വലിയ നേട്ടം. അതുകൊണ്ടു തന്നെ മതിമറന്നുള്ള ആഘോഷങ്ങൾക്ക് എന്നും ഒരു സ്ലോബ്രേക്ക് ഏർപ്പെടുത്തിയിരുന്നു. പക്ഷേ, ഇത്തവണ ഹൃദയം നിറഞ്ഞു കവിയുന്ന ഫോഴ്സിലാണ് സന്തോഷത്തിന്റെ വരവ്. ഏഴാം തരത്തിൽ പഠിപ്പ് പൂർത്തിയാക്കിയ എന്റെ പുസ്തകം ഇംഗ്ലീഷിൽ പ്രസിദ്ധീകരിക്കുക! തെല്ലുപോലും വായനയുടെ ഒഴുക്ക് നഷ്ടപ്പെടാതെ ഒരു ട്രാൻസ്ലേഷൻ ഏതൊരു രചയിതാവിന്റെയും സ്വപ്നമാണ്. തന്റെ പുസ്തകം ഇംഗ്ലീഷിലേക്കോ മറ്റു ഭാഷകളിലേക്കോ ഒക്കെയായി കൂടുതൽ പേര് വായിക്കണം എന്നാഗ്രഹിക്കാത്ത ആരാണുള്ളത്?

ലക്ഷ്മൺ മാധവ് ആ ആശയ്ക്ക് പ്രകാശം വിതറിയപ്പോൾ എഡിറ്റിംഗ് നിർവ്വഹിച്ചു കൊണ്ട് സെക്രട്ടറിയേറ്റിലെ ജോയിന്റ് സെക്രട്ടറി ആർ. ജയറാം സാറും ഒപ്പം ചേർന്നു. ജയറാം സർ, അങ്ങയുടെ എന്നോടുള്ള, എന്റെ എഴുത്തിനോടുള്ള ഈ അതിരറ്റ ഇഷ്ടം സർവ്വശക്തന്റെ വരദാനമായി ഞാൻ കരുതുന്നു. ഒത്തിരിയേറെ തിരക്കുകളുള്ള ജയറാം സർ ഇംഗ്ലീഷ് തർജ്ജമയുടെ എഡിറ്റിംഗ് എന്ന ശ്രമകരമായ ദൗത്യം എളുപ്പത്തിൽ പൂർത്തിയാക്കി നൽകി. എങ്ങിനെ നന്ദി അറിയിക്കണം എന്നറി

യില്ല. രണ്ടു മിനിറ്റ് നേരമുള്ള ഒരു വീഡിയോ കാളിലൂടെ ജന്മാന്തര ബന്ധുക്കളായി നാം മാറിയിരിക്കുന്നു.

പണം ചെലവാക്കിക്കൊണ്ടല്ല സൗഭാഗ്യങ്ങളും നേട്ടങ്ങളും തേടി വരുന്നത് എന്ന എന്റെ വിശ്വാസം വീണ്ടും പതിന്മടങ്ങ് ശക്തിയാർജ്ജിക്കുന്ന അനുഭവങ്ങളാണ്.

ബാല്യത്തിലും കൗമാരത്തിലുമൊക്കെ മനസ്സിലേറ്റിയ സ്വപ്നങ്ങൾ മധ്യവയസ്സു കാലത്ത് ഒന്നൊന്നായി നിറവേറുമ്പോൾ കൗമാര കാലത്തെപ്പോലെ തുള്ളിച്ചാടുകയല്ല. നിറയെ മാങ്ങ പിടിക്കുമ്പോൾ താഴ്മയോടെ നിൽക്കുന്ന മാവിനെ പോലെയാവുകയാണ്. അഹന്ത പെരുത്ത് ഞാനെന്ന ഭാവം കാട്ടിയാൽ ഒരു ചെറുകാറ്റിൽ മാവിന്റെ കമ്പ് ഒടിയുന്ന പോലെയാകുമെന്ന് ഇടയ്ക്കിടയ്ക്ക് ഓർമിപ്പിച്ചിരുന്നത് ഉമ്മായാണ്.

മക്കൾക്കു ലഭിക്കുന്ന പദവികളിൽ മാതാപിതാക്കളെ പോലെ വേറാരാണ് കൂടുതൽ സന്തോഷിക്കുക? ഈ സന്ദർഭങ്ങളിൽ ഉമ്മായുടെയും ബാപ്പയുടെയും മുഖത്തെ സന്തോഷം കുറച്ചു നേരം നോക്കിക്കാണാൻ ഭാഗ്യമില്ലാതെ പോയത്, എല്ലാമൊന്നും പടച്ചതമ്പുരാൻ ഒന്നിച്ചു തരുകേല എന്നതിനെ ഓർമ്മപ്പെടുത്തുന്നു.

ജനിച്ചു കൗമാരം വരെ വളർന്ന മണ്ണിൽ വെച്ചൊരു പുസ്തക പ്രകാശനമൊക്കെ സ്വപ്നതുല്യം തന്നെ. അതും പുസ്തകത്തിലെ ആദ്യ പോർഷനായ പള്ളിബസാറിൽ വെച്ച്. ആലപ്പുഴ ഈസ്റ്റ് വെനീസ് ആഡിറ്റോറിയത്തിലാണ് പ്രകാശനം നടന്നത്. ഏറെ പ്രമുഖരായ വ്യക്തിത്വങ്ങൾ പങ്കെടുത്തു. പുന്നമടയിൽ നിന്നും ഒന്നര കിലോമീറ്റർ ദൂരമാണ് ആഡിറ്റോറിയത്തിലേക്ക്. ദൂരെ നിന്നെത്തിയ ചങ്കുകൾ പുന്നമട കായലിൽ ഹൗസ്ബോട്ട് യാത്രയോ തീരെ കുറഞ്ഞ ചെലവിൽ ശിങ്കാരിബോട്ട് യാത്രയോ ഒക്കെ നടത്തി.

മലയാള പുസ്തകം ഒന്നാം പതിപ്പിന്റെ പ്രകാശന ചടങ്ങ് കൊറോണ കാലത്തായിരുന്നിട്ടും പങ്കെടുത്ത് സദസ്സിനെ ധന്യമാക്കിയവരാണ് എന്റെ എന്നത്തേയും ഊർജ്ജം. എന്റെ സന്തോഷങ്ങൾ പ്രിയപ്പെട്ട നിങ്ങളുടേത് കൂടിയാണ് ചങ്കുകളേ.

ജീവിതത്തിന്റെ ഓടകളും മേടകളും

കാന്റീൻകാരന്റെ കുറിപ്പുകളെപ്പറ്റി വായനക്കാരുടെ അഭിപ്രായങ്ങൾ സോഷ്യൽ മീഡിയയിൽ ഇപ്പോഴും വന്നുകൊണ്ടിരിക്കുകയാണ്. അവയിൽ ആദ്യം വന്ന രണ്ടു മൂന്നെണ്ണം ഇവിടെ ചേർക്കുകയാണ്. എല്ലാം ചേർക്കുന്നത് പ്രായോഗികമല്ലാത്തതു കൊണ്ട്, അഭിപ്രായം പറഞ്ഞ

ബാക്കിയുള്ള സ്നേഹിതർ ക്ഷമിക്കുമെന്ന് എനിക്കുറപ്പുണ്ട്. രഘുനാഥ് മുതുകുളം പറഞ്ഞ വാക്കുകളിലേക്കു കടക്കാം.

"ഡാ, ലക്ഷ്മണാ, എന്തെങ്കിലും ചില്ലറ കൊണ്ടുത്താടാ."

"ഞാൻ എവിടുന്നു കൊണ്ടുത്തരാനാ."

ഹൃദയത്തിന്റെ എഴുത്ത്.

വെള്ള പോളിയെസ്റ്റർ മുണ്ട്, കരകളൊക്കെ നന്നായി കാണുന്ന വിധത്തിൽ കുത്തിയുടുത്ത്, കുസൃതിച്ചിരിയുമായി, ഓടിയും നടന്നും പോകുന്ന ജലാൽ റഹ്മാനെ എന്റെ പഠനകാലയളവിൽ ഞാൻ കായംകുളം എംഎസ്എം കോളേജിൽ വെച്ചു കണ്ടിട്ടുണ്ട്.

ഞാനും ജലാലുമായി അക്കാലത്ത് ആഴത്തിൽ പരിചയമില്ല. പ്രീ-ഡിഗ്രിയൊക്കെ ഞാൻ നാട്ടിൻപുറത്തെ പാരലൽ കോളേജിലാണ് പഠിച്ചത്. തൊട്ടടുത്ത നഗരത്തിലെ കോളേജിൽ ബിരുദ പഠനത്തിന് പോയി പകച്ചു നിന്ന വിദ്യാർത്ഥിയുടെ ക്യാമ്പസാണ് എനിക്ക് കായംകുളം എം.എസ്.എം. കോളേജ്.

ജലാലിന്റെ കാന്റീനിൽ ഞാൻ പലപ്പോഴും പോയിട്ടുണ്ട്. ചായ കുടിച്ചിട്ടുണ്ട്. അവിടെ ഒറ്റയാൾ പട്ടാളമായി പറന്നു വെട്ടുന്ന ജലാലിനെ ഞാൻ ശ്രദ്ധിച്ചിട്ടുണ്ട്. കായംകുളം എംഎസ്എം കോളേജിലെ കാന്റീൻ നടത്തിപ്പുകാരനായും പിന്നീട് പ്രവാസിയുമൊക്കെയായി ജീവിതത്തിന്റെ ഓടകളിലും മേടകളിലും ജലാലിന് അലയേണ്ടി വരുന്നുണ്ട്. അത്തരം ജീവിതാനുഭവങ്ങളുടെ ഹൃദയത്തിൽ തൊടുന്ന കുറിപ്പുകളാണ് പുസ്തകരൂപത്തിൽ വന്നത്.

"പള്ളിബസാർ" എന്ന അദ്ധ്യായത്തിൽ ജലാലിന്റെ ജന്മദേശമായ ആലപ്പുഴ തെക്കനാര്യാട്ടെ ജീവിതം തുടിച്ചുനിൽക്കുന്നുണ്ട്. തന്റെ ബാല്യ കൗമാരങ്ങളിൽ മനസ്സിൽപ്പതിഞ്ഞ ഭൂപ്രദേശവും പള്ളിയും സ്കൂളും റേഷൻ കടയും തയ്യൽകടയും മറ്റനേകം പീടികദൃശ്യങ്ങളും ഗ്രാമവിശുദ്ധിയോടെ അടയാളപ്പെടുത്തുന്നു. അവിടുത്തെ മനുഷ്യരുടെയും സ്ഥലത്തിന്റെയും കാഴ്ചകൾ ഒരു സിനിമ പോലെ മുന്നിൽ തെളിയുന്നുണ്ട്.

"ഒരു സൈക്കിൾ കഴുകിയാൽ പത്തു പൈസ കൂലി കിട്ടുമായിരുന്നു. ബാല്യത്തിലേ തന്നെ അത്തരം ജോലികളോടെ ഇഴുകിച്ചേർന്നതുകൊണ്ട് പിന്നൊരിക്കലും ഏതൊരു തൊഴിൽ ചെയ്യുന്നതിനും മടിയോ നാണമോ തോന്നിയിട്ടില്ല."-ജലാൽ എഴുതുന്നു. ഇത് ജലാലിന്റെ പ്രഖ്യാപനമാണ്, തൊഴിലിനോടുള്ള ജലാലിന്റെ സമീപനമാണ്. "നിറയെ സുന്ദരികളുള്ള കോളേജ് ക്യാമ്പസിലൂടെ ട്രേയിൽ ചായ കൊണ്ടുപോകുന്നതിൽ തെല്ലും അപകർഷത തോന്നിയിട്ടില്ല" എന്നും പറയുന്നുണ്ട്.

ആശ്രിതന്റെ അനുസരണഭാവം ജീവിതത്തിലുടനീളം വിജയവഴിയായി എന്ന് അവതാരികയിൽ പറയുന്നുണ്ട്. ഇത് ഭാസ്കരപട്ടേലരും തൊമ്മി യുമായുള്ള വിധേയത്വമല്ല. മറിച്ച്, ജലാൽ ജീവിതം ഖനനം ചെയ്തപ്പോൾ കിട്ടിയ സാംസ്കാരിക മൂല്യബോധമാണ്. എഴുത്തിലും സ്വഭാവത്തിലും ഒരു കുസൃതിത്തരം ജലാൽ വച്ചുപുലർത്തുന്നുണ്ട്. പദസമ്പത്തുകളുടെ ധാരാളിത്തമില്ലാതെ കണ്ടുമുട്ടുന്ന ആളുകളുടെ രേഖാചിത്രം ലളിതമായ വാക്കുകളിലൂടെ ജലാൽ വരച്ചിടുന്നു.

ഒരു വയസുള്ള കുഞ്ഞിന്റെ ചിന്തകൾ പറയുന്ന ജലാൽ നമ്മളെ കള ങ്കമേൽക്കാത്ത ശിശുക്കളുടെ ഗന്ധം അനുഭവിപ്പിക്കുന്നു. "പോസ്റ്റ് ഗ്രാജു വേറ്റ് വിദ്യാഭ്യാസം പന്ത്രണ്ടാം വയസ്സിൽ തന്നെ കഴിഞ്ഞതുകൊണ്ട് പിന്നീടുള്ള ബാല്യം കോട്ടയത്തെ ബേക്കർ ജംഗ്ഷനിൽ ആയിരുന്നു" എന്ന് വായിക്കുമ്പോൾ ജീവിത പ്രതിസന്ധിയിൽ പഠനം വഴിമുട്ടിപ്പോയ ഒരു കുരുന്നു ബാല്യം കാണുന്നുണ്ട്.

"ബാല്യത്തിൽ കടയിൽ നിന്നും സാധനങ്ങൾ വാങ്ങാൻ പൊതിഞ്ഞു തരുന്ന പേപ്പർ, വീട്ടിൽ എത്തുന്നതിനു മുൻപേ വായിച്ചുതീരും." ജീവിത യാത്രയുടെ ഇന്ധനമാണിതെന്ന് ജലാൽ എഴുതുന്നുണ്ട്. അഞ്ചു കിലോ മീറ്റർ നടന്നാണ് ലൈബ്രറിയിൽ നിന്ന് പുസ്തകങ്ങൾ എടുത്തിരുന്നത്.

കാന്റീനിലെ ഉറുമ്പുകളെ കുറിച്ച് പറയുന്നു... "ഉറുമ്പുകൾ കൂടുകൂട്ടു ന്നിടത്ത് ധാരാളം പണം കുമിഞ്ഞുകൂടുമെന്ന് ചിലരൊക്കെ പറയാറുണ്ടാ യിരുന്നു. ഞാനതു പ്രതീക്ഷിച്ചുകൊണ്ട് 25 വർഷം കാന്റീൻ നടത്തിയെ ങ്കിലും പണം കുമിഞ്ഞുകൂടാതെ കടം കുമിഞ്ഞു കൂടിയതുകൊണ്ടാണ് പ്രവാസം സ്വീകരിക്കേണ്ടി വന്നത്." എന്ന് ജലാൽ എഴുതുന്നു.

ഭൗതിക നഷ്ടത്തെ നിസ്സാരമായി ഒരു ഫലിതം പോലെ പറയുകയാണ്. ഒറ്റ വാക്യത്തിലൂടെ കാന്റീനിന്റെ ബാലൻസ്ഷീറ്റ് ജലാൽ പുറത്തുവിടുന്നു. താൻ കാന്റീനിൽ വിളമ്പിയത് വടയും അടയും ചായയും പൊറോട്ടയും മാത്രമല്ല, സ്നേഹവും കരുണയും പ്രണയവും സൗഹൃദവും കൂടിയാണ്. അതാണ് ജലാൽ നേട്ടമായി കണ്ടതെന്ന് എഴുത്ത് തെളിയിക്കുന്നുണ്ട്.

"അപ്പോൾ അവളുടെ കണ്ണിൽ ഞാൻ കണ്ട ഭാവം എന്നോട് കൂടുത ലിഷ്ടം തോന്നുന്ന സമയത്ത് എന്റെ സാജിതയുടെ കണ്ണുകളിൽ കണ്ടി ട്ടുണ്ട്." ആദ്യപകുതിയെ ആഴത്തിൽ സ്നേഹിക്കുമ്പോഴും ഉള്ളിൽ പ്രണയം സൂക്ഷിക്കുന്ന മനസ്സിന്റെ ഓർമ്മകൾ വീണ്ടെടുക്കുന്നുണ്ട്. മഹാനായ പി.കെ.കുഞ്ഞുസാഹിബ് മുതൽ മാനേജർ ഹിലാൽ ബാബു സാറിനെയും പ്രിൻസിപ്പൽ ബഷീർ സാറിനെയും മറ്റ് അദ്ധ്യാപകരെയും അനദ്ധ്യാപകരെയുമൊക്കെ രേഖപ്പെടുത്തുന്നുണ്ട്.

ഏതു കോളേജിലും കാണാവുന്ന ചിലരെ പ്രത്യേകം എടുത്തു പറയുന്നുണ്ട്. ക്യാമ്പസിലൂടെ മൃദുചുവടുവെപ്പോടെ സഗൗരവം നടക്കുന്ന പ്രിൻസിപ്പൽ ബഷീർ സാർ. അദ്ദേഹം അങ്ങനെ നടന്നുചെന്ന് ചുഴലിയായി നിൽക്കുന്നവന്റെ ചെവിയിൽ ആരും കേൾക്കാതെ ഒരു തെറി വാക്ക് പറഞ്ഞുപോലും അവനെ ഞെട്ടിപ്പിക്കുമായിരുന്നു. സിദ്ധിക്ക് മാമയിൽ കോളേജിനെ ആഴത്തിൽ സ്നേഹിക്കുന്ന മനുഷ്യനെ കാണാം. വാർദ്ധക്യത്തിന്റെ ഏകാന്തത. റിട്ടയർ ചെയ്താൽ നേരം പോകാൻ ഇടമില്ലാത്ത നിരവധി പേരുടെ പ്രതിനിധി.

"എടോ ജലാലെ ഒരു വിത്തൗട്ട് ചായയും ഒരു ജിലേബിയും താടോ." എന്ന് പകുതി കളിയായും പകുതി കാര്യമായും പറയുന്ന സ്വാമിദത്തൻ സാറിനെ പോലുള്ളവരെ എവിടെയും കാണാം.

"കാന്റീനിലെ പറ്റുവിശേഷം" എന്ന ഭാഗത്ത് വിദ്യാർത്ഥി സംഘട്ടനത്തെ നർമ്മ മധുരമായി ആവിഷ്കരിക്കുന്നു. ക്യാംപസ് രാഷ്ട്രീയത്തെ നന്നായി വിവരിക്കുന്നുണ്ട്. ഇതിൽ പലരെയും ഞാനും ഓർക്കുന്നു. മൂന്നാം വർഷ ബിരുദ വിദ്യാർത്ഥി ആൻഡ്രൂ അഗസ്റ്റിൻ അടുത്ത വർഷം ഒന്നാം വർഷ ബിരുദ വിദ്യാർത്ഥി ആവുന്നുണ്ട്. മെയിൻ മാറ്റി തുടർച്ചയായി പഠിക്കുന്നവർ.

1980 ലെ ക്യാംപസ്. മുട്ടാട് സുനിൽകുമാറിനെ പോലെ നിരവധി പേരെ എനിക്കുമറിയാം. മൊരിച്ച ഖദറുടുപ്പ്, കുത്തിക്കീറി തയ്ച്, ചെളി പുരട്ടി അണിഞ്ഞ് ഇലക്ഷൻ സമയത്തു കാണാം. ക്ലാസ് മുറികളിലോരോന്നിലും നിരന്തരം പ്രസംഗിച്ച് "ആകാശദൂത്" റിലീസ് ചെയ്യും. സുനിലിന് ഞാൻ വോട്ട് ചെയ്തു.

നെൽസൺ മണ്ഡേലയെ മോചിപ്പിക്കണമെന്നു ലോകമെമ്പാടുമുള്ള ക്യാംപസ് മുദ്രവാക്യം വിളിച്ച കാലം. Free Free Nelson Mandela എന്നു വിളിച്ച 80-കളിലെ ക്യാമ്പസിനെ ജോൺ എബ്രഹാം "അമ്മ അറിയാൻ" എന്ന സിനിമയിൽ ആവിഷ്കരിക്കുന്നുണ്ട്. നെൽസൺ മണ്ഡേലയെ മോചിപ്പിക്കണമെന്നതു പോലെ പ്രാധാന്യമുള്ളതാണ് കെ.എസ്.യു. വിന്റെ സീറ്റ് നിഷേധവുമെന്ന് കരുതി കെ.എസ്.യു. റിബലായി മത്സരിച്ച സുനിലിന് ഞാൻ വോട്ട് കുത്തി.

കുടുംബത്തിനായി ജീവിച്ചപ്പോൾ സ്വന്തം ജീവിതം മറന്നു പോയവനാണ് പ്രവാസി. കുടുംബത്തെ ജലാൽ അതിഗാഢമായി പുല്കുന്നുണ്ട്. ലോകത്തിന്റെ ഏതു കോണിൽ പോകുമ്പോഴും സാജിതയെയും കുട്ടികളെയും തൊട്ടുനിൽക്കുന്നുണ്ട്.

എല്ലാ രാജ്യക്കാരെയും ഒരുപോലെ സ്നേഹിക്കാൻ കഴിയുന്ന കറതീർന്നൊരു പ്രവാസിയാണ് നജ്റാൻ ജീവിതത്തിലെ ജലാൽ. നിരന്തരം സ്രഷ്ടാവിനു മുന്നിൽ നമ്രശിരസ്കനാവുന്ന ഒരു നല്ല മനുഷ്യനെ ജലാൽ നിരന്തരം പുറത്തെടുക്കുന്നുണ്ട്. പ്രവാസ ജീവിതത്തിന്റെ നെടുവീർപ്പുകൾ, ദീർഘ നിശ്വാസങ്ങൾ എല്ലാം നമ്മൾ അറിയുന്നുണ്ട്. പശു, എരുമ, പട്ടി, പൂച്ച എന്നിങ്ങനെ എല്ലാ ജീവജാലങ്ങളെയും വറ്റാത്ത കരുണയുടെ ദയാവായ്പോടെ ജലാൽ സ്നേഹിക്കുന്നുണ്ട്.

"ക്യാമ്പസ്സിലെ സൗഹൃദത്തെക്കുറിച്ച് പറയുമ്പോൾ, ഒന്നാമത്തെ നമ്പർ ഞാനിടുന്നത് ജലാലിനാണ്." അവിടുത്തെ തന്റെ "അന്നദാതാവ്" ആണ് ജലാൽ എന്ന മനുഷ്യൻ എന്നും ലക്ഷ്മൺ പറയുന്നുണ്ട്.

ജലാൽ, ലക്ഷ്മണോട് പറ്റുപടി ചോദിക്കുന്നുണ്ട്. "ഡാ, ലക്ഷ്മണാ, എന്തെങ്കിലും ചില്ലറ കൊണ്ടുത്താടാ." "ഞാൻ എവിടുന്നു കൊണ്ടുത്തരാനാ." എന്നു പറയുമ്പോൾ പരസ്പരം അഭയം തേടുന്ന രണ്ടു ഹൃദയങ്ങൾ കാണുന്നുണ്ട്.

ആഖ്യ എവിടെ ?

പുസ്തകത്തെക്കുറിച്ചുള്ള മറ്റൊരു കമന്റ് നോക്കാം. കാമ്പസ് ലൈഫിൽ, വിസ്മയപൂർവ്വം ഞാനും മറ്റു പലരും നിരീക്ഷിച്ചിരുന്ന ചങ്ക് എച്ച്.നജീം എന്തിനോടൊക്കെയോ സാമ്യപ്പെടുത്തിക്കൊണ്ടാണ് അഭിപ്രായം അറിയിച്ചത്. ഇതിൽ ആഖ്യ എവിടെ ?

ലോകം ചുറ്റി ജീവിതം പഠിച്ച്, ചായ വിറ്റ്, പാത്രം കഴുകി, അവസാനം തലയോലപ്പറമ്പിലെ വീട്ടിലെത്തിയപ്പോളാണ് ബഷീറിന് വെളിപാടിന്റെ പുസ്തകം കിട്ടിയത്. അപ്പോഴാണ് സ്ഥലത്തെ പ്രധാന നിരൂപക ബഡുക്കൂസുകൾ "ഇതിൽ ആഖ്യ എവിടെ? ആഖ്യാതം എവിടെ?" എന്നൊക്കെ ചോദിക്കാൻ തുടങ്ങിയത്. മാങ്കോസ്റ്റിൻ മരത്തിന്റെ ചുവട്ടിലിരുന്ന് ബഷീർ വല്ലി, പഴുതാര, ആട്, കുറുനരി കഥകളാണ് ഏറെയും പറഞ്ഞത്.

അതുപോലെ ഇവിടെ ജലാലിന് വെല്ലുവിളി ഉയർത്തുന്നത് പുസ്തകത്തിൽ ഇടയ്ക്കിടെ കടന്നു വരാൻ സാധ്യതയുള്ള "കലാലയത്തിലെ പ്രധാന ദിവ്യന്മാർ" ആയിരിക്കും. പഴയ പറ്റു ബുക്കുകൾ നോക്കി, ചിതലേ എന്നാലും എന്നോടിത് ചെയ്തല്ലോ എന്ന് ബഷീറിയൻ ശൈലിയിൽ വിലപിക്കുന്ന ജലാൽ റഹ്മാനെ നമുക്ക് കിത്താബിൽ കാണാം.

"ജലാലേ, ഇങ്ങളും ഒരു ഹുന്ത്രാപ്പി ബുസാട്ടോ" ആണ്.

ലളിതമായ ഗൗരവങ്ങൾ

നാട്ടുകാരനും എഴുത്തുകാരനും രാഷ്ട്രീയ പ്രവർത്തകനുമായ ഹർഷൻ സാർ പുസ്തകത്തെക്കുറിച്ച് പറഞ്ഞതിങ്ങനെയാണ്.

കോളേജിൽ കാന്റീൻ നടത്തിയവൻ എന്തു കുറിപ്പെഴുതാൻ? അതാരു വായിക്കാനാണ്? അതിനെന്താണു പ്രസക്തി? ഞാനാദ്യം ആലോചിച്ചത് അങ്ങനെയാണ്. രാമായണത്തിന്റെയും രണ്ടാമൂഴത്തിന്റെയും നാട്ടിൽ എഴുത്തുകാരനായി ജീവിക്കേണ്ട യാതൊരു കാര്യവുമില്ല എന്ന ചിന്ത എന്നെ പലവട്ടം അസ്വസ്ഥനാക്കിയിട്ടുണ്ട്.

ജലാൽ റഹ്മാന്റെ പുസ്തകത്തിന്റെ രണ്ടാമത്തെ പതിപ്പാണ് എനിക്കു കിട്ടിയത്. അതിന്റെ ഇംഗ്ലീഷ് പതിപ്പും കണ്ടിരുന്നു. സമൂഹത്തിലെ വരേണ്യവിഭാഗത്തിന്റെ സന്തോഷങ്ങൾക്കും സങ്കടങ്ങൾക്കുമാണ് എന്നും സ്വീകാര്യത ഉണ്ടായിട്ടുള്ളത്. കാൽ നൂറ്റാണ്ടിലെ കലാലയ ജീവിതത്തിന്റെ സമസ്ത വികാരവിചാരങ്ങളുടെ കുഞ്ഞുകുറിപ്പുകളഴുതാനും ഓർമ്മിക്കാനും കഴിഞ്ഞതാണ് ജലാൽ റഹ്മാന്റെ വത്യസ്തത. ഇതൊരു ലളിത വായനയാണങ്കിലും അറിയാതെ ഗൗരവ ചിന്തയിലേയ്ക്ക് പോകുന്നുണ്ട്.

ജീവിതത്താളുകൾ മറിക്കാനും യാതൊരു സങ്കോചവും കാണിക്കാതെ ആത്മാർത്ഥതയുടെ മഷിയിൽ മുക്കി നമ്മുടെയൊക്കെ മനസ്സിലെഴുതിയിട്ടുണ്ട്. എന്നിട്ട് മാറി നിന്ന് നമ്മളെ നോക്കി ചിരിക്കുന്നതു പോലെ തോന്നും.

ഹൃദയവികാരങ്ങളുടെ പകർത്തിയെഴുത്തിൽ പച്ചയായ മനുഷ്യന്റെ ദലമർമ്മരങ്ങൾ വരെ ഒപ്പിയെടുക്കാൻ ജലാലിനു കഴിഞ്ഞു. ക്യാന്റീൻ മുതലാളിയോ പ്രവാസകനോ അഭിനവ കാമുകനോ ഭാര്യയോ അച്ഛനോ ഏതു വേഷവും ജീവിത പ്രയാണങ്ങളിൽ വന്നു പോകാവുന്നതാണ്. അതിനെയെല്ലാം അതിന്റെ വഴിക്കു തന്നെ വിടുക.

ഒരു പക്ഷേ മലയാളത്തിൽ ഇത്തരമൊരു എഴുത്തു വഴി ആദ്യമായിരിക്കാം. ജീവിതത്തിൽ ഒരിക്കൽപ്പോലും തോൽവിയേറ്റെടുക്കാതെ എല്ലാം വിജയത്തിലെത്തിച്ച ജലാൽ റഹ്മാന് അഭിവാദ്യങ്ങൾ. ജീവിതവിജയവഴികളിലെ സാക്ഷ്യപ്പെടുത്തലായി ഈ കുറിപ്പുകൾ എല്ലാ മനസ്സുകളിലും കോറിയിടും.

ആന ഇരട്ട പ്രസവിച്ചു

ഒരിക്കൽ കായംകുളത്തെ പ്രിയാ മെഡിക്കൽ സ്റ്റോറിൽ മരുന്ന് വാങ്ങാൻ നിൽക്കുമ്പോൾ അവിടെ ഫോൺ വരുന്നു. ലാൻഡ് ഫോൺ മാത്രമുള്ള കാലം. മറുതലയ്ക്കൽ ഫോൺ എടുത്തയാളുടെ അമ്മയായി

രുന്നു. ഞാനൊരു പയ്യനായതു കൊണ്ടാവാം എന്നെ നിർത്തിക്കൊണ്ടു തന്നെ ദീർഘനേരം അവർ ഫോണിലൂടെ സംസാരിച്ചു. ഒരു മകന്റെ അമ്മ യോടുള്ള സരസമായ സംഭാഷണം കേട്ടു നിൽക്കാൻ തന്നെ നല്ല രസമാ യിരുന്നു. അവസാനം അമ്മയോട് വേറെ എന്താമ്മേ വിശേഷം എന്നു ചോ ദിക്കുന്നുണ്ട്.

മറുപടി കേട്ട് അയാൾ പൊട്ടിച്ചിരിക്കുകയും ആഹ് ! ഞാൻ വരാം എന്നു പറയുകയും ചെയ്ത് ഫോൺ വെച്ചശേഷം അതേ ചിരിയോടെ സഹപ്രവർത്തകരോട് പറയുന്നു, "അമ്മേടെ ഒരു കാര്യം... അവിടെ അടുത്തെങ്ങാണ്ട് ആന ഇരട്ട പ്രസവിച്ചു, ഞാനങ്ങോട്ട് എളുപ്പം ചെല്ലാൻ. ആന ഇരട്ട പ്രസവിക്കുക എന്നത് അസംഭവ്യ കാര്യമാണെന്ന് അമ്മയ്ക്കും എനിക്കും അറിയാം. എന്നെ കാണാനുള്ള തിടുക്കമാണ്, ഒന്നിച്ചിരുന്ന് ചോറ് കഴിക്കാനും."

ഇതിപ്പോ ഓർക്കാൻ കാരണം ലക്ഷ്മൺ മാധവിന്റെ 'ഒരു കടലോളം' എന്ന നാടക പുസ്തകമാണ്. എന്റെ പുസ്തകമായ 'ഒരു കോളേജ് കാന്റീ ൻകാരന്റെ കുറിപ്പുകൾ' ഇരട്ട പ്രസവിച്ചു എന്നതു പോലൊരു അവസ്ഥ. അതിലെ ഒരു കുറിപ്പ് വിപുലീകരിച്ച് വലിയൊരു നാടക പുസ്തകമാ കുന്നു എന്നറിഞ്ഞപ്പോൾ ആന ഇരട്ട പെറ്റു എന്ന ഡയലോഗ് വീണ്ടും മനസിലേക്കു വന്നു. നാടും സൗദി അറേബിയയും പശ്ചാത്തലമാകുന്ന ഈ നാടകരചന നടത്തിയ ലക്ഷ്മൺ മാധവിന് ധാരാളം വീഡിയോകളും കഥാസാഹചര്യവും അറബികളുടെ സ്വഭാവരീതികളും മറ്റും ഞാൻ വിവ രിച്ചുകൊടുത്തിരുന്നു. പലപ്പോളും വീഡിയോകാൾ ചെയ്യുമ്പോൾ ഷോപ്പി ലേക്ക് വരുന്ന കസ്റ്റമറെ, അവരുടെ ഇടപെടലുകളെ സസൂക്ഷ്മം ലക്ഷ്മൺ നിരീക്ഷിച്ചിരുന്നു.

മരുഭൂമികളും ഒട്ടകങ്ങളും തൊഴിലാളികൾ ജീവിക്കുന്ന പരിമിത സൗകര്യങ്ങളും ജോലി ചെയ്യുന്ന ഇടത്തെ സന്തോഷങ്ങളും സന്താപങ്ങ ളും ഒക്കെ നാടക രചനയിൽ പ്രതിഫലിച്ചിട്ടുണ്ട്.

ഇംഗ്ലീഷ് പതിപ്പിന്റെ പ്രകാശന പ്രസംഗത്തിൽ ബഹുമാനപ്പെട്ട മുൻ സാംസ്കാരിക വകുപ്പ് മന്ത്രി ജിസുധാകരൻ സാർ ഉണർത്തിയ ഒരു കാര്യ മുണ്ട്. അറബികളെക്കുറിച്ചും അവിടെ ജോലി ചെയ്യുന്നവരെക്കുറിച്ചു പറഞ്ഞു കേട്ടതും അറിഞ്ഞതുമായ വിവരങ്ങളല്ല ജലാലിന്റെ പുസ്ത കത്തിലേത്. വായനക്കാരെ ചിന്തിപ്പിക്കുമ്പോൾ അതിലെ കഥാപാത്രങ്ങ ളുടെ രീതികൾ, അതിന്റെ യാഥാർത്ഥ്യങ്ങൾ പറയേണ്ടത് എഴുത്തുകാരാണ്.

ജീവിതത്തിലെ ഒരു ഏടായി രാജുവിന്റെ ഒട്ടക ജീവിതം എന്നെ സ്വാധീ നിച്ചിരുന്നു. ഇവിടൊക്കെ ഇന്നും എന്നും ഒട്ടക ജീവിതം നയിക്കുന്ന ആളുകൾ വളരെ സംതൃപ്തരാണ് (മലയാളി ഒഴികെ). എത്രയെത്ര മസ്ര തൊഴിലാളി

കളാണ് എന്റെ ഷോപ്പിൽ സ്ഥിരമായി വരാറുള്ളത്. ഒരു ബംഗാളി വിസിറ്റിന് വന്ന ഭാര്യയേയും മക്കളെയും ഒപ്പം കൂട്ടി എന്റെ ഷോപ്പിൽ വന്നു. മക്കൾക്ക് വേണ്ടത്ര ടോയ്സ് വാങ്ങിയാണ് അവർ പോയത്. എനിക്കേറെ ഇഷ്ടമുള്ള ലമുൻ (തൊലി കട്ടിയുള്ള പച്ചനാരങ്ങ) എല്ലാ വെള്ളിയാഴ്ചകളിലും എത്തിക്കാറുണ്ടവൻ. അവനും മുന്നേ ഉണ്ടായിരുന്ന ഏറെ പ്രായമുള്ള, ഒരു ജീവിതകാലത്തെ അദ്ധ്വാനംകൊണ്ട് മുതുക് വളഞ്ഞു പോയ, മുപ്പത്തഞ്ചു വർഷത്തെ മസ്രജീവിത പ്രവാസം കൊണ്ട് മക്കളെ ബംഗ്ലാദേശിലെ ഉന്നത ഉദ്യോഗസ്ഥരാക്കിയ ഒരു ബായി ആയിരുന്നു ആ തോട്ടത്തിലെ എല്ലാമെല്ലാം. അദ്ദേഹം രോഗബാധിതനായി നാട്ടിലേക്ക് പോകും മുന്നേ പെങ്ങളുടെ മകനെ കൊണ്ടു വന്ന് മസ്രയിലെ ജോലിക്കാരനാക്കുമ്പോൾ, എനിക്കുള്ള നാരങ്ങ സ്ഥിരമായി എത്തിക്കാൻ ശട്ടം കെട്ടിയിരുന്നു. ആ പയ്യനാണ് ഫാമിലിയുമായി എത്തിയത്.

എല്ലാ മസ്ര ആമൽമാരും നാട്ടിൽ പോയി തിരിയെ തന്റെ ജോലിക്ക് എത്തുന്നു. നാട്ടിലെ നേട്ടങ്ങളുടെ കണക്ക് എന്റെ മുന്നിലും നിരത്താറുണ്ട്. അവരൊക്കെ തങ്ങളുടെ തൊഴിലിലും മറ്റെല്ലാ കാര്യത്തിലും സന്തോഷവാന്മാരാണ്.

ആട്ജീവിതം എന്ന പുസ്തകത്തിലെ അതിഭാവുകത്വം പ്രധാന കഥാപാത്രമായ നജീബിന് പോലും അവിശ്വസനീയത ഉണ്ടാക്കിയെന്നത് സത്യമാണല്ലോ.

കടൽ പോലെ കിടക്കുന്ന മരുഭൂമിയും ഒറ്റപ്പെടലും മറ്റ് സംസ്ഥാന-രാജ്യക്കാരെ അലോസരപ്പെടുത്തുന്നില്ല. മലയാളിക്കത് ആദ്യമായി കാണുന്നതുകൊണ്ടുള്ള അമ്പരപ്പ്. വൈറ്റ് കോളർ ജോലി മാത്രം കംക്ഷിക്കുന്ന മനോഭാവം മറ്റൊരാളുടെ കഷ്ടപ്പാടിൽ അല്ലങ്കിൽ ജീവിത പരിമിതികളിൽ കൂടുതലായി ചുമ്മാ സഹതപിക്കുക ഒക്കെയാണ് ആട്ജീവിതം അന്യമായി തോന്നുന്നത്.

കുടുംബജീവിതത്തെ നെഞ്ചോടു ചേർത്ത രാജു ഒരു യാഥാർഥ്യമാണ്. ഞാൻ കേട്ട യഥാർത്ഥ ആട്ജീവിതം രാജുവിന്റെ സംഭാഷണമുള്ള ഒറിജിനൽ വീഡിയോ സഹിതമാണ് കഥ ആയത്. നാടകമായപ്പോൾ ഏറെ സന്തോഷിച്ചു. നാടകം പുസ്തകം ആയപ്പോൾ അതിലേറെ സന്തോഷം. ആട്ജീവിതത്തിന്റെ മറുവായനയായി എക്കാലവും ഈ പുസ്തകം നിറഞ്ഞു നിൽക്കട്ടെ.

ഒരു കോളേജ് കാന്റീൻകാരന്റെ കുറിപ്പുകളിലെ രാജുവിന്റെ ഒട്ടകജീവിതം എന്ന കുറിപ്പാണ് 'ഒരു കടലോളം' എന്ന നാടകത്തിലേക്ക് വഴി തുറന്നത്.

മനുഷ്യസ്നേഹിയായ അഹമ്മദ് എന്ന അറബി നാടകത്തിൽ ഫോക്കസ് ചെയ്യപ്പെടുന്നു. ആർക്കും ഇഷ്ടപ്പെടുന്ന കഥാപാത്രം. നാടകത്തിൽ രണ്ട് ഘട്ടങ്ങളുണ്ട്. തനിനാടൻ കുടുംബവും ഗൾഫിലെ മസ്രയും. അങ്ങനെ നീണ്ട അന്വേഷണങ്ങൾക്കു ശേഷം നാലു മാസം കൊണ്ട് എഴുതിയ നാടകമാണ് 'ഒരു കടലോളം'. ലക്ഷ്മൺ മാധവ് നാടകങ്ങളെ നെഞ്ചേറ്റിയ കലാകാരൻ. ആദ്യ പതിപ്പിന്റെ പ്രീപബ്ലിക്കേഷൻ ബുക്കിംഗ് പൂർണ്ണമായത് അദ്ദേഹത്തിന്റെ സ്വീകാര്യത ഉറപ്പിക്കുന്നു.

അനുഭവങ്ങളുടെ അക്ഷരങ്ങൾ

എവിടെങ്കിലുമൊക്കെ നിറഞ്ഞു നിൽക്കണമെന്നു കരുതി ഞാനൊരു പുസ്തകമെഴുതിയില്ല. വളരെ കുഞ്ഞിലേ മുതൽ വായിക്കുമായിരുന്നു. വായിക്കുമ്പോൾ മനസ്സിൽ എഴുത്തു മോഹമുണ്ടായിട്ടുണ്ട്. മാതാപിതാക്കൾക്ക് വസ്തു തർക്കവുമായി ഉണ്ടാകുന്ന അസ്വസ്ഥതയുടെയും പീഡനങ്ങളുടെയും സംഘർഷങ്ങളുടെയും കോടതി വ്യവഹാര, പോലീസ് ഇടപെടലുകളുടെയും ഇടയിലേക്കാണ് ജനിച്ചു വീണത്. ബാപ്പയുടെ അത്യദ്ധ്വാനം വക്കീലിനും കേസിനുമായി നീക്കി വെയ്ക്കപ്പെടുമ്പോൾ, ഉമ്മായുടെ അദ്ധ്വാന ഫലമായാണ് ഒരു നേരത്തെ ഭക്ഷണമെങ്കിലും കിട്ടിയിരുന്നത്. അതാണ് എന്റെ പട്ടിണിയുടെ ദുരിതബാല്യം.

മീൻ വെട്ടിക്കൊണ്ട് മുറ്റത്തിരുന്ന ഉമ്മാ ഓടി വന്ന് തൊട്ടിലിൽ ഉറങ്ങുകയായിരുന്ന എന്നെ എടുത്തോണ്ട് പുറത്തിറങ്ങി അലറിക്കൂവി, അയൽക്കാരും നാട്ടുകാരും ഓടി എത്തുമ്പോഴേക്കും കേസിലെ എതിർകക്ഷി മണ്ണെണ്ണ വിതറി തീയിട്ട ഞങ്ങളുടെ ഓലവീടിന്റെ മുക്കാൽ ഭാഗവും കത്തി തീർന്നിരുന്നു. ഒരു പക്ഷേ അതാവും എന്റെ ഓർമ്മയിലെ ആദ്യ സംഘർഷ കാഴ്ചയും. ഉമ്മാ മരിക്കുവോളവും ആ ഓർമ്മ പുതുക്കിയിരുന്നത് ഇങ്ങിനെ. ഞാനന്ന് വെള്ളം കോരാൻ കുടവുമായി അയൽ വീട്ടിലേക്കു പോയിരുന്നെങ്കിൽ എന്റെ ജലാല്മോൻ ആ തീയിൽ വെന്തു പോയേനെ.

ഒരുപക്ഷേ അത്തരം ദുരനുഭവങ്ങളിലൂടെ ശൈശവ, ബാല്യം കടന്നു പോയതു കൊണ്ടാവാം ഇപ്പോളും വലിയ തീയും കറുത്ത പുകയും കാണുമ്പോൾ ഭയം കൊണ്ട് വേവലാതിപ്പെട്ടു പോകുന്നത്.

പറഞ്ഞു വന്നത്, ജീവിതത്തിൽ അനുഭവിച്ച ദുരനുഭവങ്ങളെ എഴുത്തുകളാക്കി വൈറൽ ആകാനും ശ്രമിച്ചിട്ടില്ല എന്നാണ്.

ഒരൊറ്റ പുസ്തകം എനിക്കു നൽകിയത് സമൂഹത്തിൽ വലിയൊരു സ്പേസ് ആണ്. അതുണ്ടായത് വരികളിലെ നീതി പുലർത്തൽ കൊണ്ടാണെന്ന് വിശ്വാസമുണ്ട്. പുസ്തകത്തെ വിമർശിക്കുന്നവർ ഉണ്ടാവാമെങ്കിലും കുറവുകൾ നേരിട്ട് ചെവിയിലെത്തിയിട്ടില്ല എന്നതാണു സത്യം.

ഒരു ചായക്കാരന്റെ വഴിയിലൂടെ നടന്നു തീർത്ത ഏറെ പ്രിയപ്പെട്ട വർഷങ്ങൾ പലതരം മനുഷ്യരിലൂടെ ദിനവും കടന്നു പോകുമ്പോൾ, സ്നേഹവും പരിഗണനയും അവഗണനയും അരികുവൽക്കരണവും മന സ്സിനെ പഠിപ്പിച്ചത് മനനം ചെയ്ത് ചിലപ്പോളൊക്കെ നാട്യപൂർവ്വമെങ്കിലും ജീവിത ശീലമാക്കിയപ്പോൾ അഭൂതപൂർവ്വമായ സന്തോഷമാണു ലഭിച്ചത്.

ഇപ്പോൾ ഇതൊക്കെ ഓർക്കാനും പറയാനും കാരണം ഒരു കോളേജ് കാന്റീൻകാരന്റെ മൂന്നാംപതിപ്പ് അതിവൈകാരികമായ ഓർമ്മകൾ ഉണ ർത്തും വിധമുള്ള പുറം ചട്ടയോടു കൂടി പുറത്തിറക്കിയിരിക്കുന്നു. കേരള നിയമസഭാ പുസ്തകോത്സവത്തിലും ഷാർജാ അന്താരാഷ്ട്ര പുസ്തകോ ത്സവത്തിലും മിന്നുന്ന വില്പന കാഴ്ച വെക്കാൻ കഴിഞ്ഞുവത്രേ.

കോളേജ് കാന്റീൻകാരന്റെ കുറിപ്പുകൾ ലക്ഷ്മൺ മാധവ് ഇംഗ്ലീ ഷിലേക്ക് മൊഴിമാറ്റം നടത്തിയത് ഒടേതമ്പുരാൻ കനിഞ്ഞു നൽകുന്ന വലിയൊരു അനുഗ്രഹമാണെന്നു ഞാൻ കരുതുന്നു. എന്റെ കുറിപ്പുകൾ ആദ്യമായി പുസ്തകമാവും മുന്നേ തന്നെ ലക്ഷ്മണനെ ഈ ചുമതല യ്ക്കായി എന്നിലേക്കെത്തിച്ചതും അള്ളാഹു തന്നെയാണ്. പുസ്തകമി റക്കാൻ പലരും പ്രോത്സാഹിപ്പിച്ചെങ്കിലും എനിക്ക് എന്നെ തന്നെ വിശ്വാ സമില്ലായിരുന്നു. പലരുടെയും ഇഷ്ടങ്ങളാൽ നിർബന്ധിക്കപ്പെട്ടപ്പോൾ ഞാനത് ആദ്യം ആലോചിച്ചത് എംഎസ്എം കോളേജിലെ പഴയ ആർട്സ് ക്ലബ്ബ് സെക്രട്ടറി ലക്ഷ്മണനോടായിരുന്നു. എന്റെ കുറിപ്പുകൾ വാട്സ്ആ പ്പിൽ വാങ്ങിയ അദ്ദേഹം വരികൾക്കിടയിലെ വായനയിലൂടെ ഒരുപാട് പ്രോത്സാഹനങ്ങൾ നൽകി. അതിലൊന്നായിരുന്നു, ഇത് ഇംഗ്ലീഷിലേക്കെ ഞ്ഞാനും മൊഴിമാറിയാൽ കളിമാറും കേട്ടോ എന്ന ഡയലോഗ്. ഞാനതിനെ ഒരു തമാശയായി മാത്രമേ കണ്ടുള്ളൂ. പക്ഷേ, ലക്ഷ്മൺ എന്നും ആ ഒരു നിശ്ചയദാർഢ്യത്തിലായിരുന്നു എന്നു പിന്നീടു മനസ്സിലായി. പലയിടത്തും സാധ്യതകളെ തിരഞ്ഞുകൊണ്ടിരുന്നു. പഠനങ്ങൾ നടത്തി, തർജ്ജമ യുടെ സങ്കീർണ്ണമായ കെട്ടുകൾ ഓരോന്നായി അഴിച്ചു. തന്റേതായ പ്രശ്ന ങ്ങളെ മാറ്റി വെച്ച്, നിയോഗിക്കപ്പെട്ട ദൂതനെ പോലെ, വിജയത്തിലെത്താൻ അഹോരാത്രം ആത്മാർത്ഥമായി അദ്ധ്വാനിച്ചു. അതിനു വേണ്ടി ഞാനും പ്രാർത്ഥനയിലായിരുന്നു.

മലയാള പുസ്തകം ചിട്ടപ്പെടുത്തിക്കൊണ്ടിരിക്കുമ്പോൾ ലക്ഷ്മൺ പറഞ്ഞു, "ജലാലിന്റെ എഴുത്തിൽ എവിടെയെങ്കിലും എന്റെ ഒരു വാക്ക് ചേർത്താൽ അത് വായനക്കാർക്ക് അരോചകമാകും. അതുകൊണ്ട് എന്തെങ്കിലും ആവശ്യമായി വന്നാൽ അതുകൂടി ജലാൽ എഴുതി ചേർത്താൽ മതി."

പുസ്തകത്തിന്റെ കണ്ടന്റ് മാത്രമേ എന്റേതായുള്ളു. ബാക്കിയെല്ലാം ഏറെ ബദ്ധപ്പെട്ട് ഓരോ വാക്കും മൊഴി മാറ്റുന്ന പ്രിയപ്പെട്ട ലക്ഷ്മണന് അവകാശപ്പെട്ടതാണ്. എല്ലാ പുസ്തക രചയിതാക്കളും ആശിക്കുന്നത്, ലക്ഷ്മണൻ ഉപചാരപൂർവ്വം എന്റെ കയ്യിൽ വെച്ചുതരുകയാണ്.

എന്റെ ഷോപ്പിൽ ഡിസ്പ്ലെ വെച്ചിരിക്കുന്ന പുസ്തകം കണ്ട് മറ്റു ഭാഷക്കാരായ ധാരാളമാളുകൾ എന്റെ പുസ്തകം വായിക്കാൻ ആഗ്രഹിക്കുന്നുവെന്നു പറഞ്ഞിട്ടുണ്ട്. ഇതിനിടയിൽ അറബ് തർജ്ജമയ്ക്കായി ചുമതല ഏറ്റെടുത്തുകൊണ്ട് എംഎസ്എം കോളേജിലെ അറബിക് വിഭാഗം അസിസ്റ്റന്റ് പ്രൊഫസർ ആയിരുന്ന യൂസഫ് നദ്‌വി സാഹിബ് മുന്നോട്ടു വന്നു. ഒരുപാട് കാലം സൗദി പ്രവാസിയായിരുന്ന അദ്ദേഹം പുസ്തകം വായിച്ചയുടൻ എന്നെ വിളിക്കുകയും അതിനു വേണ്ട മുന്നൊരുക്കങ്ങളും വരാനിടയുള്ള നൂലാമാലകളുടെ ട്രബിൾ ഷൂട്ടുകളും ബോധ്യപ്പെടുത്തി. അല്പം കാലതാമസം വരാനിടയുണ്ടെന്നും നമുക്കിതുമായി മുന്നോട്ടു പോകാമെന്നും അറിയിച്ചു.

ജീവിത യാത്രയിൽ അനുഭവിച്ച കടുത്ത മാനസികവേദനകൾ, അവഗണനകൾ ഒക്കെ കൂട്ടിക്കിഴിച്ച്, അരിച്ച് സ്ഫുടം ചെയ്തെടുത്ത ഏടുകൾ തുന്നി ചേർത്ത് ഒരേ മനസിൽ സൂക്ഷിച്ചിരിക്കുന്ന പുസ്തകം ഇടയ്ക്കൊക്കെ വായിച്ച് ഞാനും ഭാര്യയും ഒത്തിരി സന്തോഷിക്കാറുണ്ട്.

ഇനി നമുക്ക് “അങ്ങും ഇങ്ങും എങ്ങും” എന്ന രണ്ടാം ഭാഗത്തിലേക്ക് കടക്കാം.

മക്കയിലേക്ക്

അദ്ഭുതകരമായ നിമിത്തങ്ങളിലൂടെ വിസ്മയിപ്പിക്കുന്ന ലോകത്തിന്റെ മദ്ധ്യഭാഗത്തെ നഗരം വിശുദ്ധ മക്ക! മനസ്സറിയുന്ന സേവന സന്നദ്ധതയുള്ള, പിരിയാൻ വയ്യാത്ത ഇഷ്ട ങ്ങളെ പോലെ കുളിർ പകരുന്ന പുണ്യ മദീന! കളങ്കമില്ലാത്ത ആത്മീയത ജീവിതത്തിൽ സന്തോഷത്തിന്റെ പ്രസന്നതയും ആഘോഷങ്ങളുടെ ദിനങ്ങളും സൃഷ്ടിക്കുന്നു.

മദീനയിൽ നിന്നും മക്കയിലെത്തി ആതിഥ്യമരുളുന്ന അബ്ദുസ്സലാം കാപ്പൂർ ഇക്കാ എനിക്കും ഭാര്യ സാജിതയ്ക്കും വേണ്ടി നൽകിയ ഫ്ളാറ്റിലേക്കുള്ള ടാക്സി കയറ്റി വിടുമ്പോൾ പറഞ്ഞു, "അവിടെത്തിയാൽ ഉടനെ വിളിക്കണം. ഈ ടാക്സിക്കാരൻ മസ്രിയോ മറ്റോ ആണ്, ഇവനെ എനിക്കത്ര തൃപ്തി പോരാ."

വണ്ടിയിൽ കയറിയ ഉടനെ സൽമാൻഖാന്റെ ബോഡി ലാങ്ഗ്വേജ് വിശേഷമുള്ള അവനോട് ചോദിച്ചു,

"അന്ത ഫലസ്തീനി?"

അതൃപ്തിയോടെ അവൻ പറഞ്ഞു,

"ലേ സതീക്ക് അന മസ്രി." (എന്താണിത് ഞാൻ ഈജിപ്ഷ്യൻ ആണ്. മസ്രികൾ കൊള്ളാത്തവരാണോ?)

"ഏയ് അതല്ല നിന്നെ കണ്ടിട്ട് അവരുടെ ലുക്ക്. ആട്ടെ ഇവിടെത്ര വർഷമായി?"

"വള്ളാഹി കദീർ ഇഷ്റുന് സന (ഇരുപതുവർഷം). ഞാൻ പലസ്തീൻ പ്രദേശത്തിനടുത്തുള്ള അതിർത്തിയിലാണു താമസം. അതുകൊണ്ടാവും ആ ലുക്ക്."

അത് പറഞ്ഞിട്ടയാൾ ഉച്ചത്തിൽ ചിരിച്ചു. എനിക്കു ചിരിവന്നില്ല. സാജിതക്ക് ആ ചിരി കേട്ടപ്പോൾ ഭയം തോന്നിക്കാണണം, അവളെന്റെ കയ്യിൽ മുറുകെ പിടിച്ചു. പേടിക്കണ്ട എന്ന് കണ്ണുകൊണ്ടുള്ള എന്റെ ആംഗ്യം അവൾക്ക് ധൈര്യമേകിയെന്നു തോന്നി.

അല്ലങ്കിലും മക്കയിലൊന്നും പേടിക്കാനില്ല. കോടിക്കണക്കിനു ജനം ഒഴുകുന്ന സ്ഥലം. എവിടെയും അതീവ കർശന നിരീക്ഷണം. പോരെങ്കിൽ അള്ളാഹുവിന്റെ പ്രഥമഭവനം ഉൾകൊള്ളുന്ന പ്രദേശം.

അയാൾ സ്വതസിദ്ധമായ ചിരിയോടെ വീണ്ടും സംസാരം തുടങ്ങി. നിങ്ങൾ ബംഗ്ലാ ആണോന്ന് ചോദിച്ചപ്പോ എനിക്ക് ദേഷ്യം വന്നു. തിരിച്ചു

ഞാൻ ചോദിച്ചു,

"നീ അസ്‌ലി മസ്രി തന്നെ, മൂക്ക് മാഫി." (ബുദ്ധി കുറഞ്ഞവൻ)

അപ്പോളും അവൻ ചിരിച്ചുകൊണ്ടു ചോദിച്ചു, "മസ്രിക്ക് ബുദ്ധി ഇല്ലേ? എന്നിട്ടാണോ മിക്കവാറും കമ്പനികളുടെ മുദീർ ആയി ഞങ്ങടെ നാട്ടുകാർ ഇരിക്കുന്നത്?"

ഉത്തരം മുട്ടിയ ഞാൻ വിഷയം മാറ്റി ചോദിച്ചു.

"നിനക്കെത്ര മക്കളുണ്ട്, എത്ര ഭാര്യയുണ്ട്?"

"എനിക്ക് അഞ്ച് മക്കൾ ഒറ്റ ഭാര്യ."

സാജിതയെ നോക്കിയിട്ട് തിരിച്ചവൻ ചോദിച്ചു,

"ഇതു കൂടാതെ അറിഞ്ഞും അറിയാതെയും നിനക്കെത്ര ഭാര്യയുണ്ട്?"

വിളറിയ എന്റെ മുഖത്തു നോക്കി "അന്ത ഒജ് ശൂഫ്" (നിന്റെ മുഖം കണ്ടിട്ട്) എന്നു പറഞ്ഞു കൊണ്ട് പിന്നെയും പൊട്ടിച്ചിരി.

ഇതിനിടയിൽ ലൊക്കേഷൻ പ്രകാരം ഞങ്ങൾക്കിറങ്ങാനുള്ള സ്ഥലമെത്തി. ഡിക്കിയിൽ നിന്നും ലഗേജ് ഇറക്കുമ്പോൾ അവൻ പറഞ്ഞു:

"ഞാൻ എന്തേലും പറഞ്ഞതിൽ വിഷമമുണ്ടെങ്കിൽ പൊരുത്തപ്പെടണം, ഞാൻ ഇങ്ങിനൊക്കെയാണ്."

വളരെ വർഷങ്ങളായുള്ള ആശയായിരുന്നു ഭാര്യയുമായി വിശുദ്ധ റമളാനിൽ മുഴുവൻ ദിവസവും മക്കയിൽ കഴിയുക എന്നുള്ളത്. അക്കാര്യം പ്രിയപ്പെട്ട അബ്ദുസ്സലാം ഇക്കയോട് (എന്നേക്കാൾ വളരെ പ്രായക്കുറവുള്ള മൻസേൻ ആണെങ്കിലും ഞങ്ങൾ അങ്ങോട്ടുമിങ്ങോട്ടും ഇക്കാന്നാണു വിളി) പറഞ്ഞപ്പോൾ, "എപ്പോൾ ആണെന്നു വെച്ചാൽ ങ്ങള് റെഡി ആയിക്കോളിൻ, ബാക്കിയൊക്കെ ഞാനേറ്റു" എന്നുള്ള വാക്ക് വലിയ സന്തോഷമാണു നൽകിയത്.

ഞങ്ങൾക്ക് വലിയ വാടക കൊടുത്ത് താമസിക്കേണ്ടുന്ന സാഹചര്യം ഒഴിവാക്കാൻ ഒരു ചെറിയ റൂമിലേക്ക് അദ്ദേഹം മാറിക്കൊണ്ട് ഞങ്ങൾക്കു വേണ്ടി ഇക്കായുടെ ഏഷ്യൻ ഹോസ്പിറ്റൽ ഭാഗത്തുള്ള കാക്കിയയിലെ ഫാമിലി ഫ്ളാറ്റ് ഒഴിച്ചിട്ടു. പുറത്തെ ഭക്ഷണം ഇഷ്ടമില്ലാത്ത ഞങ്ങൾക്ക് പാകംചെയ്തു കഴിക്കാനുള്ള സാഹചര്യമാണ് ഏറെ പിടിച്ചത്.

ജിദ്ദയിൽ ഫ്ളൈറ്റിറങ്ങിയപ്പോൾ മുതൽ ഓരോരോ ആവശ്യങ്ങൾ നിറവേറ്റി തന്നും അതത് സമയങ്ങളിൽ നിർദ്ദേശങ്ങൾ നൽകിയും എളുപ്പവഴികൾ പറഞ്ഞു തന്നും അദ്ദേഹം എപ്പോളും സാന്നിദ്ധ്യം അറിയിച്ചു കൊണ്ടിരുന്നു.

മക്കയിൽ വലിയ തിരക്കു സമയമാണ്, റോഡുകൾ വലിയ തിരക്കിലാണ്. ലക്ഷക്കണക്കിന് ആളുകൾ ഹറം ലക്ഷ്യമാക്കി നീങ്ങുന്ന സമയത്ത് മക്ക പ്രവിശ്യയിലുള്ളവരെ മസ്ജിദുൽ ഹറമിൽ എത്തിക്കാനും തിരിയെ പോകാനുള്ള സൗകര്യങ്ങൾക്കും വേണ്ടി നൂറുകണക്കിന് ലക്ഷ്വറി യാത്രാ ഫ്രീ ബസുകളാണ് സൗദി ഗവൺമെന്റ് ഏർപ്പെടുത്തിയിരിക്കുന്നത്. കൂടാതെ കുറഞ്ഞ ചെലവിൽ തീർത്ഥാടകരെ ലക്ഷ്യസ്ഥാനങ്ങളിൽ എത്തിക്കുന്ന ലിമോസിനുകൾ ഒരുപാടു പേരുടെ ജീവനോപാധിയുമാണ്.

സെക്ഷൻ മുദീർമാരുടെ നേതൃത്വത്തിൽ വേഗത്തിൽ കിറുകൃത്യതയോടെ നടപ്പാക്കുന്ന വിശുദ്ധ ഹറമിലെയും മക്കാ പ്രവിശ്യയിലെയും ശുചീകരണവും മാലിന്യ നീക്കവും അമ്പരപ്പിക്കുന്നതും അത്ഭുതപ്പെടുത്തുന്നതുമാണ്.

ജീവനുള്ള കഥാപാത്രങ്ങൾ

പ്രവാസ ജീവിതം ഇരുപതാം വർഷത്തിലേക്കു കടക്കുന്ന സമയം. പ്രവാസത്തിൽ നിന്നും റിട്ടയർ ചെയ്യേണ്ട സമയം അതിക്രമിച്ചുവെന്ന് ബോധ്യമുണ്ടെങ്കിലും ഏറെ താമസിച്ച് പ്രവാസ ജീവിതം തുടങ്ങിയതു കൊണ്ടും നാട്ടിൽ സെറ്റിലാകുന്ന പ്രവാസികൾ വരുമാന മാർഗ്ഗമില്ലാതെ വീണ്ടും പ്രവാസം പൂകുന്നതു കാണുന്നതു കൊണ്ടും ഖുറൂജ് (ഫൈനൽ എക്സിറ്റ്) എന്ന ഒരു എടുത്തുചാട്ടത്തിനൊരുങ്ങാതെ മറ്റു പല പ്രവാസി കളെയും പോലെ ഹുസൈനിയയിൽ അടങ്ങിക്കഴിയുകയാണ്.

മാനാ അലി എന്ന നല്ല കഫീലും എന്തിനുമേതിനും എല്ലാ പ്രതിസന്ധിക ളിലും ഫുൾ സപ്പോർട്ടുമായി മൻസൂർ എന്ന ചങ്ക് അറബിയും അയാളുടെ സഹോദരൻ മുസല്ലവും എപ്പോളും ധൈര്യവും കരുതലുമായി ഒപ്പമുണ്ട്.

ഇരുപത്തിയഞ്ചു വർഷത്തോളം ഹുസൈനിയയിൽ സ്റ്റാർ പരിവേഷ ത്തോടെ ജീവിച്ച്, എട്ടു വർഷം മുന്നേ പ്രവാസം നിർത്തി പോയ എന്റെ അനിയൻ നൗഷാദ് ഈയിടെ ഉമ്രക്കായി സൗദിയിൽ വന്നിരുന്നു.

92-ൽ മസ്ര ജോലിക്കാരനായി തുടങ്ങിയ ജീവിതത്തെ ഇച്ഛാ ശക്തി യാൽ, പടിപടിയായി നല്ലൊരു സൂപ്പർ മാർക്കറ്റിലേക്കെത്തിച്ച് വിജയ വഴികൾ താണ്ടി നാട്ടിൽ ബിസിനസ് സെറ്റിൽ ചെയ്ത് കൂടിയതാണ് അവൻ. സത്യസന്ധതയും പല കാലങ്ങളിൽ ചെയ്ത ജോലിയുടെ ആത്മാ ർത്ഥതയും സ്നേഹ ഇടപെടലുകളും നൗഷാദിന് അറബികൾക്കിടയിലു ണ്ടാക്കിയ സ്വീകാര്യത പറഞ്ഞറിയിക്കാൻ പറ്റാത്തതാണ്.

ബക്കാലകളിൽ കൂടുതൽ ലാഭത്തിൽ വിൽക്കപ്പെടുന്ന ഐറ്റങ്ങളാണ് സിഗരറ്റും തമ്പാക്കും. അവന്റെ ഷോപ്പിൽ ഈ രണ്ടു സാധനങ്ങളും വിറ്റുള്ള ലാഭം വേണ്ടാ എന്ന നിലപാട് അവൻ മുറുകെ പിടിച്ചു. അത്തരം ചിലതു നമ്മെ ശ്രദ്ധിക്കുന്ന അറബികൾ, അവർ ഒന്നിച്ചിരിക്കുന്ന വൈകുന്നേര കുടുംബ സദസ്സുകളിൽ ചർച്ച ചെയ്യാറുണ്ട്. പോസിറ്റീവുകളെ പ്രോത്സാ ഹിപ്പിക്കുന്ന അറബികൾക്കിടയിൽ വലിയ സ്വാധീനം അവനുണ്ടായി.

ഞാനിപ്പോളും നജ്റാനിലെ ഹുസൈനിയയിൽ നൗഷാദിന്റെ ജേഷ്ഠൻ എന്ന ലേബലിലാണ് അറിയപ്പെടുന്നത്. നൗഷാദ് എത്തിയപ്പോൾ അവനെ സ്വീകരിക്കാൻ വീടുകളിൽ ലഞ്ചും ഡിന്നറും ഒരുക്കി. ഞങ്ങൾക്ക് വിരുന്ന് നൽകാൻ അറബികൾ മത്സരിക്കുകയായിരുന്നു. കാപട്യമില്ലായ്മയും സത്യസന്ധതയും വലിപ്പച്ചെറുപ്പമില്ലാതെ അപരന് നാം നൽകുന്ന റെസ്പെ ക്റ്റിനെയും എത്ര കാലം കഴിഞ്ഞാലും അതനുഭവിച്ചവർ മറക്കില്ലെന്നും പിന്നീടൊരു കാലത്ത് ഇങ്ങിനെയുള്ള നിറഞ്ഞൊഴുകുന്ന സ്നേഹമായി

അത് നേരിൽ ബോധ്യപ്പെടുമെന്നും മനസ്സിലായ അഞ്ചാറു ദിവസങ്ങൾ. അവൻ നാട്ടിലേക്ക് മടങ്ങി കഴിഞ്ഞും ഒന്നുകാണാൻ അവനെ തിരക്കിയെത്തിയ അറബികൾ! എന്റെ വാട്സാപ്പ് സ്റ്റാറ്റസുകൾ കണ്ട് രഘുനാഥ് സർ പറഞ്ഞ വാക്കുകൾ - "എന്തൊരു സ്നേഹമാണ് ആ അറബികൾ നിങ്ങളോട് കാട്ടുന്നത്! ഒരു പാത്രത്തിൽ നിങ്ങളെല്ലാവരും ആഹാരം കഴിക്കുന്നത് കണ്ടപ്പോൾ നമുക്ക് ചുറ്റും മനുഷ്യർ മാത്രമേയുള്ളു എന്ന വലിയൊരു ചിന്തയാണ് എന്നിലേക്കു വന്നത്."

എന്റെ പ്രവാസ തട്ടകം നജ്റാൻ പട്ടണത്തിൽ നിന്നും അൻപതു കിലോമീറ്റർ അകലെ റിയാദ് റോഡിൽ ഹുസൈനിയ എന്ന ഗ്രാമപ്രദേശത്താണ്. ഹുസൈനിയായെ സൗദി സർക്കാർ നജ്റാന്റെ അഗ്രികൾച്ചർ ഏരിയാ ആയി സംവരണം ചെയ്തിട്ടുണ്ട്.

ആട്, ഒട്ടകം, പച്ചക്കറി, പുല്ല് തുടങ്ങിയ കൃഷികളുള്ള പ്രദേശം. ഞാൻ കണ്ട ഇരുപതു വർഷത്തിനിടയിലും വലിയ വികസനങ്ങൾ തേടിയെത്താത്ത ചെറിയൊരു ജംഗ്ഷനിലുള്ള എന്റെയൊരു ടോയ്സ്, ഇലക്ട്രോണിക്സ്, ഗിഫ്റ്റ്, ഷോപ്പ്. അതാണ് ഗൾഫിലെ എന്റെ ബിസിനസ്സ് സാമ്രാജ്യം.

കസ്റ്റമർ കൂടുതലും അറബികളും വിദേശികളും. അതിൽ തന്നെ മസ്രകളിൽ പണിയെടുക്കുന്ന ഇന്ത്യക്കാർ, സുഡാനികൾ, മസ്രികൾ (ഈജിപ്റ്റ്), ബംഗാളികൾ, ബലദിയയിലെ ജോലിക്കാരായ കൽക്കട്ടക്കാർ, പാകിസ്ഥാനികൾ, കെട്ടിട ജോലിക്കാരായ കാശ്മീരികൾ, ബംഗ്ലാദേശികൾ... പലരും എന്റെ കുറിപ്പുകളിലെ ജീവനുള്ള കഥാപാത്രങ്ങൾ. ഇത് കുറിക്കുമ്പോൾ എന്റെ പുസ്തകത്തിലെ രസികൻ കഥാപാത്രമായ പാകിസ്ഥാനി സഹീർ തന്റെ തോട്ടത്തിൽ വിളഞ്ഞ വലിയൊരു കാർട്ടൺ തക്കാളി സമ്മാനിച്ചു. പഴയ പറ്റുകാശിന്റെ കാര്യം പറഞ്ഞ് അപ്പോളും ഞാനവനെ ഒന്നു കളിയാക്കിയാണു പറഞ്ഞയച്ചത്. പലപ്പോളും മസ്ര ജോലിക്കാർ പലതരം ഭക്ഷണ സാമഗ്രികൾ കൊണ്ടുത്തരാറുണ്ട്. രാജസ്ഥാനി ദേവായും സഹോദരങ്ങളും കൊണ്ടുവന്നത് കുറേ നാടൻ കോഴി മുട്ടകൾ.

വർക്ക്ഷോപ്പിലെ വിനോദും കരാബായി നൗഷാദും ഹെവി ഡ്രൈവർ മണിലാലും അലുമിനിയം സമീമും ഹോട്ടൽ നടത്തിപ്പുകാരായ യൂനുസും മുഹമ്മദും മകനും ബക്കാല നടത്തുന്ന എന്റെ അളിയൻ ഷെരീഫും ആശുപത്രിയിലെ പ്രിയപ്പെട്ട സിസ്റ്ററും ചേർന്ന വിരലിലെണ്ണാവുന്ന മലയാളികൾ മാത്രമുള്ള ഹുസൈനിയ, കോളേജ് കാമ്പസിലെ കാന്റീൻ ജീവിതം പോലെ പലതും പഠിച്ച ഇടം.

ഷോപ്പിൽ വന്ന് പർച്ചേസ് ചെയ്യുന്നതിനിടയിലാവും അപൂർവ്വം ചിലരുടെ കണ്ണിലേക്ക്, അലമാരയിൽ വെച്ചിരിക്കുന്ന, ഞാനെഴുതിയ പുസ്തകവും അതിന്റെ ഇംഗ്ലീഷ് വിവർത്തനവും എത്തുന്നത്. അവരുടെ അത്രേം

നേരത്തെ മുഖഭാവത്തിൽ വ്യത്യാസം വരുന്നതും പുസ്തകം കയ്യിലെടുത്ത് മറിച്ചു നോക്കുന്നതും പുസ്തകത്തിന്റെ പുറംചട്ടയിൽ കാണുന്നത് നിങ്ങളാണോ, ഇത് നിങ്ങൾ എഴുതിയതാണോ, എന്താണിതിലെ കണ്ടന്റ്, തർജ്ജമ അറബിയിലില്ലേ... എന്നൊക്കെയുള്ള ചോദ്യങ്ങളും പിന്നീട് ഇംഗ്ലീഷ് പുസ്തകമെടുത്ത് തപ്പിത്തപ്പി വായിക്കുകയും ചേർത്തു നിർത്തി ഫോട്ടോകൾ എടുക്കുകയും അറബികൾ കൂടുതൽ ഉപയോഗിക്കുന്ന സ്നാപ്പിലൊക്കെ പോസ്റ്റ് ചെയ്യുകയും വലിയ അംഗീകാരങ്ങൾ നിന്നെ തേടി എത്തട്ടെ എന്നൊക്കെ പ്രാർത്ഥിക്കുമ്പോളും കിട്ടുന്ന സംതൃപ്തിയും സന്തോഷവും ധന്യമീ ജീവിതം എന്നു മനസ്സിനെ ഉത്തേജിതമാക്കുന്നു.

ലോകത്തുള്ള മനുഷ്യന്മാരെയെല്ലാം ഹുസൈനിയയിൽ കാണാം. അതുകൊണ്ടു തന്നെ പഴയ കോളേജ് കാമ്പസിലെ പോലെ ഇവിടെയും മനുഷ്യ മനസ്സുകളുടെ ഉള്ളിലേക്കിറങ്ങിയുള്ള സൈക്കോളജിക്കൽ പ്രോഫിറ്റ് തന്നെയാണ് പ്രധാനമായുള്ള നേട്ടം.

വിരഹവും ഒറ്റപ്പെടലും കുടുംബത്തിലുണ്ടാകുന്ന വിഷമ സന്ധികൾ നൽകുന്ന അസ്വസ്ഥതകളും മടുപ്പും പ്രവാസത്തിന്റെ വലിയ സമ്പാദ്യമായി എനിക്കു മാത്രമല്ലല്ലോ ഉള്ളത്. കുടുംബ സ്നേഹികളായ മനുഷ്യർക്കെല്ലാം പ്രതിസന്ധികൾ സ്വാഭാവികമാണല്ലോ എന്നതാണ് ഓരോരുത്തരെയും അറിയുമ്പോൾ ലഭിക്കുന്ന പാഠം.

ലോകമാകെയുള്ള രാജ്യങ്ങളിൽ നിന്നുള്ള എത്രയെത്ര ജീവനുള്ള കഥാപാത്രങ്ങളാണ് ഇതു വഴി കടന്നു പോകുന്നത്! ഓരോരുത്തരും പലതരം സ്വപ്നങ്ങൾ നെയ്യുന്നവർ. ആകാശത്തിലും ഭൂമിയിലുമുള്ള എല്ലാ ജീവികളും തങ്ങളുടെ കടമകൾ നിറവേറ്റാനായി ജീവിക്കുന്നു എന്നതാണ് സത്യം. എല്ലാം തള്ളി മാറ്റിക്കൊണ്ട് സുഖ ലോലുപമായ സ്വന്തം ജീവിതത്തിന് എന്തു പ്രസക്തി?

തത്വചിന്തകളുടെ ചർച്ച നടക്കുമ്പോൾ അറബികൾ പലപ്പോളും പ്രത്യേകം ഓർമിപ്പിക്കുന്നൊരു വാചകമാണ്, മാതാപിതാക്കളും ഭാര്യയും മക്കളും ചേരുന്ന നിന്റെ കുടുംബത്തെ നയിക്കാൻ വേണ്ടിയാണ് നിനക്ക് നിന്റെ റബ്ബ് ബറക്ക (ഐശ്വര്യങ്ങൾ) നൽകുന്നത്.

സ്ഥിരം കസ്റ്റമറായ അറബ് ലേഡി അദ്ധ്യാപികക്ക് ഇംഗ്ലീഷ് Jottings from a College Canteen Attendant പുസ്തകം സമ്മാനിച്ചപ്പോൾ അവർ ഒരു പൂച്ചെണ്ട് നൽകി. നീ ഇവിടെങ്ങും നിൽക്കാനുള്ള ആളല്ല, ഇമ്മിണി ബല്യ ആളാണ് എന്നൊരു കമന്റും.

കുബ്ബൂസ് എന്ന ആസ്ഥാന ഭക്ഷണം

കുബ്ബൂസ് വേൾഡ് മെനുവിൽ പെടുന്നുണ്ടെങ്കിലും ആദ്യമായി എത്തുന്ന പ്രവാസി മല്ലൂസ് ഒരിമ്മിണി അവജ്ഞയോടെ അതിനെ നോക്കുമായിരുന്നു. പിന്നെപ്പിന്നെ ഇതിന്റെ വാസനയോളം ഹൃദ്യമായൊരു പലഹാരമണം വേറെയില്ലാത്ത തരത്തിൽ അഡിക്ടാവുകയാണു പതിവ്. കുബ്ബൂസിന്റെ വിലക്കുറവും ഏതു ഷോപ്പിലും അവൈലബിൾ ആണെന്നതും അമിതമായ സിന്തറ്റിക് ചേരുവകൾ ഇല്ലെന്നതും എത്രമാത്രം നമുക്ക് വിശക്കുന്നുവോ അത്രയും രുചികരമാവുന്നു എന്നതും കുബ്ബൂസിന്റെ പ്രിയത്തിനു കാരണമാണ്.

വിശപ്പിന്റെ നീരാളി പിടുത്തത്തിൽ അര കുബ്ബൂസും അര ഗ്ലാസ് വെള്ളവും മാത്രം കഴിച്ചു കൊണ്ട് ബാക്കി നാളത്തേയ്ക്കു മാറ്റി വെച്ച് മരുഭൂമിയിൽ ജോലി ചെയ്തിരുന്ന ഒരാളുടെ കഥപറച്ചിലിൽ, ഞാനെത്ര ഭാഗ്യവാൻ എന്നെന്നെ ഓർമ്മിപ്പിച്ചിട്ടുണ്ട്.

കുബ്ബൂസുകൾ പലതരത്തിലും പല രാജ്യങ്ങളുടെ പേരുകളിലും അറിയപ്പെടുന്നുണ്ട്. മരുഭൂമിയിലെ താമസക്കാർ മാവ് പരുവപ്പെടുത്തി തീ ഉപയോഗിക്കാതെ തുണി കൊണ്ടു പൊതിഞ്ഞ് തിളച്ച മണ്ണിൽ കുഴിച്ചുവെച്ച് ഉണ്ടാക്കുന്നതാണ് ഒറിജിനൽ എന്നു കേട്ടിട്ടുണ്ട്.

എന്റെ പ്രവാസ കേന്ദ്രമായ നജ്റാനിലെ ഹുസൈനിയയിൽ നാലുതരം കുബ്ബൂസ് കിട്ടുന്നുണ്ട്. ബക്കാലകളിൽ രാവിലെ തന്നെയെത്തുന്ന ഒരു പാക്കറ്റിൽ അഞ്ചെണ്ണമുള്ള ഫാക്ടറി കുബ്ബൂസ്, അഫ്ഗാനിസ്ഥാനികൾ ചൂളയിൽ ചുട്ടെടുക്കുന്ന വലിയ കുബ്ബൂസ് (തമീസ്), പാക്കിസ്ഥാനികളുടെ ഹോട്ടലിൽ കിട്ടുന്ന അവരുടെ സ്വന്തം കുബ്ബൂസ്, തണുത്തു കഴിഞ്ഞാൽ വടംവലിക്ക് ഉപയോഗിക്കാവുന്ന യമനിയുടെ ഹോട്ടലിലെ കുബ്ബൂസ്...

നിതാഖാത്തൊക്കെ വരും മുന്നേ ബാംഗ്ളൂരി ഇസ്മായിലും യൂപീക്കാരൻ കമലും ഡീസൽ ചൂളയിലുണ്ടാക്കിയിരുന്ന തന്തൂരി മോഡൽ കുബ്ബൂസ് കിട്ടാതായപ്പോളാണ് അതിന്റെ മണവും രുചിയുമോർത്തു നാവിൽ വെള്ളം വരുന്നത്.

ബഹ്റൈനിൽ ഉണ്ടായിരുന്ന കാലത്ത് ഇബ്നുൽ വലീദ് മാർക്കറ്റിലുള്ള ബക്കാലയിലെ തന്നെ ചൂളയിൽ എട്ടോളം പേർ യന്ത്രം പോലെ പണിയെടുക്കുന്ന ഇറാനിയുടെ കുബ്ബൂസിനായി എപ്പോളും നീണ്ട ക്യൂവായിരുന്നു. റമളാനിൽ വൈകിട്ട് മൂന്നു മുതൽ തന്നെ ആളുകൾ എത്തുമായിരുന്നു. കാത്തു നിൽക്കാനുള്ള മടി കാരണം കടകളിൽ പാക്കറ്റിൽ വരുന്ന ചെറിയ

മധുരമുള്ള ലെബനോൻ കുബ്ബൂസായിരുന്നു ഞമ്മക്ക് കിട്ടിയിരുന്നത്.

നോമ്പു കാലങ്ങളിൽ നാലു മണി മുതൽക്കേ ഇറാനിയുടെ കുബ്ബൂസിനായി ക്യൂ നിൽക്കുന്ന ബഹ്റൈനികൾ അക്കാലത്തെന്നെ അത്ഭുതപ്പെടുത്തിയിട്ടുണ്ട്. റമളാനിൽ മക്കയിലെ താമസത്തിനിടയിൽ വീണ്ടും ആ കാഴ്ച കാണാനിടയായി. ഫ്രഷായി ചുട്ടെടുക്കുന്ന കുബ്ബൂസിനായി സൗദികൾ ക്യൂ നില്ക്കുന്നു.

ഇപ്പോൾ നാട്ടിൽ കുബ്ബൂസ് ഇല്ലാത്ത കടകൾ ഇല്ലാതായിരിക്കുന്നു. കുബ്ബൂസും ചിക്കൻ കറിയും ഹോട്ടലുകളിലെ മെനു ആയപ്പോൾ പൊറോട്ടയ്ക്ക് പരിഭവമായി തുടങ്ങിയെങ്കിലും പൊറോട്ടയും ബീഫ് ഫ്രൈയും വാശിയോടെ കഴിക്കുന്ന കാര്യത്തിൽ മലയാളി മുന്നിൽ തന്നെ. നാവിൽ വെള്ളമൂറുന്ന ആ രുചി കീഴടക്കാൻ ഒരു കുഴിമന്തിക്കും കുബ്ബൂസിനും കഴിയില്ല.

80-90 കളിലെ പ്രവാസികളോട് അവിടെ ഭക്ഷണം എങ്ങിനെ എന്നു ചോദിച്ചാൽ അവജ്ഞയോടെ മറുപടി പറഞ്ഞിരുന്നത്, “ഹോ കോഴിയും അരിയും കൂടിയിട്ട് പുഴുങ്ങി എടുക്കുന്നൊരു ചോറ്, പിന്നെ കുബ്ബൂസ്... നമ്മക്കതൊന്നും പറ്റില്ലപ്പാ” എന്നായിരുന്നു.

നിരന്തരം നാട്ടിൽ തന്നെ നിൽക്കുമ്പോൾ പ്രവാസത്തിലെ സ്വന്തം പാചക ഭക്ഷണങ്ങൾ ഓർത്ത് നാവിൽ വെള്ളമൂറാത്ത ആരുണ്ട്? അങ്ങിനെയാണോ പല പ്രവാസികളും തിരിയെ പ്രവാസം പ്രണയിക്കുന്നത് എന്നു തോന്നാറുണ്ട്.

ഗൾഫ് രാജ്യങ്ങളിൽ സർക്കാർ വൻ സബ്സിഡി നൽകുന്ന ഒരു പലഹാരമായതു കൊണ്ടും ലാഭത്തിൽ വാങ്ങാൻ പറ്റുന്നതു കൊണ്ടും എന്തായാലും സ്വന്തം കിച്ചണിൽ കുബ്ബൂസ് ഉണ്ടാക്കുവാൻ ആരും മെനക്കെടുമെന്ന് തോന്നുന്നില്ല. തന്നെയുമല്ല, വലിയ ചൂളയും മറ്റു സംവിധാനങ്ങളും ഒരുക്കുകയെന്നത് അസാധ്യവും.

കുബ്ബൂസിനെ പ്രണയിച്ച അബ്ബാസ് പോലും ഇടയ്ക്കൊന്ന് പേരു മാറ്റി എഫ്ബി വായനക്കാരെ കൊണ്ട് കുബ്ബൂസിനെ മറപ്പിക്കാൻ ശ്രമിച്ചെങ്കിലും പ്രവാസിയും കുബ്ബൂസും അവനവന്റെ ഓരോ കാലുകൾ പോലെയാണ്. നടക്കാൻ ഇഷ്ടമില്ലാത്തവൻ ഷുഗർ കൂടുമ്പോൾ നടക്കാൻ നിർബന്ധിതനാവുന്ന പോലെ പ്രവാസവും കുബ്ബൂസും ഇഴ പിരിയാ ബന്ധമാണ്.

നോർത്തിന്ത്യക്കാർ കുബ്ബൂസും പരിപ്പുകറിയും പച്ച സവാളയും കഴിക്കുമ്പോൾ കേരളക്കാർക്ക് കോഴിക്കറിയാണിഷ്ടം.

മസ്രികൾ ടിന്നിൽ വരുന്ന ട്യൂണ മത്സ്യവും അതിന്റെ വെള്ളവും കുബ്ബൂസും ആർത്തിയോടെ കഴിക്കുന്നതു കാണാം. അറബികൾക്ക്

കുബ്ബൂസും കട്ടത്തൈരും ഒരുതരം പൊടിയും പെപ്സിയും ആണിഷ്ടം. ബംഗാളികൾ പൊതുവെ കുബ്ബൂസ് പ്രിയരായി കാണുന്നില്ല. യമനികൾ കുബ്ബൂസിന്റെ ആരാധകരാണ്. അവർ എന്തും കൂട്ടി കുബ്ബൂസ് കഴിക്കും.

വർഷങ്ങൾക്കു മുന്നേ തന്നെ നജ്റാനിൽ നിന്നു വരുന്ന ബാവാക്കയുടെ കുബ്ബൂസ് വണ്ടിയും കാത്ത് പ്രഭാതഭക്ഷണം കഴിക്കാൻ കറിയുണ്ടാക്കി കാത്തിരിപ്പ് ഇപ്പോളും തുടരുന്നു.

അറബ് വംശജരുടെ ആരോഗ്യ ഭക്ഷണമായ കുബ്ബൂസിനെക്കുറിച്ച് ഇനിയുമേറെ വാചാലത പുറപ്പെടുവിക്കാനുണ്ടെങ്കിലും തല്ക്കാലം ചുരുക്കുന്നു.

ബൂസ്റ്റിംഗ് എനർജികൾ

നീണ്ട അവധിക്കു ശേഷം നാട്ടിൽ നിന്നു വന്ന് കച്ചോടം ഏറ്റെടുത്ത് ഷോപ്പിലെ പ്രശ്നങ്ങൾക്കും തിരക്കുകൾക്കുമിടയിൽ പിരാന്ത് പിടിക്കുമ്പോൾ, ചില ബൂസ്റ്റിംഗ് എനർജികൾ കിട്ടാറുണ്ട്. രാവിലെ തന്നെ വന്ന കസ്റ്റമറും ഏഴു വയസ്സുള്ള മകനും വേണ്ടത് പ്ളേ സ്റ്റേഷന്റെ എച്ച്.ഡി. കേബിൾ.

എന്നെ കണ്ടതും ആയിദ്മാന എന്നു പേരുള്ള അയാൾ ഹോ... യാ അബ്ദുൽ ജലാൽ, മെഹ്ത്ത ഈജി (നീയെപ്പോൾ വന്നു) എന്ന് ഒച്ചയിട്ട് വേഗത്തിൽ നടന്നു വന്ന് മനോഹരമായും ആദരവോടെയും ചിരിച്ചു കൊണ്ട് ഷേക്ഹാൻഡ് തന്നു. അനിയൻ നൗഷാദിന്റെയും കുടുംബത്തിന്റെയും സുഖവിവരങ്ങൾ തിരക്കി. അതിനിടയിൽ ഈ വയർ മാത്രേ ഉള്ളോ വലുതില്ലേ എന്നൊക്കെ പയ്യൻ ചോദിച്ചുകൊണ്ടിരുന്നു. വിലപേശി സാധനം വാങ്ങി തിരിഞ്ഞപ്പോൾ, ഊദ് പുകയ്ക്കുന്ന വൈദ്യുത ഡിവൈസ് കണ്ടപ്പോൾ, അതിന്റെ വില 60 പറഞ്ഞപ്പോൾ പയ്യൻ ഇടയ്ക്കു കയറി.

“യാ ബാബ, ഇതിന് അവിടുത്തെ കടയിൽ 80 ആണ്.”

“അതെയോ?”

“ഉം... ഇവിടെ കുറവല്ലേ?”

ഉടനെ ആയിദ്മാന മകനോട് ശബ്ദം താഴ്ത്തി പറഞ്ഞു, “അതേ...ജലാലിന്റെ കടയിൽ കുറവാണെങ്കിലും നീയത് ഉച്ചത്തിൽ പറയരുത്. ഇവൻ വില കൂട്ടി വിൽക്കും.”

അടുത്തതായി വന്നത് ബംഗാളി അബ്ദുൽ കലാമിന്റെ ടീനേജ് മകൻ ബാബുലും ഒപ്പം കൂട്ടുകാരനുമായിരുന്നു. അവനും കൂട്ടുകാരനും വന്നാൽ എനിക്കു തലവേദനയാണ്. വന്നപാടേ യാതൊരു റെസ്പെക്റ്റും കാട്ടാതെ കണ്ണിൽ കണ്ട പാക്കറ്റുകൾ പൊട്ടിക്കുക, ടീഷർട്ടുകൾ, പാന്റുകൾ ഒക്കെ അണിഞ്ഞു നോക്കുക, എന്നിട്ടത് അതേപടി ഊരി എവിടെങ്കിലും ഇടുക, മൊബൈലിന്റ ഗ്ലാസുകൾ, കവറുകൾ ഒക്കെ അങ്ങോട്ടുമിങ്ങോട്ടും സ്ഥാനം തെറ്റിക്കുക തുടങ്ങിയ ബഹളങ്ങൾക്കു ശേഷം ഒറ്റ ഇറങ്ങിപ്പോക്കാണ്. കൂട്ടുകാരന്റെ മുന്നിൽ “ഞാൻ വലിയവൻ” കാട്ടാനുള്ള തത്രപ്പാടു കാണുമ്പോൾ “ഡാ ഉവ്വേ എംഎസ്എം കോളേജ് കാമ്പസിലെ പിള്ളേരുടെ അത്രേമൊന്നും നിനക്കാവില്ല” എന്നൊരു മനോഭാവത്തോടെയാണ് ഞാനവനെ ഡീൽ ചെയ്യുന്നത്. അവന്റ ബാപ്പയെ എനിക്കറിയാവുന്ന കൊണ്ട് പരാതി പറയുമോ എന്ന് അവനും ചെറിയ പേടിയുണ്ട്.

ആദ്യകാലത്തൊക്കെ പയ്യൻ അങ്കിളെന്നു വിളിച്ചിരുന്നെങ്കിലും സമപ്രായക്കാരായ ബംഗാളികളുമായി വരുമ്പോൾ ആശാന് നൊളപ്പ് ഇമ്മിണി കൂടുതലാണ്. ഇത്തവണ ഞാനവനെ സ്റ്റാൻഡിൽ പിടിച്ചു. "അരേ ബേട്ടാ ഇതർ ആവോ."

"ക്യാ ഹുവാ ജലാൽ ബായി?"

അവനെ കൈക്ക് പിടിച്ചു കൊണ്ടു പോയി, അലമ്പാക്കിയ സാധനങ്ങൾ കാട്ടിയിട്ട് പറഞ്ഞു,

"ദുസരാ ബാർ ഐസാ കർത്താ മേം തുംകൊ പാസ്സ് ജഗടാ ഓത്താഹേ."

ആന്റീവൈറസ് എന്ന ഞാൻ

രാവിലെ ഷോപ്പ് തുറന്നയുടനെ വന്ന യൂപീക്കാരൻ കസ്റ്റമറുടെ ആവശ്യം മൊബൈൽ ഫോർമാറ്റ് ചെയ്യുക എന്നതായിരുന്നു. വെള്ളിയാഴ്ച്ച രാവിലെ തന്നെ എടങ്ങേറുകൾ വന്നാൽ പിന്നെ മൂന്നു വെള്ളിയാഴ്ച വരെ അതിന്റെ അനുരണനങ്ങൾ ഉണ്ടാകുമെന്ന വിശ്വാസം എന്റെ ഉമ്മാ എന്നിൽ ഇൻജെക്റ്റ് ചെയ്തിരുന്നതു കൊണ്ട് മൊബൈൽ കയ്യിൽ വാങ്ങിയിട്ട് ഞാൻ പറഞ്ഞു,

"ഇതിൽ മൊത്തം വൈറസ് കയറിയിട്ടുണ്ടല്ലോ, ഇപ്പോൾ ഇതു ഫോർമാറ്റ് ചെയ്താൽ അപ്ഡേറ്റൊക്കെ ചെയ്യാൻ നല്ല സമയമെടുക്കും. ഇന്ന് ജുമാ ആണേ, ഇമ്മിണി കഴിയുമ്പോൾ വാങ്ക് വിളിക്കും. നീ നാല് മണിക്കു വന്നോളൂ നോക്കാം."

മനസ്സില്ലാ മനസോടെ ഇറങ്ങിപ്പോയ അവനോടു ഞാൻ വിളിച്ചു പറഞ്ഞു,

"മുപ്പതു റിയാലാണു ഫീസ്."

അവനൊന്ന് തിരിഞ്ഞിട്ടു പറഞ്ഞു "മുസാദ കർദൊ ബായി, എന്തു വേണമെങ്കിലും ഞാൻ ഇവിടന്നല്ലേ വാങ്ങുന്നത്..."

ഇത്തരം ഡയലോഗുകൾ നോർത്ത് ഇന്ത്യൻസിന്റെ സ്ഥിരം പരിപാടിയാണ്.

മുപ്പതു ചോദിച്ചാലേ പത്തെങ്കിലും കിട്ടുകയുള്ളൂ. കാലം മാറിയപ്പോൾ എല്ലാറ്റിനും ഫായിദ കുറഞ്ഞിരിക്കുന്നു. ടച്ച് സ്ക്രീനിലൂടെ ആൻഡ്രോയിഡ് സിസ്റ്റം ലോഞ്ച് ചെയ്ത കാലത്തേക്ക് മനസ്സു പാഞ്ഞു. അന്നൊക്കെ ഇ-മെയിലുണ്ടാക്കി മൊബൈലിൽ ഒരു പ്ലേ സ്റ്റോർ ഓപ്പൺ ചെയ്യുമ്പോൾ ആദ്യ കാലങ്ങളിൽ നൂറു റിയാൽ വരെ വാങ്ങിയിരുന്ന സാമ്പത്തിക ബൂസ്റ്റിങ് കാലമൊക്കെ എന്നേ മറഞ്ഞു. ഇപ്പോൾ ഫ്രീയായി ചെയ്തു കൊടുക്കാൻ തുടങ്ങീട്ട് കാലം കുറെയായി.

എങ്കിലും ഇന്റർനെറ്റിന്റെ അണ്ഡകടാഹങ്ങളിൽ കേറിയിറങ്ങി വൈറസ് പിടിപ്പിച്ചോണ്ട് വരുന്ന മൊബൈലുകളിൽ റീസെറ്റൊക്കെ ചെയ്യാൻ ഇമ്മിണി കായ് വാങ്ങുന്നതിൽ ഒരു മടിയുമില്ല.

നാലുമണിക്കു തന്നെ യൂപീവാലയെത്തി. ഇരുപത് റിയാലിന് ഒത്തു തീർപ്പിലെത്തി. മൊബൈലിൽ കിടന്ന മെമ്മറി കാർഡ് ഊരി കയ്യിൽ കൊടുത്തു കൊണ്ടു പറഞ്ഞു, "ഇനിയിത് ഇതിലിടരുത്, ഇട്ടാൽ വീണ്ടും ഫോർമാറ്റ് വേണ്ടിവരും."

വൈറസ് ആക്രമണത്താൽ ഓഫായി പൊയ്ക്കൊണ്ടിരുന്ന മൊബൈൽ

അവന്റെ മുന്നിൽ വെച്ചു തന്നെ ഫോർമാറ്റ് ചെയ്യാൻ തുടങ്ങുമ്പോൾ ചോദിച്ചു, "അനാവശ്യ സൈറ്റുകളിലൊക്കെ കറങ്ങി കേറുന്നത് കൊണ്ടല്ലേ ഈ ഫോർമാറ്റ് വേണ്ടിവന്നത്? ഇതിലുള്ള എല്ലാ സംഗതികളും പോകില്ലേ?"

"എന്താ ചെയ്യാ ബായ് പ്രവാസിക്ക് ആകെയുള്ളൊരു എന്റർടൈൻമെന്റ് ദൂസറാ സൈറ്റുകളല്ലേ? മനുഷ്യനെത്ര വേണ്ടാന്നു വെച്ചാലും അവിടൊക്കെ ഒന്നു കറങ്ങി നോക്കുകയെങ്കിലും ചെയ്യില്ലേ? അതൊന്നും സാരമില്ല. പോകുന്നതു പോട്ടെ. ജലാൽബായ്, ഞാനെവ്ടൊക്കെ കൊണ്ടു പോയിട്ടും ശരിയായില്ല. മൂന്നാലു ദിവസമായി വീട്ടിലേക്ക് വീഡിയോ കോൾ വിളിച്ചിട്ട്. ഹുസൈനിയായിൽ ജലാൽ ബായി വൈറസ് മാറ്റിത്തരും എന്നൊരാൾ പറഞ്ഞു. അങ്ങിനെ രാവിലെ ഞാനിവിടെ എത്തിയതാണ്."

എനിക്കു പെട്ടെന്ന് ഓർമ്മ വന്നത് എം.എസ്.എം. കോളേജിലെ റഷീദ് സാറിനെയാണ്. 80-കൾ തൊട്ട് പ്രഗത്ഭരായ പല ഡോക്ടർമാരും തങ്ങളുടെ മക്കൾക്ക് എൻട്രൻസ് പരീക്ഷക്ക് തയ്യാറെടുക്കാൻ ഫിസിക്സ് വിഷയത്തിൽ ട്യൂഷനുള്ള അഡ്മിഷനു വേണ്ടി റഷീദ് സാറിന്റെ വീടിനു മുന്നിൽ കാത്തു കിടക്കുന്നതാണ് ഓർത്തത്.

ആദ്യകാല പ്രവാസികൾ ഉന്മാദ രസത്തിനായ് വാരികകളാണ് കൊണ്ടു വന്നിരുന്നതെന്നു കേട്ടിരിക്കുന്നു. പിന്നീട് ടെലിവിഷനുകളും വീഡിയോ കാസറ്റുകളും സിഡികളും വ്യാപകമായപ്പോൾ വിനോദവും ഉന്മാദവും ആ വഴിക്കായി.

മൊബൈലും മെമ്മറി കാർഡും പിന്നീട് ഇന്റർനെറ്റും ടച്ച്സ്ക്രീനും ഗൂഗിളും ഓപ്പറയും ചൂടൻ സൈറ്റുകളും കൈവെള്ളയിൽ കിട്ടാൻ തുടങ്ങിയപ്പോൾ അക്ഷരാഭ്യാസമില്ലാത്തവർ പോലും എല്ലാ സൈറ്റുകളിലും കയറിയിറങ്ങുന്നു.

ഒറ്റയ്ക്ക് ആസ്വദിക്കാൻ, നിരോധിത സൈറ്റുകളിൽ എളുപ്പത്തിൽ കയറാൻ വിപിഎൻ ഇൻസ്റ്റാൾ ചെയ്യാത്ത പ്രവാസി മൊബൈലുകൾ കാണാനില്ലാതായിരിക്കുന്നു. ഒറ്റയ്ക്കെന്ന് പറയാനാവില്ല, അഞ്ചും പത്തും പേരുള്ള മുറികളിൽ പോലും ഓരോരുത്തരും അവരവരുടെ ലോകത്താണ്.

നാട്ടിൽ ചെന്നാൽ മൊബൈൽ ഇതുപോലെ യൂസ് ചെയ്യാൻ കഴിയില്ല. "എപ്പോളും നോക്കിയാൽ പെണ്ണുമ്പിള്ള ചിരവയ്ക്കടിക്കും" എന്ന് മലയാളി കൂട്ടുകാരും പറയാറുണ്ട്.

ഈ ടച്ച് സ്ക്രീൻ വിസ്മയ കാലത്തും ആത്മീയമായ സോഫ്റ്റ് വെയറുകളും പ്രാർത്ഥനാ ഭരിതമായ ജീവിതവുമായി മനസ്സിനെ നവീകരിക്കുന്ന ചുരുക്കം ചില ആളുകളുമുണ്ട്.

ഫോർമാറ്റ് കഴിഞ്ഞ് ഇ-മെയിൽ ചെയ്യാൻ നേരം പേര് ചോദിച്ചപ്പോൾ "സുൽഫിക്കർ". ആഹ്! എന്റെ മകന്റെ പേരും ഇതു തന്നെയല്ലേ, ഇവനോട്

അഞ്ച് റിയാൽ കുറച്ചു വാങ്ങിയാൽ മതിയെന്ന് മനസ്സിലോർത്തു. ഇതിനിടയിൽ വന്നുപോയ കസ്റ്റമർമാരെ ഡീൽ ചെയ്യുന്നതിലൊന്നും അസഹിഷ്ണുത കാട്ടാതിരുന്ന അവനോട് എനിക്ക് ഇഷ്ടം കൂടിക്കൂടി വന്നു. അഞ്ചു കൂടി കുറയ്ക്കണം, പത്ത് വാങ്ങിയാൽ മതി... ഈ മനസ്സിന്റെ ഒരു കാര്യം! ഈയിടെയായി എനിക്ക് ദയാപരത വല്ലാതെ കൂടുന്നുണ്ട്...

അപ്ഡേറ്റൊക്കെ കഴിഞ്ഞ് ഐഎംഒ, വാട്സാപ്പ് ഒക്കെ റെഡിയാക്കി ഫോൺ കൊടുക്കുമ്പോൾ അഞ്ചു റിയാൽ നീട്ടിക്കൊണ്ട് അവൻ പറഞ്ഞു, "ബായി ചില്ലറയില്ല, കയ്യിലുള്ളത് അഞ്ഞൂറിന്റെ റിയാലാണ്." ഇടയ്ക്ക് പല കസ്റ്റമറോടും ചില്ലറയില്ലേ എന്നു ചോദിക്കുന്നത് അവൻ കേട്ടിരുന്നു. എന്നെ വയിക്കാനുള്ള ശ്രമത്തെ ഞാൻ ക്ഷമിക്കില്ല. തമിഴ്നാട്ടുകാർ ഇടയ്ക്ക് "എൻ മൂഞ്ചി പാക്കണ്ണാ" എന്നു പറയുന്ന പോലെ ഞാനവന്റെ മുഖത്തേക്കു നോക്കി.

"ബാക്കി ഞാൻ പിന്നീട് കൊണ്ടുത്തരാം."

ഞാനവന്റെ കണ്ണിലൊന്നു സൂക്ഷിച്ചു നോക്കി. എന്നെ പറ്റിക്കാൻ ശ്രമിക്കുന്ന മനസ്സ് അവന്റെ കണ്ണിൽ തെളിഞ്ഞു.

ഞാൻ പറഞ്ഞു,

"പിന്നത്തേക്ക് വേണ്ട. അഞ്ഞൂറിന് ചില്ലറയുണ്ട്, നീയെടുക്ക്."

അപ്പോളെന്റെ മനസ്സ് പത്തിൽ നിന്നും പതിനഞ്ചിലേക്കു കുതിച്ചു.

ഇതിനിടയിലും വന്ന ആളുകൾക്ക് സാധനങ്ങൾ കൊടുക്കുന്നതിനിടയിൽ അവൻ അങ്ങട്ടുമിങ്ങട്ടുമൊക്കെ ഒന്നു നടന്നു. ലവൻ ചാടിപ്പോകും എന്നൊരു തോന്നൽ എന്റെ മനസ്സിനെ ബാധിച്ചു. ഒരു കണക്കിന്, അവന്റെ ചിന്തകൾ ഇങ്ങിനെയാവാം. ജലാൽ ഭായിക്ക് ഒരൊറ്റ റിയാൽ ചെലവായില്ല. കൈകൊണ്ട് അങ്ങട്ടുമിങ്ങട്ടും ഒന്നോടിച്ചു. അതിന് ഞാനെന്തിനു പൈസ കൊടുക്കണം. അഞ്ചു റിയാൽ തന്നെ അധികമാണ്. അതോർത്തപ്പോൾ ഇരുപതിൽ ഒരുപൈസ നിനക്ക് കുറച്ചു തരില്ലടാന്ന് മനസ്സിലുറപ്പിച്ചു കൊണ്ട് സ്വരമുയർത്തി.

"ഹേയ് ഭയ്യാ, അഞ്ഞൂറ് റിയാലെവിടെ? ഞാൻ ചുട്ടാ എടുക്കട്ടെ" എന്ന എന്റെ കർശന നിലപാട് അവനെ അസ്വസ്ഥനാക്കി. അവനൊരു അൻപതിന്റെ റിയാൽ നീട്ടി. ഞാൻ പറഞ്ഞു,

"ഭയ്യാ ഇത് അൻപതാണേ അഞ്ഞൂറല്ല."

അതേയെന്നവൻ തലയാട്ടി.

അടുത്തു നിന്ന് എല്ലാം കണ്ടിരുന്ന ചിരിയൻ കസ്റ്റമറോട് ഞാൻ പറഞ്ഞു, "അതേയ്... ഞാൻ ഇവന് അഞ്ച് റിയാൽ കുറച്ചു കൊടുക്കണന്ന് കരുതിയതാ. ഇവൻ കാട്ടിയ തരികിടക്ക് ഒന്നും കുറയ്ക്കേണ്ടതില്ല. ഇവനാള് പുലിയല്ല, പുപ്പുലിയാ..."

ഡ്രൈവർ കഥകൾ

ഇന്ന് ജാക്കിർ ബംഗാളി നാട്ടിൽ പോകുന്നു. നല്ലൊരു പഴ്സ് വാങ്ങാനാണു വന്നത്. ഒപ്പം യാത്ര ചോദിക്കാനും. ചിതലു കയറിയതു പോലെ റെക്സിനൊക്കെ പൊടിഞ്ഞ പഴയ പഴ്സെടുത്തു കാട്ടി അയാൾ പറഞ്ഞു:

"ജലാൽ ഭായിയോട് അഞ്ചു വർഷം മുന്നേ വാങ്ങിയതാണ്. ഇപ്പോളും ഇതു കളയാൻ തോന്നുന്നില്ല. ഐശ്വര്യമുള്ളതാണിത്."

"ആട്ടെ... എത്ര മാസത്തേക്കാണ് നാട്ടിൽ പോകുന്നത്?"

ബംഗാളി വിശദീകരിക്കാൻ തുടങ്ങി. ആറു മാസം ലീവടിച്ചു. വണ്ടികേറ്റി ഇട്ടേക്കുന്ന കൊണ്ട് എനിക്കവിടെ നിന്നാൽ നിൽപ്പ് വരില്ല. ഇപ്പോൾ വന്നിട്ട് നാലാമത്തെ വർഷമാണ്. ഇതിനിടയിൽ രണ്ടു മക്കളെ കൂടി കൊണ്ടുവന്നു. മൂന്നാളും പുല്ലുവണ്ടിയുടെ ഡ്രൈവർമാർ. എല്ലാവരും എന്നോടൊപ്പം ഒരു റൂമിൽ താമസം. ഇപ്പോൾ എന്റെ കൈയിൽ ധാരാളം പൈസയുണ്ട്. പഴയ കഫീലിന്റെ കീഴിൽ പതിനഞ്ചു വർഷം ഒരുപാട് ബുദ്ധിമുട്ടി.

അന്ന് 1200 റിയാലായിരുന്നു ശമ്പളം. മക്കളെല്ലാം ആഹാരം നന്നായി കഴിക്കേണ്ട പ്രായം. നാട്ടിലെ പ്രയാസമോർക്കുമ്പോൾ വളരെ അരിഷ്ടിച്ചാണ് ഞാനിവിടെ ഭക്ഷണം കഴിച്ചിരുന്നത്. കഷ്ടപ്പാടുകളുടെ നാളുകൾ. വണ്ടി കേടാക്കുന്നു തുടങ്ങിയ കഫീലിന്റെ ഹരാസ്മെന്റ് സഹിക്കവയ്യാതെയാണ് ആ വണ്ടി തന്നെ വാടകയ്ക്ക് എടുത്തത്. പിന്നീടാണ് കൂടുതൽ കൊളമായത്. രണ്ടാഴ്ച കൂടുമ്പോൾ വണ്ടിക്ക് ഓയിൽ ചേഞ്ച് ചെയ്യണം തുടങ്ങിയ നിർബന്ധങ്ങൾ. മനോവിഷമം കേറിയാണ് അന്നെനിക്ക് അറ്റാക്കുപോലെ ഉണ്ടായത്.

നാട്ടിൽ പോകാൻ ലീവ് തരാതെ ബുദ്ധിമുട്ടിച്ചു. എപ്പോളും പടച്ചോനോട് ഉള്ളുരുകി പ്രാർത്ഥിച്ചിരുന്നു. അതിനു ഫലമുണ്ടാകാൻ ഏറെ താമസിച്ചു. വലിയ അത്ഭുതത്തോടയാണ് അതെനിക്ക് ഓർക്കാൻ കഴിയുന്നത്. അന്നു നാട്ടിൽ പോയി ചികിത്സയൊക്കെ കഴിഞ്ഞ് തിരിയെ വന്നപ്പോൾ കഫീൽ വണ്ടിക്ക് വീണ്ടും വാടക കൂട്ടി. കഫീലത് കിട്ടില്ല എന്നുറപ്പുള്ളതു കൊണ്ട് ആ വെള്ളംടാങ്കർ തന്നെ ഓടിച്ചു. തന്നെയുമല്ല രണ്ടു പെൺകുട്ടികളെ കെട്ടിക്കണം. രണ്ടാൺകുട്ടികളെ കൂടി ഇവിടെ എത്തിക്കണം. പ്രാർത്ഥനകളും ക്ഷമയുമായി വീണ്ടും ഒരു വർഷം കടന്നു പോയി. സൗദിയിലെ പുതിയ നിയമങ്ങൾ എന്നെ അത്ഭുതകരമായി രക്ഷിച്ചു.

പണ്ടൊക്കെ ഇക്കാമയുടെ ഡേറ്റ് തീരാറാകുമ്പോൾ കഫീലിനെ ഓർമ്മിപ്പിക്കും. പുതിയ നിയമപ്രകാരം ഇക്കാമ തീർന്നാൽ ആ സമയത്തു തന്നെ മറ്റൊരു അറബിയിലേക്ക് കഫാലത്ത് മാറാനുള്ള അവസരമുണ്ടായി. ഞാനതിനായി കാത്തുകാത്തിരുന്നു. തീർന്ന ദിവസം തന്നെ ഇപ്പോളത്തെ കഫീലിലേക്ക് ചേഞ്ച് ചെയ്തു. എനിക്ക് തുള്ളിച്ചാടാൻ തോന്നി. പതിനഞ്ചു വർഷത്തെ ടെൻഷൻ മാറിയിരിക്കുന്നു. പിറ്റേന്ന് കഫീലിനെ ഫോണിൽ വിളിച്ചു പറഞ്ഞു, "യാ അബ്ദുള്ളാ ഓട്ടം വളരെ കുറവാണ് നീ വണ്ടിക്ക് വാടക കുറച്ചു തരണം."

"അതൊന്നും പറ്റില്ല, നീ വണ്ടി സൂക്ഷിക്കാറില്ലാ എന്നോടുള്ള വിരോധം കാരണം നീയാ വണ്ടി നശിപ്പിച്ചു. നിനക്കു ഞാൻ പുതിയ വണ്ടിയാണ് തന്നതെന്നോർക്കണം."

"അത് പത്തുവർഷം മുന്നെയല്ലേ? വണ്ടി പഴകില്ലേ? പാർട്സുകൾ മാറേണ്ട സമയത്തു നീ മാറി തരില്ല. ഞാനവിടുന്നും ഇവുടുന്നുമൊക്കെ കടം വാങ്ങിയാണീ വണ്ടി പണിതു കൊണ്ടു നടക്കുന്നത്. ഇനി മുതൽ എനിക്കു പറ്റില്ല. വണ്ടിയുടെ റിപ്പയർ പണിയും ഓയില് മാറ്റവും നിന്റെ ചെലവിൽ നടത്തണം."

"അതൊന്നും പറ്റില്ല, വണ്ടി കേറ്റി ഗോഡൗണിൽ ഇട്ടേക്ക്."

ഞാൻ വണ്ടി കൊണ്ടിട്ട ശേഷം താക്കോൽ അബ്ദുള്ളയുടെ കയ്യിൽ കൊടുത്തു. ഏറെ സന്തോഷത്തോടെ മകന്റെ റൂമിലേക്കു മാറി.

പിറ്റേന്ന് കഫീൽ വിളിച്ച് നമുക്ക് ഒത്തു തീർപ്പിലെത്താമെന്നു പറഞ്ഞു. ഞാനപ്പോൾ പറഞ്ഞു, "നീയിപ്പോൾ എന്റെ കഫീൽ അല്ല. ഞാനിന്നലെ കഫാല മാറി." ഫോണിന്റെ അങ്ങേ തലയ്ക്കൽ നിശബ്ദത. ഇത്രേം നാളും പാടുപെടുത്തിയതിന് ഞാൻ തന്ന പണിയാണ് എന്ന് ബാംഗ്ളാ ഭാഷയിൽ അവനോട് പറഞ്ഞു. 'യശു യാഷു' എന്നവൻ പുലമ്പിയപ്പോൾ ഞാൻ പറഞ്ഞു, എന്റെ സതീക്കിനോട് സംസാരിക്കുവാന്ന്. പറഞ്ഞപ്പോൾ അവൻ ഫോൺ കട്ട് ചെയ്തു. ഇപ്പോൾ മൂന്നു വർഷമാകുന്നു, പിന്നിതു വരെ അബ്ദുള്ള എന്നെ വിളിച്ചിട്ടുമില്ല, കണ്ടിട്ടുമില്ല.

"അപ്പൊ... ജലാൽ ബായി, നാട്ടിൽ പോയി വന്നിട്ടു കാണാം. കേട്ടോ."

ചില റൂം മേറ്റുകൾ മാസ്സാണ്

ഉമർ സുഡാനിയുടെ രണ്ടു റൂംമേറ്റുകൾ കാരണം അവൻ വല്ലാതെ അസ്വസ്ഥനാണ്. ആ അസ്വസ്ഥതകൾ പുറത്തുവരാൻ തുടങ്ങി.

ഒരുവന് അര വൃത്തി, മറ്റവന് ഒട്ടുമില്ല - രണ്ടും ഇന്ത്യക്കാർ.

തുണികൾ അവിടേമിവിടേം കൊണ്ടിടും. ഉടുവസ്ത്രം കഴുകുന്നതു തന്നെ അപൂർവ്വം.

മറ്റവൻ അതിലും പഷ്ട്, യാതൊരു മര്യാദയുമായില്ലാതെ അവിടേമി വിടേം ഒക്കെ തുപ്പും. ചുണ്ട് വലിച്ചു പിളർത്തിയിട്ട് പല്ലിന്റേം ചുണ്ടിന്റേം ഇടയിൽ നിന്ന് തമ്പാക്ക് എടുത്ത് എങ്ങോട്ടെങ്കിലും ഒറ്റയേറ്. ചെലപ്പോ റൂമിൽ തന്നെ വീഴും. ആ കഴുകാത്ത കൈകൊണ്ടു തന്നെ ഷേക് ഹാൻഡിന് നീട്ടും. നീട്ടിയാൽ കൈ കൊടുക്കണമെന്നാണ് അറബ് രീതി. എന്റെ മനസ്സിന്റെ അറപ്പ് ഒളിച്ചു വെച്ച് കൈ കൊടുക്കും. എന്നിട്ടവന്റെ മുന്നിൽ വെച്ചു തന്നെ കൈ കഴുകും. എന്നാലെങ്കിലും അവനു മനസി ലാവട്ടെ എന്നാണെന്റെ മൈൻഡ്, എവിടന്ന്! രണ്ടാളെ കൊണ്ടും പലതര ത്തിൽ ഞാൻ പൊറുതിമുട്ടി. ആദ്യം വന്നതു കൊണ്ട് അവന്മാർ സീനിയർ ഹുങ്ക് കാട്ടാറുണ്ട്. അവന്മാർ ആടിന്റെ ജോലിക്കാരാണ്. അവന്മാർക്ക് കുളിക്കുന്നത് ഇഷ്ടമല്ല. അതേ ഡ്രസ്സോടെ റൂമിൽ കയറും. ആടിന്റെ നാറ്റം വലിയ പ്രശ്നമാണ്. റൂമിൽ എന്റെ സുഡാൻ കൂട്ടുകാരൊക്കെ വരുമ്പോൾ തൊലിയുരിഞ്ഞു പോകുന്ന നാണക്കേടാണ്. ഇത്തവണ ലീവ് കഴിഞ്ഞു വന്നപ്പോൾ, ഞാൻ പറഞ്ഞിട്ടുണ്ട് എനിക്ക് ഇനി അവരോടൊപ്പം പറ്റില്ല, വേറെ റൂം വേണമെന്ന്. ഇനിയും കഫീൽ റൂം കെട്ടിത്തന്നില്ലെങ്കിൽ ഞാൻ വേറെ ജോലിക്കു പോകും. “ജലാൽ, ഞാൻ സുഡാനിൽ തുണിക്കടയിൽ ആയിരുന്നു. നീ എനിക്കിവിടെ ജോലി തരുമോ?”

“എത്ര ശമ്പളം വേണം നിനക്ക്?”

“മനുഷ്യന് ശമ്പളം എത്ര കിട്ടിയാലും മതിയാവില്ല. നീയെത്ര തരും?”

“ആയിരം തരും.”

“എനിക്കത് ഭക്ഷണത്തിനും നെറ്റിനും റൂമിനും ഉള്ളതായി. നാട്ടിലയ ക്കാൻ കാശെവിടെ?

ഒട്ടക വേലയാണ് എനിക്കെങ്കിലും 1800ഉം റൂമും ആഹാരത്തിനുള്ള അരിയും ഗ്യാസും പാചക എണ്ണയും കോഴിയും കഫീൽ തരുന്നുണ്ട്. പിന്നെ ഇവന്മാരുടെ എടങ്ങേറേ ഉള്ളൂ. തൽക്കാലം ഇനിയും അങ്ങിന ങ്ങോട്ടു പോട്ടെ.”

അതും പറഞ്ഞവൻ മടങ്ങിയപ്പോൾ ഞാനോർത്തത് രണ്ടു കൾച്ചറുള്ള പഹയന്മാർ ഒരു റൂമിൽ കഴിഞ്ഞൊരു കൂട്ടുകാരന്റെ മലയാളിക്കഥയാണ്. മുരളിയും ഷാജിയും പരസ്പരമുള്ള കുറ്റവും ആവലാതിയും പറയുന്നത് എന്റടുത്താണ്.

അവർ പറഞ്ഞു തുടങ്ങി. ഇക്കാ ഇന്നലെ ഉറങ്ങാൻ പറ്റിയില്ല. ഒന്നുറങ്ങി വന്നപ്പോ മുരളീടെ ഫോൺ ബെല്ലടിച്ചു. എന്റെ തല പെരുത്ത് ഉണർന്നതാ, പിന്നെ ഉറക്കം വന്നില്ല. അങ്ങേര് ഫോണിലൂടെ ഉച്ചത്തിൽ വർത്താനം പറയുന്നു, തൊട്ടടുത്ത് ഒരാൾ ഉറങ്ങുന്നു എന്നൊരു ബോധം വേണ്ടേ? പല പ്രാവശ്യം അങ്ങേരോട് ഞാൻ പറഞ്ഞിട്ടുണ്ട്, മൊബൈൽ സൈലന്റാക്കുകയോ ഓഫാക്കുകയോ ചെയ്യണമെന്ന്. അയാൾ ചെയ്യില്ല, തന്നേമല്ല എന്നോടു ശത്രുതയുള്ളതു പോലാണ്.

ഞാൻ ഉറങ്ങുമ്പോൾ വാതിൽ തുറന്നിടുക, ലൈറ്റിടുക, വാതിൽ ഉച്ചത്തിൽ അടയ്ക്കുക, ചെരിപ്പിട്ട് ശബ്ദത്തോടെ തേച്ചു നടക്കുക, ഭക്ഷണം കഴിക്കുമ്പോൾ വായ് പൊത്താതെ ചുമയ്ക്കുക, ഭക്ഷണം വായിൽ നിന്നെടുത്ത് നമ്മൾ കഴിക്കുന്നിടത്ത് വെക്കുക, പല്ലു തേയ്ക്കുമ്പോൾ മുന്നിൽ വന്നു നിൽക്കുക... ഹോ! വലിയ എടങ്ങേറു തന്നെ! ശ്ശെ! ഇതുപോലൊരു മൂളയില്ലാത്ത മനുഷ്യൻ തന്നെ എന്റെ റൂമിൽ വന്നല്ലോന്നോർത്ത് വിഷമിക്കാറുണ്ട്.

അങ്ങനെ മുരളിയുടെ മൈനസുകൾ സ്ഥിരം കേട്ടപ്പോൾ ഈ പ്രശ്നമൊന്നു പരിഹരിക്കണമെന്നു തോന്നി. മുരളിയെ ഒറ്റയ്ക്കു കിട്ടിയപ്പോൾ ഞാൻ ഒന്നുപദേശിച്ചു. "നിങ്ങൾ രണ്ടുപേരും അഡ്ജസ്റ്റ് ചെയ്യണമപ്പാ. ഇത് ഗൾഫല്ലേ, പരസ്പരം താങ്ങാകേണ്ടവർ."

"ഷാജിയെപ്പറ്റി ഇക്കായ്ക്ക് എന്തറിയാം? വൃത്തികെട്ട സ്വഭാവമാ അങ്ങേർക്ക്. ഞാനെന്റെ ഭാര്യയുമായി സന്തോഷത്തിൽ സംസാരിക്കുന്നതു കേൾക്കുമ്പോ അയാൾക്ക് കുരുപൊട്ടും. അയാളൊരിക്കൽ പോലും ഭാര്യയുമായി സംസാരിക്കുന്നത് ഞാൻ കേട്ടിട്ടില്ല. ഞാനയാളുമായിട്ടാരുന്നു മെസ്. പിന്നെ അയാൾ ഒറ്റയ്ക്കാക്കി ഭക്ഷണം വെയ്പ്പ്. എന്നെ ദേഷ്യമാണയാൾക്ക്. എന്റെ വൃത്തി അയാൾക്ക് ഇഷ്ടമല്ല, അയാളുടേത് എനിക്കും. ഞാനൊരു പാത്രം കഴുകിയാൽ വാഷ്ബേസിന്റെ സൈഡിൽ വെയ്ക്കും. അയാൾ കഴുകിയാൽ കുറേ മാറ്റി വെയ്ക്കും. അയാൾ പറയുന്നത് അടുത്തതു കഴുകുമ്പോൾ അഴുക്കു വെള്ളം, കഴുകി വെച്ചതിൽ തെറിച്ചു വീഴുമെന്നാണ്. ഓ അങ്ങിനൊക്കെ നോക്കേണ്ട കാര്യമുണ്ടോ, കഴുകിയതല്ലേ എന്നു ഞാനും."

അവസാനം ഞാൻ ചോദിച്ചു, "നിങ്ങൾക്ക് രണ്ടാൾക്കും വേറെ വേറെ താമസിച്ചൂടെ?"

"അതെന്തിന്, ഞാനല്ലേ കമ്പനി ജോലിക്കാരൻ? അയാൾ കമ്പനിയിൽ ജോലി ചെയ്യുന്നെങ്കിലും പുറത്തെ ആളല്ലേ?"

"ആഹ് ! ഓക്കേ ഓക്കെ മതി മതി. ഇത് നിങ്ങൾ രണ്ടാളുടെയും കുഴപ്പമല്ല, കമ്പനിയുടെ കുഴപ്പമാ."

"ങേഹ്! കമ്പനിക്ക് എന്താ കുഴപ്പം? ഞങ്ങടെ കാര്യത്തിൽ ഇടപെടുന്ന നിങ്ങൾക്കാ കുഴപ്പം."

ഇനി സംസാരിച്ചാൽ അടിയും കിട്ടിയേക്കുന്ന് മനസ്സിലാക്കിയ ഞാൻ വേഗത്തിൽ നടന്നു.

പിലിപ്പിനി ലഗാസ്മ

അഞ്ചു വർഷം മുന്നെയാണ് അഹമദ് എന്നു പേരുള്ള എന്റെ സ്ഥിരം കസ്റ്റമർ തന്റെ ഗദ്ദാമയുമായി ഷോപ്പിലേക്കു വന്നത്.

"യാ ജലാൽ ഇതെന്റെ പുതിയ ഷഗാലയാണ് (ജോലിക്കാരി). ഇംഗ്ലീഷല്ലാതെ ഒരു ഭാഷയുമറിയില്ല. എന്താണു വേണ്ടതെന്ന് ചോദീര്."

ഞാനവളെ ഒന്നു നോക്കി. വെളുത്ത് പൊക്കം കുറഞ്ഞ അതിസുന്ദരിയായ, ഒരു കുഞ്ഞു പെണ്ണിന്റെ മുഖമുള്ള ലേഡി. അഹ്മദ് എന്നെ സൂക്ഷിച്ചു നോക്കി നിൽക്കുന്നതിനാൽ ഞാനവളെ നിഷ്കളങ്കമായി നോക്കി ചിരിച്ചു. അവളും അതിലേറെ നിഷ്കളങ്കമായി ചിരിച്ചു.

"വാട്ട് നൈം?"

"ലഗാസ്"

അന്നെനിക്ക് ഇതെന്തു പേരെന്നു തോന്നിയെങ്കിലും ഒരു പേരിലെന്തിരിക്കുന്നു എന്ന ആപ്തവാക്യം ഓർത്തു.

"വാട്ട് യൂ വാണ്ട്?"

അവൾ ചറപറ ഇംഗ്ലീഷ് പറഞ്ഞു. മുറിയിംഗ്ലീഷു മാത്രമറിയുന്ന ഞാൻ, അറിയാതെ കസേരയിലേക്കിരുന്നു പോയി. നിസ്സഹായതയോടെ ഞാൻ അഹ്മദിനെ നോക്കിപ്പറഞ്ഞു, "ഇവൾ പറയുന്ന ഇംഗ്ലീഷ് പിലിപ്പിനി ഇംഗ്ലീഷാണ്. അതെനിക്കു മനസ്സിലാവില്ല."

എന്റെ മുഖത്തെ നിസ്സഹായത കൊണ്ടാവാം മൊബൈൽ കാട്ടി അവൾ പറഞ്ഞു, "ഇന്റർനെറ്റ്."

പിടിവള്ളി കിട്ടിയ ഞാൻ പിന്നെ ഉഷാറായി. എല്ലാം റെഡിയാക്കി മൊബൈൽ കൊടുക്കുമ്പോൾ വീണ്ടുമവൾ നാണം കുണുങ്ങി പിലിപ്പിൻ സ്റ്റയിലിൽ മനോഹരമായി ചിരിച്ചു.

"ബ്രദർ, യൂവാർ ഗ്രെയ്റ്റ്" എന്നു പറഞ്ഞാണു പോയത്.

പിന്നെ കുറെ നാളത്തേക്ക് ലഗാസയെക്കുറിച്ച് യാതൊരു വിവരവുമില്ലായിരുന്നു. ഒരു വർഷത്തിനു ശേഷമാണ് കുടുംബസഹിതം ഷോപ്പിലേക്ക് വന്ന അഹ്മദിനൊപ്പം കൊച്ചു കുഞ്ഞുങ്ങളെ പ്രത്യേകമായി ശ്രദ്ധയോടെ വീക്ഷിക്കുന്ന ലഗാസയെ കണ്ടത്. അപ്പോളേക്കും ആള് നന്നായി മിനുങ്ങി സുന്ദരിയായ അറബിച്ചിയെ പോലെ മാറിയിരുന്നു. മുഖംമൂടിയില്ലാത്തതു കൊണ്ടും പീലുക്കളുടെ തനതു സംസാര ശൈലിയും കൊണ്ടാണ് എനി

ക്കാളെ മനസ്സിലായത്. സാധനങ്ങളൊക്കെ വാങ്ങി പോകാറായപ്പോൾ അഹ്മദ് പറഞ്ഞു,

"ജലാൽ നീ നല്ലവനാണ്, അതുകൊണ്ട് നിന്റെ വാട്സാപ്പ് നമ്പർ ഷഗാലയ്ക്ക് കൊടുക്ക്. അവൾക്കെപ്പോളും നെറ്റ് കാർഡ്, ഈയർഫോൺ ഒക്കെ വേണം."

എന്റെ മനസ്സിൽ പൊട്ടിയ ലഡു മുഖത്തു കാട്ടാതെ ഇതൊരു സാധാരണ സംഭവമെന്ന പോലെ ഞങ്ങൾ നമ്പർ കൈമാറി. ഞാൻ പ്രതീക്ഷയോടെ കാത്തിരുന്നെങ്കിലും സന്ദേശമൊന്നും വന്നില്ല.

ഒരു മാസം കഴിഞ്ഞപ്പോൾ "ബ്രദർ നെറ്റ് കാർഡ് വേണം. ഞാൻ ടിക് ടോക് യൂസ് ചെയ്യുന്നുണ്ട്. അതോണ്ട് കൂടുതൽ ജീബി ഉള്ളതു വേണം."

ഞാനുടനെ ടിക് ടോക് ഐഡി ചോദിച്ചു. എങ്കിലും പഹച്ചി തന്നില്ല. ഉടനെ ഞാനൊരു ചൂണ്ടയെറിഞ്ഞു.

"നിന്റെ ഐ.എം.ഒ.യിലെ ഡിപി കാണാൻ നല്ല രസമുണ്ട്ട്ടാ." അതിനും മറുപടി ഒന്നുമില്ല. പ്രവാസ ഏകാന്തതയുടെ അപാര തീരങ്ങളിൽ നമ്മൾ ഒറ്റക്കിരിക്കണ്ടല്ലോന്ന് കരുതിയാണ് നിനക്കു ഞാൻ മെസേജയക്കുന്നത് എന്നൊരു കാച്ചു കൂടി കാച്ചിനോക്കി. അനക്കമില്ല എന്നുകണ്ട് ഞാൻ പിൻവലിഞ്ഞു.

ഒരു ദിവസം അവളുടെ മെസേജ്: "ബ്രദർ എല്ലാ പേയ്മെന്റും ബാബയുടെ കയ്യിൽ കൊടുത്തിട്ടുണ്ട്ട്ടാ. ഞാൻ ജൂലൈ 22 ന് നാട്ടിലേക്ക് പോകുന്നു."

മനസ്സിലൊരു വിങ്ങൽ പോലെ തോന്നി.

"അഞ്ചു വർഷമായില്ലേ നീ വന്നിട്ട്, ഇപ്പോളാണോ പോകുന്നത്? വീട്ടിൽ ഭർത്താവും മക്കളുമൊക്കെ ഇതുവരെ വിളിച്ചിട്ടില്ലേ നിന്നെ?"

പതിവു പോലെ മൗനം.

"നിനക്കെത്ര മക്കളുണ്ട് ?ഭർത്താവിനെന്താ ജോലി?"

മറുപടി കിട്ടാതായപ്പോ ഞാൻ വീണ്ടുമിടപെട്ടു.

"നീ കല്യാണം കഴിച്ചോ?"

"നോ."

"ആഹ്!.. ഓക്കേ. പ്രൊപ്പോസൽ വല്ലതുമുണ്ടോ?"

മറുപടിയില്ല

"ഞാൻ നിന്നെ കെട്ടട്ടെ?"

മനോഹരമായ ചിരി സ്മൈലി മറുപടിയായെത്തി.

“നിനക്കു സമ്മതമെങ്കിൽ ഞാൻ പിലിപ്പൈനിൽ എത്തും, നിന്നെ കെട്ടും.”

“അതിന് നിങ്ങൾക്ക് പിലിപ്പൈൻ ഐഡിയില്ലല്ലോ, ഫ്രണ്ട്.”

ഇത്രയും നാൾ ബ്രദർന്ന് വിളിച്ചവൾ ഫ്രണ്ട് എന്നായെന്നും പണി പാളിത്തുടങ്ങിയെന്നും ഇനി സംസാരിച്ചു പാവത്തിനെ കൺഫ്യൂഷനിലാക്കണ്ടെന്നും കരുതി ഞാൻ ചാറ്റ് അവസാനിപ്പിച്ചു.

രണ്ട് എയർ ഹോസ്റ്റസ്സുമാർ

പ്രവാസത്തിലേക്കുള്ള തിരിച്ചു പോക്കിനിടയിലുള്ള കാർയാത്രയിൽ മുഴുവൻ സമയവും എന്തോ എടുക്കാൻ മറന്നുപോയി, അതെന്തായിരിക്കും എന്ന ചിന്തയായിരുന്നു.

എയർപോർട്ടിൽ വെച്ച് സാജിതായോടും മക്കളോടുമൊക്കെ യാത്ര പറഞ്ഞ്, സെക്യൂരിറ്റി ചെക്കും എമിഗ്രേഷൻ ക്ലിയറൻസുമൊക്കെ കഴിഞ്ഞ്, ഫ്ളൈറ്റിൽ കയറി സീറ്റ്ബെൽറ്റ് ഇട്ടു കഴിഞ്ഞപ്പോളാണ് എല്ലാ പ്രവാസികളെയും പോലെ എനിക്കും ഓർമ്മ വന്നത് നാട്ടിലോ വീട്ടിലോ ഒക്കെ മറന്നു വെച്ചത് എന്റെ ഹൃദയം ആയിരുന്നെന്ന്.

വിമാനയാത്ര തീരെ ഇഷ്ടമില്ലാത്ത ചിലരിൽ ഒരാളാണു ഞാനും. എത്ര കെയർഫുൾ ആണേലും പലപ്പോളും എന്തെങ്കിലുമൊക്കെ യാത്രരേഖാ കുരുക്കുകളിൽ പെടുന്നത് എന്റെ വിമാന യാത്രാവിദ്വേഷത്തെ വർദ്ധിപ്പിച്ചിട്ടുണ്ട്.

കൊറോണയുടെ എടങ്ങേറുകളിൽ നാട്ടിൽ പെട്ടശേഷം ഇക്കഴിഞ്ഞ യാത്ര ഖത്തർ എയർവേസ്സിൽ, ഖത്തറിൽ കൊറന്റൈൻ സെറ്റ് ചെയ്തു കൊണ്ടായിരുന്നു. നെടുമ്പാശ്ശേരിയിൽ നേരത്തേ എത്തിയെങ്കിലും അവസാന നിമിഷം വരെ യാത്ര സാധിക്കില്ല എന്ന അവസ്ഥയിൽ പെട്ടു പോയി. വിമാനം പുറപ്പെടുന്നതിന് അല്പം മുന്നെയാണ് അകത്തു കേറിയത്.

രണ്ടര മണിക്കൂറോളം ആശങ്കയുടെ മുൾമുനയിൽ നിന്നതു കൊണ്ട് മൂത്രംമുട്ടി, വയർ വല്ലാതെ വീർത്ത് വേദനയും തുടങ്ങി. ഫ്ളൈറ്റിൽ കേറിയിരുന്ന് അൽപ്പം കഴിഞ്ഞപ്പോൾ മുതൽ, പാലിക്കേണ്ട അറിയിപ്പുകൾ വന്നുതുടങ്ങി. ഇതൊന്നും കാര്യമാക്കാതെ എഴുന്നേറ്റു പോയി മൂത്രമൊഴിക്കാൻ മനസ്സ് നിർബന്ധിച്ചു പറഞ്ഞെങ്കിലും ഞാനൊരു മാന്യനായ പാസഞ്ചറായി കടിച്ചു പിടിച്ചിരുന്നു.

വിമാനം പൊങ്ങി ബെൽറ്റ് ഊരിക്കോളാൻ അറിയിപ്പു വന്നതും വേഗം ബാത്റൂമിലേക്കോടി. എന്റെ പോക്കിനെ നിരീക്ഷിച്ചു നിന്ന രണ്ട് എയർ ഹോസ്റ്റസ് സുന്ദരിമാരുടെ മുഖത്തേക്കൊന്നും നോക്കാതെ വേഗം ബാത് റൂമിൽ കയറി. ഇത്രയേറെ പിടിച്ചു നിന്നതു കൊണ്ടാവാം പിന്നെ മൂത്രത്തിന് പോകണ്ടാ എന്നുള്ളൊരു ടെൻഡൻസി. പണ്ടത്തെ ഏതോ സിനിമയിൽ ഒരു നടൻ ഇതുപോലെ ലേറ്റായി മൂത്രമൊഴിച്ചിട്ട് മുഖത്ത് കാട്ടിയ എക്സ്പ്രഷൻ കിറുകൃത്യമായിരുന്നു എന്നെനിക്ക് അനുഭവത്തിലൂടെ മനസ്സിലായി.

ഏറെ സമയത്തിനു ശേഷമാണ് വിമാനത്തിലെ ബാത്റൂമിൽ നിന്നും ഇറങ്ങാൻ സാധിച്ചത്.

ഇറങ്ങിയതും ഹോസ്റ്റസുമാർ എന്നെ കൈകാട്ടി വിളിച്ചു. ആകെ ചമ്മലിലായ ഞാൻ മൈൻഡ് ചെയ്യാതെ ഇവരിത്രേം നേരം എന്നെ കാത്തുനിന്നുവോ എന്നൊരു വെപ്രാളത്തോടെ സീറ്റ് ലക്ഷ്യം വെച്ചു.

പുറകിൽ അവരുണ്ടെന്നു തോന്നിയതും എന്റെ തോളിൽ കയ്യമർന്നതും ഒരുമിച്ചായിരുന്നു. തിരിഞ്ഞു നോക്കുന്നതിനിടയിൽ ഞാനാ കയ്യിലേക്ക് നോക്കി. മനോഹരമായ നീളമുള്ള വിരലുകളുള്ള കൈപ്പത്തിയുടെ തണുപ്പ് സിരകളെ ചൂടാക്കിയോ! മിമിക്രിക്കാരുടെ ഓവർ അഭിനയം പോലെ ഞാനൊന്ന് ഹാന്ന് മൂളിക്കൊണ്ട് മുകളിലേക്ക് ഉയർന്നോ! തിരിഞ്ഞു നോക്കിയതും സുന്ദരമായ ചിരിയോടെ അമർത്തിയ കൈകൊണ്ടു തന്നെ പുറകിലേക്ക് എന്നെ മാടിവിളിച്ചു. എന്തോ പ്രശ്നമുണ്ടെന്ന് ഉറപ്പിച്ച എന്റെ മനസ്സിൽ ലഡുവിന്റെ മധുരം മാറി തീയാളി. അവരോടൊപ്പം നടന്ന എന്നെ, വിമാന യാത്രക്കാർക്ക് ഭക്ഷണവുമായി സീറ്റിനടുത്തേക്കു വരുന്ന ട്രോളിയുടെ അടുത്തേക്കാണ് എത്തിച്ചത്. എന്നിട്ടവർ പറഞ്ഞു, "ഓപ്പൺ, ഓപ്പൺ..." എനിക്കൊന്നും മനസിലായില്ല. പെട്ടെന്നു ഞാൻ ഗോപ്യമായി പാന്റിന്റെ സിബ്ബ് ഇട്ടിരിക്കുവാണോ എന്ന് തിരഞ്ഞു. അതിനു കാരണം മിക്കവാറും ധൃതിക്ക് ഷോപ്പിലേക്ക് നടക്കുന്ന വഴിക്കുള്ള പ്ലംബിങ് കടക്കാരൻ ഡാനിഷ് എന്നെ നോക്കി പറയാറുണ്ട്. "ഹേ ജലാൽ ബായി തുമാരാ സിബ്ബ് ബന്ത് കരോ."

ഏതായാലും ഇതതല്ല എന്നുറപ്പിച്ചു. അതിനിടയിൽ ഒരുത്തി ആ ട്രോളിയുടെ രണ്ടു ഭാഗത്തും കൈവെച്ച് വലിച്ചു കാണിച്ചു. എന്നിട്ട് പറഞ്ഞു അതുപോലെ ചെയ്യാൻ. കൈവെച്ച് വലിച്ചു നോക്കിയ ഞാൻ വീഴാൻ തുടങ്ങി. വീണ്ടുമവർ എന്നെ വീഴാതെ തടഞ്ഞു. പെട്ടെന്നാണെനിക്ക് ഐഡിയ വന്നത്. പണ്ട് ചൂണ്ടയിടുമ്പോൾ മീൻ കൊത്തി എന്നുറപ്പായാൽ ഒന്നയച്ചിട്ട് ഒരൊറ്റ ചിണുക്കി വലിയാണ്. അതിൽ ഉറപ്പായും മീനുണ്ടാവും. അതുപോലെ മയത്തിൽ ഒരൊറ്റ പിടി. ഡോർ തുറന്നു. ഉടനെ തന്നെ അടുത്ത ട്രോളിയും തുറക്കാൻ പറഞ്ഞു. അതും തുറന്നിട്ട് ഞാനൊരു മഹാസംഭവമല്ലേ എന്ന മട്ടിൽ അവരെ നോക്കി. എയർ ഹോസ്റ്റസ്സുമാർ ഭയങ്കര ഹാപ്പി. ലവളുമാർ ആ സന്തോഷം താങ്ക്സോടു കൂടി എനിക്ക് ഷേക്ക്ഹാൻഡ് തന്നാണു പ്രകടിപ്പിച്ചത്.

സീറ്റിൽ ചെന്നിരുന്നപ്പോഴാണോർത്തത് ശ്ശെ! അവരോടൊപ്പം ഒരു സെൽഫി എടുക്കേണ്ടതായിരുന്നു. ഫേസ് ബുക്കനായ എനിക്ക് പോസ്റ്റായോ മൈ സ്റ്റോറിയിലോ ഒക്കെ ഇടാരുന്നു. ഞാഹ്... ആ ബുദ്ധി അന്നേരം തോന്നിയില്ലല്ലോ എന്നു പരിതപിച്ചെങ്കിലും പിന്നെ ഓർത്തു എടുക്കാഞ്ഞത് നന്നായി. ആ വിഷയത്തിൽ ഒരു കുടുംബ കലഹം ഒഴിവായിക്കിട്ടിയല്ലോന്ന്!

വായനയുടെ ഓർമ്മയിൽ നിന്ന്

ഹഖ്. അയാൾ ഇരുപത് വയസ്സിലാണ് പ്രവാസത്തിലേക്കു വന്നത്. എന്നാലും ആൾ നല്ല ചുണയനും വെട്ടിപ്പിടിക്കണം എന്ന മോഹക്കാരനുമായിരുന്നു. വന്നുചേർന്നത് വളരെ നല്ല സ്പോൺസർടെ അടുത്തായിരുന്നു. ഒറ്റ വർഷം കൊണ്ടയാൾ ആ കോൾഡ് സ്റ്റോർ സ്വന്തം അധീനതയിലാക്കിയെടുത്തു. അയാൾ പറയുന്നതിനപ്പുറമൊന്നും സ്പോൺസർ വിശ്വസിച്ചില്ല. അന്നന്നുള്ള കളക്ഷൻ വാങ്ങി അദ്ദേഹം തൃപ്തനാകുമായിരുന്നു.

അങ്ങിനെയിരിക്കെ ശമ്പളവും അല്ലാല്ലം അടിച്ചുമാറ്റലുകളും കൊണ്ട് വീട്ടിലെ പ്രാരബ്ധങ്ങൾ പരിഹരിച്ചു കഴിഞ്ഞപ്പോൾ അയാൾക്ക് കച്ചവട മോഹങ്ങൾ തുടങ്ങി. ഇവിടെ നിന്നു കൊണ്ടു തന്നെ പുറത്ത് എന്തേലും കച്ചവടം ചെയ്യണം. അതിന് നാട്ടിൽ നിന്ന് ആളെ കൊണ്ടുവന്നു. കഫ്തീരിയ ആയിരുന്നു ലക്ഷ്യം. വന്നവർ ആത്മാർഥമായി സേവനം ചെയ്തപ്പോൾ കുറഞ്ഞ സമയം കൊണ്ടുതന്നെ അയാൾക്ക് ഷോപ്പുകൾ ധാരാളമായി. വരുമാനം അതിഭയങ്കരമായി വർദ്ധിച്ചു. നാട്ടിൽ വലിയ കെട്ടിടങ്ങളും ഫ്ളാറ്റുകളും വ്യവസായസ്ഥാപനങ്ങളുമൊക്കെയായി. അറിയപ്പെടുന്ന മുതലാളിയായി. അങ്ങിനെ വളർന്നപ്പോൾ സ്പോൺസറുടെ കീഴിലെ ജോലി നാണക്കേടായി തോന്നി. അത്രയും നാൾ വളർത്തിയ സ്ഥാപനത്തിനോടും അറബിയോടും അയാൾ ഗുഡ്ബൈ പറഞ്ഞു.

ബഹ്റൈനിലേക്കും കേരളത്തിലേക്കും ആഴ്ചയിൽ പറന്ന് കച്ചവടം ചെയ്യുന്ന നിലയിൽ വളർന്നു അയാൾ. മടുപ്പു തോന്നിയപ്പോൾ ഗൾഫിലെ സ്ഥാപനങ്ങൾ ഓരോന്നായി വിറ്റൊഴിവാക്കി നാട്ടിൽ തന്നെ കൂടി. വർഷങ്ങൾ കടന്നു. അങ്ങിനെയുള്ള സമയത്ത് ഒരു ചെറിയ നെഞ്ചുവേദന. അന്നു മുതൽ അയാൾക്ക് മരണഭയമുണ്ടായി. ആൻജിയോ ഒക്കെ കഴിഞ്ഞ് വീട്ടിലെത്തിയപ്പോൾ മുതൽ ഒരു പശ്ചാത്താപം. പഴയ സ്പോൻസർ... അയാളോട് താൻ നന്ദികേട് കാട്ടിയില്ലേ? അയാളുടെ സമ്പത്ത് അൽപാൽപം എടുത്തല്ലേ ആദ്യ ഷോപ്പ് തുടങ്ങിയത്? അതിൽ നിന്നല്ലേ വിജയം ഉണ്ടായത്? പോകണം, അദ്ദേഹത്തെ കാണണം, എടുത്തതൊക്കെ ആയിരമിരട്ടിയായി തിരികെ കൊടുക്കണം.

പിന്നെ താമസിച്ചില്ല. അടുത്ത ഫ്ളൈറ്റിൽ അയാളും സഹായിയും ഗൾഫിലെത്തി. മുപ്പതു വർഷം മുന്നേ താൻ ആദ്യമെത്തിയ കോൾഡ് സ്റ്റോർ തിരഞ്ഞു. അവിടെ വേറെ ഫാക്ടറിയാണിപ്പോൾ. അന്വേഷിച്ചു നടന്ന് അദ്ദേഹത്തെ കണ്ടെത്തി. മനാമയിൽ സാധാരണക്കാരനായ അറ

ബികൾ കൂട്ടം കൂടുന്ന ഇടത്ത് വളരെ ദരിദ്രനായി അദ്ദേഹത്തെ കണ്ടു! ഓടിച്ചെന്നു ആലിംഗനം ചെയ്തു.

ഒത്തിരി സംസാരത്തിനു ശേഷം പോകാൻ നേരം ഒരുപൊതി പണം അയാൾ അദ്ദേഹത്തിന് നേരെ നീട്ടി.

"എന്താണിത്?"

"കുറച്ചു ദിനാറാണ്."

"എന്തിന്?"

"അർബാബ് എടുത്തോള്."

"അതെന്തിന്?"

"ഇരിക്കട്ടെ ചുമ്മാ. എനിക്കിപ്പോൾ ഒത്തിരി പണമുണ്ട്, നിങ്ങൾക്കില്ലല്ലോ."

"അതിനെന്താ തരുന്നതും തിരിച്ചെടുക്കുന്നതും റബ്ബ് തന്നെ. എനിക്കതിൽ ഖേദമില്ല."

ഒരുപാട് നിർബന്ധിച്ചിട്ടും അറബി, പണമെടുക്കാതെ വന്നപ്പോൾ അയാൾ കാര്യം പറഞ്ഞു, "അത്... ഞാൻ നിങ്ങടെ സ്ഥാപനത്തിൽ നിന്നും പലപ്പോളും നിങ്ങളറിയാതെ പണം എടുത്തിട്ടുണ്ട്. ഇതിപ്പോൾ അതിന്റെയൊക്കെ ഒരുപാട് ഇരട്ടിയുണ്ട്. എന്റെ മനസ്സമാധാനത്തിന് ഇത് സ്വീകരിക്കണം."

"അതെങ്ങിനെ പറ്റും? ഞാൻ നിനക്ക് കൃത്യമായി മാന്യമായ ശമ്പളം തന്നിരുന്നു. പിന്നെന്തിന് നീ എന്റെ പൈസ മോഷ്ടിക്കണം? ഇനി അഥവാ എടുത്തിട്ടുണ്ടെങ്കിൽ നീയും അള്ളാഹുവുമായിട്ടാണ് കണക്കു പറയേണ്ടത്. നമ്മൾ തമ്മിൽ ഒത്തുതീർക്കാൻ സാധിക്കില്ലല്ലോ. ഞാനറിഞ്ഞാണ് നീ എടുത്തതെങ്കിൽ ഒത്തുതീർപ്പിന് സാധ്യതയുണ്ടായിരുന്നു. ഞാൻ അള്ളായെ കഴിഞ്ഞ് നിന്നെയാണ് ഷോപ്പ് ഏൽപ്പിച്ചിരുന്നത്. എന്തേലുമുണ്ടേൽ നമുക്ക് മഹ്ഷറയിൽ കാണാം. ഇപ്പോൾ പോക്കോള്."

കുറേ വർഷങ്ങൾക്കു മുന്നേ എവിടെയോ വായിച്ച ഒരു ചെറുകഥ യുടെ ഉള്ളടക്കമാണിത്. എവിടെയാണു വായിച്ചതെന്ന് കൃത്യമായി ഓർക്കുന്നില്ല. എന്തായാലും ചെറുകഥ എഴുതിയ ആളോടും പ്രസിദ്ധീകരിച്ചവരോടും കടപ്പാട്. ആർത്തിപിടിച്ച് എങ്ങനേം പണമുണ്ടാക്കിയിട്ട് അവസാന കാലത്ത് ഇങ്ങനേം മനഃപ്രയാസം പിടിക്കാം എന്നൊരു ഗുണപാഠം ഇതിലുള്ളതു കൊണ്ടാണ് വായനയുടെ ഓർമ്മയിൽ നിന്നെടുത്ത് ഇവിടെ കുറിച്ചത്.

സൗദിയും തമിഴനും

ഷോപ്പിൽ വന്ന നർമ്മവീരനായ സൗദി പൗരൻ:

“യാ! (ബഹുമാനപുരസ്സരം അന്യനെ വിളിക്കാനുള്ള വിളിപ്പേര്) ജലാൽ, ഈ മൊബൈലിൽ ബാറ്ററിയുടെ ചാർജ്ജ് നില്ക്കുന്നില്ല. പല പ്രാവശ്യം ചാർജ്ജ് ചെയ്തു നോക്കി. ബാറ്ററി മാറി നോക്കി. രക്ഷയില്ല. എന്റെ ഭാര്യയെ പോലെ എന്തു കൊടുത്താലും തൃപ്തിയാവത്തില്ല. എന്നും പണി മുടക്കും സമരോം കിറുകിറും’ (ഒച്ചയുണ്ടാക്കുക, വർത്താനം കൂടുതൽ പറയുക)

ഞാൻ : ഒരു കാര്യം ചെയ്യ്, പുതിയൊരെണ്ണം വാങ്ങൂ.

സൗദി : മൊബൈലോ ഭാര്യയോ?

ഞാൻ : മൊബൈൽ. ആയിരം റിയാൽ മാത്രം. നിനക്കൊക്കെ കെട്ടണമെങ്കിൽ ഒത്തിരി കാശ് വേണ്ടേ? (ഇവിടെ കാശ് അങ്ങോട്ട് കൊടുക്കണം)

സൗദി : ങാ, അതു കൊണ്ടാ സഹിക്കുന്നേ. ശ്ശെ! അന്നേ നല്ലതുനോക്കി എടുക്കേണ്ടതായിരുന്നു.

ചാർജ്ജ് നിൽക്കാത്ത, നല്ല സേവനം ചെയ്യാത്ത മൊബൈൽ ഈ ഘട്ടത്തിന്റെ വലിയ തലവേദന.

അസർ സലാ (നാലുമണി നിസ്കാരം) കഴിഞ്ഞ് കട തുറക്കാനായി വരുമ്പോളാണ് വിക്രം അണ്ണാച്ചി എതിരെ വരുകയും എന്നെ കണ്ട് പെട്ടെന്നു നിൽക്കുകയും ചെയ്തത്. ഇന്റർനെറ്റ് മിനിറ്റ് കുറഞ്ഞതിന്റെ പരാതി പറയാനാവുമെന്നു കരുതി കാണാത്ത മട്ടിൽ ഞാൻ രക്ഷപെടാൻ ശ്രമിച്ചു.

പെട്ടെന്ന് എന്റെ മുന്നിലേക്ക് മാർഗ്ഗതടസ്സമുണ്ടാക്കി നിന്ന വിക്രമിനോട് ഞാൻ എന്താ എന്നു ചോദിച്ചതും പെട്ടെന്ന് അവൻ ഉടുത്തിരുന്ന കൈലിയുടെ ഒരറ്റം ഇടതുകൈ കൊണ്ടു പിടിച്ച് വലതുകൈ അകത്തേക്കിട്ടു. ശെ...ഇവനെന്തൊരു വൃത്തികേടാ കാട്ടാൻ പോണേ എന്നോർത്ത് വിരണ്ടു നിന്ന എന്റെ കയ്യിലേക്ക് പെട്ടെന്ന് ഗാലക്സി മൊബൈൽ വെച്ചു നീട്ടി. ഒരു നിമിഷം കൈനീട്ടിയ ഞാൻ അയ്യേ ഇവനിതെടുത്ത സ്ഥലം ശരിയല്ലല്ലോ എന്നോർത്ത് കൈ പിൻവലിച്ചു.

“മൊബൈൽ കയ്യിൽ വെച്ചോ എന്താ പ്രശ്നം?”

“അണ്ണാ, നെറ്റ് വർക്കാവുന്നില്ല. ഡോളറുണ്ട്. അത്രേയുള്ളൂ കാര്യം.”

“അതു ശരിയാക്കാം, പക്ഷേ നീ മൊബൈൽ അണ്ടർവെയറിന്റെ പോക്കെറ്റിലിടരുത്. റേഡിയേഷനുണ്ടായി അതു നിന്റെ തുടയിലെ ഞര

മ്പിലൂടെ കേറി അങ്ങ് അണ്ടകടാഹത്തിൽ ചെന്ന് പ്രവർത്തനം നടത്തിയാൽ നിനക്ക് കൊച്ചുങ്ങൾ ഉണ്ടാവില്ല കേട്ടോ."

"ഓ... ഇനി കൊച്ചുങ്ങളൊന്നും വേണ്ട, നാലെണ്ണം വീട്ടിലുണ്ടണ്ണാ."

"എടാ പയങ്കരാ...നിന്നെ കണ്ടാൽ ഗൊച്ചു ബയ്യൻ ആണല്ലോ."

"അതൊക്കെ ഞാൻ പതിനാറു വയസിലേ കല്യാണം മുടിച്ചണ്ണാ."

അറബ് പ്രണയം

മാനാമുഹമ്മദ് എന്നു പേരുള്ള അറബിക്കു വേണ്ടത് തന്റെ മകൾക്കുള്ള പാവയായിരുന്നു.

പലതരം പാവകൾ കാണിച്ചു വില പറയുന്നതിനിടയിൽ ഞാൻ പറഞ്ഞു,

“ഈ പാവയാണ് ഉമ്മി സ്ഥിരമായി കൊണ്ടു പോകുന്നത്.”

ഏതു മാമ (ഉമ്മി) എന്നായിരുന്നു മറുചോദ്യം.

“നിന്റെ ഭാര്യാമാതാവ്” ഞാൻ ക്ലിയർ ചെയ്തു.

“അവർ നേരത്തെ മൗത് ആയി.”

“ങേ..!”

ഞാൻ ഞെട്ടലോടെ ചോദിച്ചു

“എപ്പോ?”

“അത്... വർഷങ്ങളായി.”

ഒരു കള്ളച്ചിരിയോടെ അയാളെന്നെ നോക്കിപ്പറഞ്ഞു.

“കദ്ധാബ്!” (പച്ചക്കള്ളം) ഈയിടെയും ഇവിടെ വന്നിരുന്നു, അവരും ഷേബയും കൂടി...

അവൻ ഇടയ്ക്കു കയറി.

“എനിക്കവർ മരിച്ച പോലാണ്.”

ഞാനവനെ നോക്കി ചോദിച്ചു,

“അന്നു മകളെ കെട്ടിച്ചു തരുന്നതിൽ അവർ എതിർപ്പു കാട്ടിയതു കൊണ്ടല്ലേ?”

അത്ഭുതത്തോടെ അവൻ പറഞ്ഞു, “നിനക്കും അതൊക്കെ അറിയാം അല്ലേ?”

“പിന്നില്ലേ... ഞാൻ വന്ന 2005 കാലത്തെ ഹുസൈനിയായിലെ കടുത്ത പ്രണയങ്ങളിലൊന്ന് നിന്റേതായിരുന്നില്ലേ? പെൺവീട്ടുകാർ എതിർത്ത് പത്തു വർഷം ആ പെണ്ണിനെ കെട്ടിക്കാൻ പറ്റാതെ വെച്ചിരുന്നതല്ലേ?”

“എന്നിട്ടെന്തായി? ഞാൻ തന്നെ അവളെ കെട്ടിയില്ലേ? അവള് കാറിലിരിപ്പുണ്ട്.” വിജയിച്ച ചിരിയോടെ അവൻ പറഞ്ഞു.

“അവർ നിന്നെക്കാൾ പണക്കാർ ആയതു കൊണ്ടല്ലേ അവർ അന്നു

നിനക്ക് കെട്ടിച്ചു തരാഞ്ഞത്? പിന്നെ നിങ്ങള് രണ്ട് ഗോത്രക്കാരും. പിന്നാണേൽ നിനക്ക് ജോലിയുമില്ലായിരുന്നു".

"അതു സത്യം, പക്ഷേ അവൾ പൊരുതിനിന്നു-പത്തു വർഷം. നിനക്കറിയാമല്ലോ ഇവിടൊക്കെ സ്വന്തക്കാർ തമ്മിൽ മാത്രമേ വിവാഹം നടക്കൂ എന്ന്."

"ഞാഹ്! അതു കൊണ്ട് കുറെ വൈകല്യങ്ങളുള്ള കുട്ടികളെ ജനിപ്പിക്കാനും കഴിയുന്നു."

എന്റെ സങ്കടം മറച്ചു വെക്കാനായില്ല, ഞാനതു പറഞ്ഞു. വാക്കുകൾ ഏറെ സൂക്ഷ്മതയോടെ മാത്രം ഉപയോഗിക്കേണ്ട രാജ്യങ്ങളാണ് അറബ് കൺട്രികൾ.

അവൻ പറഞ്ഞു "അൽ ഹംദുലില്ലാഹ്... എന്റെ കുട്ടികളെ നീ കണ്ടില്ലേ ഒരു കുഴപ്പവുമില്ല. ലക്കിൻ (ചിലപ്പോൾ) നീ പറഞ്ഞത് ശരിയാവാം. മരീദ് ആയ കുട്ടികളെ എല്ലാ വീട്ടിലും കാണാം. അത്... ഇതു കൊണ്ടാണെന്നു ഞാൻ വിശ്വസിക്കുന്നില്ല. കുല്ലും അള്ളാഹ് ഖരീം."

"പക്ഷേ ആ ഉമ്മായുടെ മനസ്സിൽ ഇപ്പോളും മകളെക്കുറിച്ചുള്ള വിഷമങ്ങളുണ്ടാകാം, അതാണ് നിന്നോടു മിണ്ടാത്തത്."

"എന്തിന് അവർ ആധി പിടിക്കണം? ഞാൻ അവളെയും കുട്ടികളെയും ഏറ്റവും നന്നായി നോക്കുന്നില്ലേ? നിനക്കറിയാല്ലോ, ഇവിടൊക്കെ പലരും രണ്ടും മൂന്നും കല്യാണം കഴിക്കുന്നു? ഞാൻ അവളെ മാത്രമേ....ജീവനുള്ള കാലം... അതു മതി."

ഹഹ... എന്റെ ചിരി അവനിൽ കലികേറ്റുന്നത് ഞാൻ മനസിലാക്കി. പെട്ടെന്നു ഞാൻ പറഞ്ഞു, "നീ നാളെ ഷേക്ക് ആയാൽ (കാശുള്ളവൻ) നീയും വേറെ കല്യാണം കഴിക്കില്ലേ? പലരും അങ്ങനെയാണല്ലോ."

അവൻ ഇടയ്ക്കുകേറി പറഞ്ഞു,

"അങ്ങിനെ വരുന്നത് എന്തെന്നോ? അവർ തമ്മിൽ പ്രണയം ഉണ്ടാവില്ല. ഭാര്യ ഭർത്താവിനെ ഭരിക്കുന്ന ഒരവസ്ഥയാണ് ദുനിയാവിൽ പൊതുവെ കാണുന്നത്. അങ്ങിനെ വരുമ്പോൾ അവന്റെ കയ്യിൽ കാശുകിട്ടിയാൽ അവൻ വേറൊരു പെണ്ണിനെ കൂടി കെട്ടും. മൂത്തവളുടെ അഹമ്മതി കുറയ്ക്കാനാണ് അങ്ങിനെ ചെയ്യുന്നത്."

"അപ്പോ... ആദ്യത്തെ കെട്ട്യോളുടെ സമ്മതം കൂടിയുണ്ടെങ്കിൽ മാത്രമേ പിന്നെ കല്യാണം കഴിക്കാൻ പറ്റൂ എന്നാണല്ലോ ഇസ്ലാമിക ശരീഅത്ത്."

"അത് കിട്ടുമല്ലോ, ആദ്യ ഭാര്യ വെക്കുന്നൊരു ഡിമാന്റുണ്ട്. ഇത്ര പവൻ

സ്വർണ്ണം, പിന്നെ കാർ, വീട്... പിന്നെയുള്ള കാലം പുതിയ പെണ്ണിനെ സംരക്ഷിക്കുന്ന അതേ നിലയിലുള്ള ജീവിതമൊക്കെ വാങ്ങിക്കൊണ്ടാണ് അവർ സമ്മതം കൊടുക്കാറുള്ളത്."

"എന്നാലും പൂർണ്ണ തൃപ്തിയോടെ ഒരു പെണ്ണും സമ്മതിക്കുമെന്ന് എനിക്കു തോന്നുന്നില്ല."

"അത് നീ സ്ത്രീപക്ഷവാദി ആയതു കൊണ്ടാണ്."

എനിക്കു ചിരി വന്നു. "നിനക്കെന്താ അങ്ങിനെ തോന്നാൻ?"

"അന്ത ഇക്തുബ് കിത്താബ് (നീയൊരു എഴുത്തുകാരൻ) അല്ലേ? അവരെല്ലാം പക്ഷപാതിത്തം പറയും. അല്ലേൽ എഴുത്തിൽ പിടിച്ചുനിൽക്കാനാവില്ല."

എന്റെ ഉഡായിപ്പ് അവൻ മനസ്സിലാക്കിയിരിക്കുന്നു എന്നു തോന്നിയപ്പോൾ സാധാരണ പോലെ ഞാൻ എതിർത്തു. "ഞാനൊരു പക്ഷപാതത്തിലുമില്ല. നിന്റെ ഭാര്യാമാതാവിന് മകളെ കുറിച്ചുള്ള സ്വപ്നങ്ങളുണ്ടാവും. നിന്റെ ഈ മകളെക്കുറിച്ച് നിനക്കുള്ളതു പോലെ."

പെട്ടെന്നവൻ അസ്വസ്ഥനായി. ആ ചാൻസിൽ ഞാൻ ചോദിച്ചു,

"നിന്റെ ഭാര്യയുടെ വീട്ടിൽ ആരാണ് ഉദ്യോഗസ്ഥരല്ലാത്തത് എന്നു നീ ചിന്തിച്ചിട്ടുണ്ടോ? അസ്ഫറിന്റെ എല്ലാ മക്കളും ജോലിക്കാർ. അതും അദ്ധ്യാപകർ. നിന്റെ ഭാര്യക്കു മാത്രം ജോലിയില്ല. പ്രണയം കാരണം അവൾ പഠിച്ചില്ല. സ്കൂളിന്റെ വാതിൽക്കൽ അവളെ കാത്തുനിൽക്കാൻ പഠിപ്പ് ഏറെയില്ലാത്ത നീയുണ്ടായിരുന്നു."

എന്റെ വാക്കുകൾ അവന് നീറ്റലുണ്ടാക്കാതിരിക്കാൻ ഒരു ചിരിയോടെ ഞാനവനെ 'നൊസ്റ്റ്' ലേക്ക് കൂട്ടി.

"ഞാൻ ടാക്സി ഓടിച്ചാണെങ്കിലും അവളെ പൊന്നുപോലെ നോക്കുന്നുണ്ട്. എനിക്കതു മതി - അവൾക്കും."

അവനിറങ്ങി കാറിലേക്കു കയറുമ്പോൾ ഭാര്യയോട് എന്തൊക്കെയോ എന്നെ നോക്കി പറയുന്നുണ്ടായിരുന്നു.

വട്ടിപ്പലിശ

കഴുത്തറുപ്പൻ വട്ടിപ്പലിശക്കാർ ഇതു വായിക്കരുത്.

അടുത്തുള്ള കമ്പനിയിലെ ജോലിക്കാരൻ വിജയ്,

“അണ്ണാ എപ്പടി ആനാലും എനക്കൊരു ആറായിരം രൂപ നാട്ടുക്ക് അനപ്പണം.”

സാധാരണ പോലെ ഞാനവനെ കളിയാക്കി,

“ഡാ ഇതു ഷോപ്പ് താൻ, ബാങ്ക് അല്ലെ.”

“ഉങ്കൾടെ വളിച്ച കോമഡിയൊന്നും എനക്ക് ഇപ്പോ പുടിക്കില്ല. അന്ത പൊണ്ണ് എനക്കൊരു തല വലിവ് താൻ.”

“പൊണ്ടാട്ടിയെ അപ്പടിയൊന്നും സൊല്ലക്കൂടാതെടാ, അവർ പാവങ്ങളാണ്. നമുക്കു വേണ്ടി കഷ്ടപ്പെടുന്നവർ.”

“ഓ...അത് ഇതല്ലണ്ണാ, വേറെ പൊണ്ണ്.”

“ഓഹ്! കാതലിയാവും. അതൊന്നും സാരമില്ല, ഇപ്പൊ എല്ലാർക്കും അതൊക്കെണ്ടെടാ, നീയേതുക്ക് ഇത്ര ടെൻഷൻ പിടിക്കുന്നത്?”

“അണ്ണാ, ഇനി ഉങ്കൾ പേശിയാ ഇതരുവെച്ച് തലയിൽ അടിച്ചിടുവേം.”

അവൻ മേശപ്പുറത്തിരുന്ന കാൽക്കുലേറ്റർ കയ്യിലെടുത്തു. അവന്റെ ദേഷ്യം കണ്ട ഞാൻ പെട്ടെന്നൊരു ജഗതിച്ചിരി ചിരിച്ചു.

“ജലാലണ്ണന് തമാശ. എനക്ക് മൂള ചൂടായിരുക്ക്. അന്ത പൊണ്ണ്ന് ഇപ്പൊ പണം കൊടുത്തില്ലേൽ ആകെ കലമ്പലാക്കിടും.”

“നീ ബാങ്കിൽ പോയി അയച്ചിട്ട് വാ.”

“അതൊന്നും നടക്കില്ലണ്ണാ. വെള്ളിക്കളം താൻ ലീവ്. അണ്ണൻ ഞാൻ തരുന്ന നമ്പറിൽ എനിക്കൊരു ആറായിരം ഗൂഗിൾപേ ചെയ്യ്. ഞാൻ ബാങ്കിൽ ഇട്ടിട്ട് എന്റെ പൊണ്ടാട്ടി ശനിക്കളം ഉങ്കളുടെ നമ്പറിൽ തിരിയെ ഇടും.”

പടച്ചോനെ പെട്ടു...

“ഡാ, എന്റെ അക്കൗണ്ടിൽ കാശൊന്നുമില്ല. നിനക്കറിയില്ലേ ഞാൻ പത്തു മാസം നാട്ടിൽ നിന്നിട്ട് വന്നതല്ലേയുള്ളൂ. ഇനീപ്പോ അഞ്ചാറു മാസം കഴിഞ്ഞാലേ കാശുണ്ടാവൂ.”

ഉടനെ അവനൊരു പെൺ വോയ്സ് എന്നെ കേൾപ്പിച്ചു. “വിജാ നീ മര്യാദയാ വട്ടിപ്പണം തന്നില്ലേ നിന്റെ ഊരിൽ ഞാൻ പ്രച്ചനമുണ്ടാക്കും.”

“ആഹാ... നീ വട്ടിക്കെടുത്താ അതു താൻ അന്ത പെണ്ണ്നോടാ. അവടെ ഒച്ച കേട്ടിട്ട് ഏതോ പൂതനയെ പോലൊണ്ടല്ലോ.”

“അതെ അണ്ണാ, എൻ മച്ചാന്റെ പെണ്ടൾ താൻ അവര്. എന്റെ അപ്പാവുക്ക് ഒരു അസുഖം വന്നപ്പോ ഇവളോട് ഇരുപത് ആയിരം വട്ടിക്കു വാങ്ങി. ഒരു മാസം മൂവായിരം വട്ടി. ഇപ്പൊ അഞ്ചു മാസം പതിനയ്യായിരമായി. ഒമ്പതിനായിരം കൊടുത്തു. ബാക്കി ആറായിരം കിട്ടാനാ, മൂന്നാലു ദിവസമായി വോയ്സെല്ലാം. പിന്നെ വാട്സാപ്പ് കാളും. എനക്കൊരു സ്വസ്ഥതയുമില്ല.”

“നീയെന്തൊരു മനുഷ്യനാണെടാ? ഇങ്ങനൊക്കെ അത്യാവശ്യത്തിനു വാങ്ങിയാൽ അടുത്ത മാസം തന്നെ തിരിച്ചു കൊടുക്കണ്ടേ?”

“അണ്ണാ, 1300 റിയാൽ ശമ്പളം. 400 ചെലവായിടും. ബാക്കി വീട്ടിലയയ്ക്കും. ഇംഗ്ലീഷ് മീഡിയം സ്കൂളിൽ രണ്ടു മക്കൾക്ക് ഫീസ്, വണ്ടിക്കൂലി, അപ്പാവുക്ക് മരുന്ന്...ഇതെല്ലാം മുടിച്ചിട്ട് എപ്പടി കൊടുക്കും? ഞാൻ നാലു വർഷമായിട്ട് നാട്ടിൽ പോയിട്ടില്ലണ്ണാ... പെരിയ സങ്കടമിര്ക്ക്.”

“ഹോ! എന്നാലും വിജയ്, ഇതൊരു മുടിഞ്ഞ പലിശ ആണല്ലോടാ.”

“അണ്ണാ ഇരുപതായിരത്തിന് 17 തന്നുള്ളൂ. ആദ്യമാസ പലിശ പിടിച്ചു. ഇപ്പോൾ നാളെ ആറായിരം കൊടുക്കുമ്പോൾ മൊത്തം പലിശ 18 അടച്ചു. ഇനിയും 20 കൊടുക്കണം. എനിക്ക് ഉറക്കമേ വരാത്.”

അവൻ 500 എടുത്തെന്റെ നേരെ നീട്ടി പറഞ്ഞു, “വെള്ളിയാഴ്ച ബാങ്കിൽ പോകുമ്പോൾ ഇതു തന്നാമതി. നാളെ അണ്ണൻ അവൾക്ക് ഗൂഗിൾപേ ചെയ്തു കൊടുക്ക്. ഞാൻ കണ്ടിപ്പാ ശനിക്കളം റിട്ടേൺ ചെയ്യാം.”

ഞാൻ അഞ്ഞൂറ് വാങ്ങുന്നതിനിടയിൽ അവൻ പറഞ്ഞു, “അവർക്കൊരു വോയ്സ് അണ്ണനിട്. നാളെ പണം കെടയ്ക്കുമെന്ന്.”

“ഡാ, ഞാൻ പറയില്ല. പലിശയ്ക്കു വാങ്ങുന്നവനും കൊടുക്കുന്നവനും ഇടനില നിൽക്കുന്നവനും കണക്കെഴുതുന്നവനും കുറ്റക്കാരൻ ആകുമെന്നാ നമ്മടെ മതവിചാരം. തന്നേമല്ലാ, ഇതെന്നാ പലിശയാടാ? മാസം ആയിരത്തിന് 150. കൊള്ളക്കാരിയല്ലേ അവര്?”

“അണ്ണാ, അപ്പടിയൊന്നും സൊല്ലണ്ട. ഒരു വോയ്സ് പ്ലീസ്. അല്ലങ്കിൽ നാളെ ഇവര് വീട്ടിൽ ചെന്നാൽ എന്റെ പൊണ്ടാട്ടി എന്നോട് ഇതിലും വലിയ വെടിവെപ്പ് നടത്തും.”

അവൻ വോയ്സ് ഓണാക്കി. ഞാൻ പറഞ്ഞു,

“ഏയ് അണ്ണീ, ഉങ്കളുടെ അക്കൗണ്ടിൽ നാളെക്ക് ആറായിരം കെടയ്ക്കും, കവലപ്പെട വേണ്ടാ.'

ഉടൻ തിരിയെ മറുപടി വന്നു. "ഉങ്കളെപ്പറ്റി വിജയ് പേശിയിരുക്ക്. ഓക്കേ, നാളെ അനപ്പണം."

"ഡാ, നീയെന്തിനാ കണ്ട പലിശക്കാരിയോടൊക്കെ എന്നെപ്പറ്റി പറയുന്നേ?"

"അണ്ണാ ഒന്നു പിടിച്ചുനിൽക്കണ്ടേ? അതിനാ അണ്ണൻ വലിയ മുതലാളിയാണെന്നു ഞാൻ പറഞ്ഞത്."

സത്യത്തിൽ ഞാനതു മറന്നിരുന്നു. ഉച്ചയുറക്കത്തിന് വട്ടം കൂട്ടുമ്പോൾ വാട്സാപ്പിൽ മിസ്ഡ് കോൾ. നോക്കിയപ്പോൾ, വീണ്ടും കോൾ... "ഹലോ കേരള സേട്ടാ, അന്ത പണം ശീക്രം അനപ്പണം."

ഉടനെ ഞാൻ ഡിപി നോക്കി. സൂം ചെയ്തപ്പോൾ വല്ലാത്ത ഭാവമുള്ള, നിറയെ ആഭരണങ്ങളണിഞ്ഞ ഒരു മൂക്കുത്തിക്കാരി.

വിജയിനെ വിളിച്ചു ചോദിച്ചു. "ഞാനെന്തായാലും അയക്കാമെന്നു പറഞ്ഞതല്ലേ, പിന്നെന്തിനാടാ എന്റെ വാട്സാപ്പ് നമ്പർ അവർക്ക് കൊടുത്തത്?"

"അണ്ണാ, ഇന്ന് അവര് ഒത്തിരി പ്രാവശ്യം ഇങ്ങോട്ട് വിളിച്ചപ്പോ കൊടുത്തു പോയതാ മന്നിച്ചിടുങ്കോ."

എന്നെക്കൊണ്ട് ഞാൻ തോറ്റു

നജ്റാൻ എയർപോർട്ടിലെ സുരക്ഷാ പരിശോധനയ്ക്കായി വാച്ചും ബെൽറ്റും ഒക്കെ ഊരി പെട്ടിയിലിട്ട് ഗ്രീൻലൈറ്റിൽ വാതിൽ കടന്ന എന്നെ മുതിർന്ന ഉദ്യോഗസ്ഥൻ പ്രശംസിച്ചതിങ്ങനെ.

"അന്ത കോയിസ് മീയാ മീയാ അന്ത സുവാജ് സൗദിയ" (നീ ആൾ നല്ലവനാണ്. നീ സൗദിയിൽ നിന്നൊരു കല്യാണം കഴിക്കൂ)

എന്നെ ആ പുള്ളി ഊതുകയാണെന്ന് മനസ്സിലായ ഞാൻ ഒട്ടൊരു ബഹുമാനത്തോടെ, "ലാ ലാ അന സോവ്ജ് ഇന്ത്യ മവ്ജൂദ് ബശയിൻ ബിസുറ കബീർ താനി മാ അപ്കാ" (ഇല്ലില്ല, എന്റെ ഭാര്യ ഇന്ത്യയിലുണ്ട്. പിന്നെ മക്കളൊക്കെ വലുതാവുകയും ചെയ്തു. ഇനി കല്യാണം വേണ്ടാ)

"യസതീക്ക് നിന്നെ കണ്ടാൽ കല്യാണം കഴിച്ചതാണെന്നു തോന്നുകയില്ല."

അതുകേട്ട് മനോഹരമായൊരു ചിരി അയാൾക്ക് സമ്മാനിച്ചു കൊണ്ട് ബാഗുമെടുത്ത് ഞാൻ എലവേറ്റർ ലക്ഷ്യമാക്കി നടന്നു.

ലോഞ്ചിലെ ബ്രൂഫിയയിൽ ക്യൂ നിന്നൊരു കോഫിയും വാങ്ങി ടേബിളിലിരുന്ന് മൊത്തുമ്പോളേക്കും മൂടുപടമണിഞ്ഞൊരു അറബിച്ചി അടുത്തേക്ക് വന്നു പറഞ്ഞു,

"വല്ലാഹി അന്ത കോയിസ്" (അല്ലാഹുവാണേ നീ നല്ലവനാണ്)

ശ്ശെടാ, ഇതാരപ്പാ ഇവിടെ എന്നെ അറിയുന്ന പെണ്ണുങ്ങൾ! എന്റെ കടയിൽ വരുന്ന ഏതേലും കസ്റ്റമർടെ ഭാര്യയാവും പെങ്ങളാവും എന്നൊക്കെ പണ്ടാരടങ്ങി ആലോചിക്കുന്നതിനിടയിൽ ചോദിച്ചു,

"മെൻ അന്ത കെഫ് മാലും അന?" (നീയാരാണ്, നീയെന്നെ എങ്ങിനെ അറിയും?)

"ലാ അവ്വൽ മാഫി മാലും ലക്കിൻ അന്ത സവ്വി കോയിസ്" (ഇല്ലാ എനിക്കു നേരത്തേ നിന്നെ അറിയില്ല. പക്ഷേ നീ ചെയ്തത് നല്ലതാണ്)

അമ്പരപ്പോടെ ഞാൻ "ഏഷ് സവ്വി അന" (അതിന് ഞാനെന്നാ ചെയ്തു?)

"എന്റെ മോൾ ബ്രൂഫിയയിൽ നിന്റെ പുറകില് ക്യൂ നിൽക്കുകയായിരുന്നു. പക്ഷേ നീ പുറകിലേക്ക് മാറി മോളെ മുന്നിൽ നിർത്തിയില്ലേ? അതിനാണീ അഭിനന്ദനം."

അപ്പോളാണ് ഞാൻ ശ്രദ്ധിച്ചത് കുറച്ചപ്പുറത്തെ ടേബിളിലിരുന്ന് സാൻഡ്‌വിച്ച് കഴിക്കുന്നതിനിടയിൽ എന്നെ നോക്കി ചിരിക്കുന്ന ഉദ്ദേശം ഏഴു വയസ്സുകാരിയായ മോളൂട്ടിയെ.

കാടുകയറുന്ന ചിന്തകൾ കൊണ്ട് എന്നെക്കൊണ്ട് ഞാൻ തന്നെ തോറ്റു.

പ്രവാസച്ചിരി

വല്ലപ്പോളുമൊക്കെ ഷോപ്പിൽ വരുന്ന റഷീദ് (ഒറിജിനൽ പേരല്ല) ചില ജീവിതചിത്രങ്ങൾ പങ്കുവെച്ചു.

പതിനഞ്ചു വർഷമായി ബായി ഗൾഫിൽ വന്നിട്ട്. ഒന്നുമില്ലായ്മയിൽ നിന്ന് ചില നേട്ടങ്ങളുണ്ടാക്കി. മൂന്നു പെങ്ങന്മാരെ കെട്ടിച്ചയച്ചു. ഉമ്മയേം ഉപ്പയേം ഉമ്രയ്ക്കു കൊണ്ടു വന്നു. പത്തു സെന്റിൽ രണ്ടു മുറിയും അടുക്കളയുമുള്ള ചെറിയ വീടുണ്ടാക്കി.

ആദ്യ സമയത്തൊക്കെ, മൂത്തവളുടെ കല്യാണം കഴിഞ്ഞ് അയ്യായിരവും അതിനു മുകളിലും കടം നിൽക്കുമ്പോളാണ് വീട്ടിൽ നിന്ന് അടുത്ത അറിയിപ്പ് വരുന്നത്.

"ഡാ... ഇളയവൾക്കു ഒരു കേസ് വന്നിരിക്കുന്നു. എന്തേലും മാർഗ്ഗ ണ്ടാവ്വോ?"

"അതിനെന്താ ബാപ്പാ, ഞങ്ങള് നോക്കിന്. എന്തേലും വഴീണ്ടാവും."

ഉടനെ തന്നെ ഒരു കുറി തുടങ്ങിയോ ചേർന്നോ ആദ്യത്തെ തന്നെ വിളിച്ചെടുത്ത് കൂട്ടുകാരോട് കടവും വാങ്ങി അയച്ചു. മൂന്നു പേരെയും അയച്ചു കഴിഞ്ഞപ്പോൾ എന്റേത് ഇത്തിരി താമസിച്ചു പോയി. എന്റെ മൂത്ത കുട്ടിക്ക് ഏഴു വയസ്സേ ആയുള്ളൂ. കൂട്ടുകാരുടെയോക്കെ പെൺമക്കളെ കെട്ടിച്ചുകഴിഞ്ഞു. എന്നാലും ഞാൻ തൃപ്തനാണ്. എന്താന്നോ, ബാപ്പ ഇടയ്ക്കൊക്കെ പറയും എടാ ഞാൻ എന്താപ്പോ അന്നോട് പറയ്യാ? നീ ഇത്രേം കാര്യങ്ങളൊക്കെ ഭംഗിയായി ചെയ്തില്ലേ? കൂടാതെ പെൺമക്കളുടെ വീട്ടുകാരുടെ മുന്നിൽ അന്തസ്സായി ജീവിക്കാനും അതിലേറെ കാര്യമായി അവർ വരുമ്പോളൊക്കെ വെച്ചു വിളമ്പാനുമൊക്കെ കഴിഞ്ഞു. ഞാൻ എന്താപ്പോ അന്നോട് പറയ്യാ.

റഷീദ് അതു പറയുമ്പോൾ ബാപ്പയോടുള്ള സകല ആദരവുമുള്ള ആ മുഖഭാവം കണ്ട് എന്റെ കണ്ണുകളും നിറഞ്ഞു. കുടുംബഭാരം നെഞ്ചേറ്റിയ ഏതൊരു മനുഷ്യനും പ്രത്യേകിച്ച് പ്രവാസിയും കൊതിക്കുന്ന വാക്കുകൾ.

അംഗീകാര വാക്കുകൾക്ക് പിശുക്കു കാട്ടുന്നതാണെന്ന് തോന്നുന്നു, കേരളത്തിലെ കുടുംബങ്ങളിൽ ചിലപ്പോളെങ്കിലുമൊക്കെ പൊട്ടിത്തെറികളും പിണക്കങ്ങളും കൂടുതൽ കാണുന്നത്. നാം യുവാവാകുന്നതോടെ ചില ഗൗരവങ്ങൾ നമ്മിൽ കൂട്ടു കൂടുന്നു. മാതാപിതാക്കളെ നിന്ദിക്കുക, അനുസരണക്കേട് കാട്ടുക... അതൊക്കെയാണ് ആദ്യപടി. അവിടം തൊട്ടാണ് അകൽച്ച തുടങ്ങുന്നതും. നിങ്ങൾ നിങ്ങളുടെ അമ്മയോട് ഇടയ്ക്കൊന്നു പറയണം, അമ്മയുടെ മടിയിൽ തലവെച്ച് ഇത്തിരിനേരം കിടക്കാൻ കൊതിയാവുന്നു എന്ന്. അതുമതി അവർക്ക്.

ചാറ്റിപ്പറ്റിക്കുന്നവർ

വളരെ അപൂർവ്വമായി മാത്രമേ എന്റെ ഇൻബോക്സിൽ മല്ലൂസ് ഫേക്കുകൾ ചാറ്റാൻ വന്നിട്ടുള്ളൂ. എന്നാൽ എല്ലാവരെയും പോലെ എഫ്ബിയിൽ പിച്ചവെച്ചു നടക്കാൻ തുടങ്ങിയപ്പോൾ ഞാനും ചില വെട്ടുകളിൽ വീണിട്ടുണ്ടെന്നത് മറച്ചുവെക്കുന്നില്ല.

ഇവിടത്തെ കളികൾ പഠിച്ച ശേഷം ആരു വന്നാലും അയച്ചുമുറുക്കുക എന്നൊരു തന്ത്രം പ്രയോഗിക്കാറുണ്ട്. ഒരിക്കൽ ഒരു ഹിന്ദിക്കാരി (കാരൻ?) വന്നു വിശേഷം ചോദിച്ചിട്ട് ആദ്യമേ പറഞ്ഞു, "ആശുപത്രിയിലാണ്, ബില്ലടക്കാൻ കായ് വേണം." ഫോൺനമ്പർ, ബാങ്ക് എസി യൊക്കെ പടപടാന്നു വന്നു.

ഞാൻ പറഞ്ഞു "ഫോട്ടോ തരൂ." ഉടനെ അതും വന്നു. ഡ്രഗ്സടിച്ച് കിറുങ്ങിയ മുഖഭാവമുള്ള, മുപ്പതിനുമേൽ പ്രായം തോന്നുന്ന സ്ത്രീയുടെ ഫോട്ടോ.

ഒരിക്കൽ പ്രാർത്ഥന ചെയ്യുന്ന കുഞ്ഞിന്റെ പ്രൊഫൈൽ പടമുള്ള ഒരു പെൺപേരിൽ (സജീന, ലിങ്കിൽ അത് അനീഷ കൊല്ലം) നിന്നും സലാം പറഞ്ഞു കൊണ്ട് ഒരു മെസേജ്. സലാം മടക്കി, മുണ്ടാണ്ടിരുന്നു.

ചോറ് തിന്നോ, ചായ കുടിച്ചോ എന്നൊക്കെ ചോദിച്ചു തുടങ്ങിയപ്പോൾ ഞാൻ ചോദിച്ചു, കല്യാണം കഴിച്ചോ? ഉം...ഹസുമായി പിണക്കത്തിലാ. ആഹാ! എന്നാൽ ഫോൺ നമ്പർ തരൂ ഞാൻ വിളിക്കാം.

"എനിക്ക് ചാറ്റാൻ നേരമില്ല...അതേയ് ഫോൺ റിപ്പയർഷോപ്പിലാണ്-ഓക്കേ."

"എനിക്കൊരു രണ്ടായിരം രൂപ തരുമോ? ഇന്നുവേണ്ട, രണ്ടീസം കഴിഞ്ഞ് തന്നാ മതി."

പിന്നെ ഞാൻ മിണ്ടീല്ല. ഒരാഴ്ച കഴിഞ്ഞപ്പോൾ:

"അയച്ചില്ലല്ലോ ഇക്കാ, ഫോൺ റെഡിയായീന്നു പറഞ്ഞ് അവൻ വിളിച്ചു. ഇക്കാക്ക് എന്നെ വിശ്വാസമില്ലങ്കി ഞാൻ അനിയന്റെ ഫോണിൽ നിന്നും വിളിക്കാം."

"ഏയ് അതൊന്നും വേണ്ടാ, നിന്റെ ഫോൺ കിട്ടീട്ട് വിളിച്ചാ മതി."

പറ്റിക്കപ്പെടുന്നവർ അവനവന്റെ കഴിവുകേടു കൊണ്ടാണ് ഇത്തരം വെട്ടുകളിൽ വീഴുന്നത്.

പോയ ബുദ്ധി ആന പിടിച്ചാലും വരില്ല

കാലത്തെ തന്നെ പ്രകാശൻ ഷോപ്പിലെത്തി. ബാങ്കിൽ പോയി വരുന്ന വഴിയാണ്. "മകന്റെ കുഞ്ഞിന്റെ ഇരുപത്തിയെട്ടുകെട്ടാണിക്കാ, എഴു പതിനായിരം രൂപ അയച്ചു. സ്വർണ്ണത്തിനൊക്കെ എന്നാ വിലയാ! മാല, അരഞ്ഞാണം, കാൽത്തള ഒക്കെ വേണമെന്ന് പെണ്ണുമ്പിള്ളേടെ കല്പന. ഒരുമാതിരി കോപ്പിലെ എടപാട്!"

അയാൾക്ക് ദേഷ്യം വന്നു.

"ഞാനിവിടെ കെടന്ന് ചാകത്തെയുള്ളൂ. ഇതിപ്പോ രണ്ടായിരം ഒരാളോട് പലിശയ്ക്കെടുത്തതാ."

അയാൾ പിന്നെയും മുട്ടൻ തെറിയുമായി പുലമ്പൽ തുടങ്ങി. തെറിയുടെ ആഘാതം എന്റെ നെഞ്ചിൽ വല്ലാത്ത അസഹിഷ്ണുതയു ണ്ടാക്കി.

അയാളെ നോർമലാക്കാൻ ഞാൻ ചോദിച്ചു, "മോന്റെ വിസാ കാര്യം എന്തായി?"

"ഞാനവനെ എണ്ണായിരം റിയാൽ കൊടുത്ത് വിസ എടുത്ത് കൊണ്ടു വരുന്നില്ലെന്നു തീരുമാനിച്ചു. വിസിറ്റ് വിസ മതി. ഇങ്ങു വന്നിട്ട് ഏതെങ്കിലും കമ്പനിയിൽ നോക്കാം. അവർക്കിഷ്ടപ്പെടുന്നെങ്കിൽ വിസ കൊടുക്കട്ടെ. ഇതിനു മുന്നേ മൂന്നു ഗൾഫ് നാടുകളിൽ പോയി. ഒരു മാസം, ഏറിയാൽ മൂന്നു മാസമേ അവൻ നിൽക്കൂ. അവസാനം ദുബായിലെ ജോട്ടൻ പെയിന്റ് കമ്പനിയിൽ സ്റ്റാർട്ടിങ് അറുപതിനായിരം രൂപ ജോലിക്കാണ് കേറിയത്. അവിടേം നിന്നില്ല. ഇപ്പോ രണ്ടു വർഷമായി നാട്ടിക്കെടന്ന് ഹരഹര പാടുവാ. അടുത്ത വിസക്കു വേണ്ടി. ശ്ശെടാ... കുവൈറ്റ്, ബഹ്റൈൻ, ദുബായ് ഒക്കെ പോയവൻ ഈ സൗദിയിൽ വന്നാൽ നിൽക്കുമോ? അതും ഈ ഹുസൈനിയാ പോലുള്ള ഏരിയയിൽ. എന്റെ കഫീലിനോട് സങ്കടം പറ ഞ്ഞപ്പോൾ അവൻ പറഞ്ഞ ബുദ്ധിയാണീ വിസിറ്റ് വിസ. അവൻ തരാന്ന് പറഞ്ഞു. അവന് മുടിഞ്ഞ പ്രേമം അല്ലാരുന്നോ! അന്നവൻ ഗൾഫിൽ നിൽക്കില്ല. കാമുകി കൈവിട്ടു പോകുമോന്ന് അവനും അവൻ കൈവിട്ടു പോകുമോന്ന് അവൾക്കും ആശങ്ക."

"കല്യാണം കഴിഞ്ഞില്ലേ? ഇപ്പോ രണ്ടാൾക്കും ഒന്നകന്നു നിന്നാ മതി യെന്നാവും. മധുവിധുവിന് ഒരഴ്ചത്തെ മധുരമാണെന്നും അതു കഴി ഞ്ഞാൽ ജീവിത കയ്പുകളാണ് വിവാഹത്തിന്റെ ബാക്കിപത്രമെന്നും എത്രയോ മഹാന്മാർ പറഞ്ഞിട്ടുണ്ട്! അതിപ്പോ അവർക്ക് മനസിലായിട്ടു

ണ്ടാവും. നിങ്ങൾ ധൈര്യമായി അവനെ കൊണ്ടു വാ, ഇനി നിന്നോളും."

"വേറൊരു കാര്യം കൂടിയുണ്ടിക്കാ അവൾക്കിപ്പോൾ സർക്കാർജോലി കിട്ടി. അവന് ജോലിയുമില്ല, കൂലിയുമില്ല. വല്ലോം ഞണ്ണണമെങ്കിൽ എന്റെ കാശ് എന്റെ പെണ്ണുമ്പിള്ള കൊടുക്കണം. അവന്റെ ഭാര്യേടെ ശമ്പളം നയാപൈസ വിട്ടുകളിക്കില്ല"

"ആഹ് ! ഇതിനാണ് പ്രകാശാ, സ്വയംകൃതാനർത്ഥങ്ങളെന്നു പറയുന്നത്. അന്നവന് നല്ല ശമ്പളത്തോടെ ഗൾഫിൽ നില്ക്കാൻ അവൾ അനുവദിച്ചിരുന്നെങ്കിൽ... പോട്ടെ ലൈഫ് കറക്റ്റ് ചെയ്യാൻ അവനൊരു ആർജ്ജവം കാട്ടിയിരുന്നെങ്കിൽ... ഇന്ന് ഇങ്ങനൊക്കെ വരുമായിരുന്നോ? ഇതിനാണ് പോയ ബുദ്ധി ആന പിടിച്ചാലും വരില്ലെന്നു പറയുന്നത്."

"അല്ലെന്നേ... അവനിപ്പോൾ വയസ്സ് മുപ്പത്തിമൂന്നായി. ഇനിയെന്നു പഠിക്കാനാ? മക്കളായിപ്പോയില്ലേ? തള്ളിക്കളയാൻ പറ്റുമോ? അവൻ രക്ഷപെടും വരെ എന്റെ പ്രവാസം തുടരും. ഇളയവനെ കൊണ്ടൊരു ടെൻഷനുമില്ല. പഠിച്ച സെക്ഷനിൽ തന്നെ അവനിപ്പോൾ ഖത്തറിൽ ജോലിയായി. ഇവൻ ആ പ്രേമത്തിൽ കുടുങ്ങി ജീവിതം കളഞ്ഞു. പിന്നൊരു കാര്യം, ദോഷം പറയരുതല്ലോ, ആ പെൺകുട്ടി സ്നേഹമുള്ള കുട്ടിയാ. അതിന്റെയത്രേം ഉത്തരവാദിത്തവും കാര്യപ്രാപ്തിയും ഇവൻ കാട്ടാതെ വരുമ്പോളുള്ള ഞങ്ങടെ ചെറുതാകൽ ഇക്കായ്ക്ക് പറഞ്ഞാൽ മനസിലാവില്ല."

ഇതൊരു വലിയ ഇഷ്യു ആകുമെന്ന് മനസു പറഞ്ഞപ്പോൾ ഞാൻ അയാളെ ഉണർത്തി.

"പ്രകാശേട്ടൻ ഒരു കാര്യം ചെയ്യണം, മകനെ കൊണ്ടു വന്നാൽ കൂടെ താമസിപ്പിക്കല്ലും. അയാളെ പാട്ടിനുവിടണം. നിങ്ങൾ കൂടെ നിർത്തിയാൽ ചിലപ്പോ ഇവിടെ കൊലപാതകം നടന്നേക്കും."

"അത്രേയുള്ളൂ. ഞാനതൊക്കെ നേരത്തെ പറഞ്ഞിട്ടുണ്ട്. ഒരു ഫേക്ടറിയിൽ ജോലി പറഞ്ഞു വെച്ചിട്ടുണ്ട്. ചുമട്ടു ജോലിയാണ്, സാരമില്ല ചെയ്യട്ടെ. ഞാൻ ആ ജോലി ചെയ്തല്ലേ ഇവമ്മാരെ വളർത്തിയത്?"

എന്റച്ഛൻ വലിയ ജന്മി ആരുന്നു എന്നു വിചാരിച്ച് ഞാൻ ഇന്ന ജോലിയേ ചെയ്യൂ എന്ന് പറഞ്ഞിരുന്നെങ്കിൽ ഇന്നും പട്ടിണി ആരുന്നേനെ." റേഡിയോ പോലെ അയാൾ പറഞ്ഞുകൊണ്ടേയിരുന്നു.

ഞാനാ ജോലി മാറാൻ കാരണം വരിയുടെ ഓപ്പറേഷൻ നടന്ന കൊണ്ടാ. എനിക്കങ്ങു വയ്യാന്നേ. ഇവൻ കൂടി സ്വയംപര്യാപ്തമായാൽ ഞങ്ങൾക്കൊന്ന് വിശ്രമിക്കാമാരുന്നു. അച്ഛന്റെ വക അല്പം നെല്പാടമൊക്കെ ബാക്കിയുണ്ടേ."

പിന്നയാൾ ബാല്യത്തിലെ പഴയ ബുർഷ്വാകഥകൾ, കൗമാരത്തിലെ കാഴ്ചകൾ, കാഴ്ച മുതലെടുത്തു നടത്തിയ കാമ മദന കഥകളൊക്കെ വിളമ്പാൻ തുടങ്ങി.

കേട്ടുകേട്ട് പിരാന്തു പിടിച്ച ഞാൻ പറഞ്ഞു, "നിങ്ങളൊരു അസ്സൽ സാഹിത്യ പഞ്ചമനാകും- അയ്യനേത്തിനെ പോലെ എഴുതൂ.."

"അയ്യോ ഇക്കാ അയ്യനേത്തിന്റെ കഥകൾ കേരളശബ്ദത്തിലൂടെ വായിക്കാൻ കാത്തിരുന്ന കാലമൊക്കെ ഒരു കാലമായിരുന്നു കേട്ടോ. നിങ്ങള് വായിച്ചിട്ടുണ്ടോ അയ്യനെത്തിനെയും പമ്മനെയും ഒക്കെ?"

"ഏയ് എനിക്കതൊന്നും ഓർമ്മ പോലുമില്ല" എന്നു പറഞ്ഞപ്പോൾ അയാൾക്ക് വിശ്വാസം വരുന്നില്ല. പ്രവാസി അങ്ങിനെയാണ്, സങ്കടകഥകൾ പറഞ്ഞുപറഞ്ഞ് അവസാനം രസമഥനമായ ഏതെങ്കിലും കഥകളുടെ ഓർമ്മയിലേ ഫുൾസ്റ്റോപ്പടിക്കൂ. കാരണം അവർക്ക് ഓർക്കാൻ, ഓർത്തു റങ്ങാൻ ഏറെയിഷ്ടം അത്തരം കാര്യങ്ങളാണ്.

കാലൊടിഞ്ഞ കണ്ണാടി

എല്ലാ ലൊട്ടുലൊടുക്ക് കേസുകെട്ടുകളും എന്റെ ഷോപ്പിലേക്കു വരും. ഹുസൈനിയയിലെ മറ്റു ഷോപ്പുകളിലേക്കു വരുന്ന അറബികൾക്ക് ആവശ്യമായതോ, തങ്ങളുടെ കടയിൽ ഇല്ലാത്തതോ, ഏതെല്ലാം ആംഗ്യത്തിൽ കാണിച്ചാലും മനസ്സിലാകാത്തതോ ആയ സാധനങ്ങൾക്കായി യൂപീക്കാരെയും ബംഗാളികളെയും എന്റെ ഷോപ്പിലേക്കാണ് അറബികൾ പറഞ്ഞയക്കുന്നത്. അതിൽ പലപ്പോളും ടിവിയും റിസീവറും വാച്ചുകളും ഇലക്ട്രോണിക് ഡിവൈസ് ഉൾപ്പെടെയുള്ളവയുടെ റിപ്പയറുകളുമുണ്ടാവും.

ഇതൊന്നും റിപ്പയർ ഇവിടെ ചെയ്യില്ലന്നും പുതിയതിന്റെ വില്പന മാത്രമേ ഉള്ളൂ എന്നു പറഞ്ഞാലും ഒന്നു നോക്കിക്കേ എന്നു പറഞ്ഞ് കടുംപിടുത്തത്തോടെ നിൽക്കുന്നവരെ അനുനയിപ്പിച്ചു പറഞ്ഞയയ്ക്കാനൊക്കെ വലിയ പാടാണ്. പലരും വാഹനം ഷോപ്പിനു മുന്നിൽ നിർത്തിയിട്ടു വിളിക്കും.

"താൽ ഹബീബി" (വരൂ പ്രിയപ്പെട്ടവനേ)

അപ്പോളേ മനസ്സു പറയും എന്തോ കുരിശാണ്, യൂ കെയർഫുൾ!

"അന്തുക്കും സിയാനാ സതീക്ക്?" (കൂട്ടുകാരാ നീ റിപ്പയർ ചെയ്യുമോ)

"ലാ വള്ളാ മാ അന്തി" (എന്റടുത്ത് റിപ്പയറില്ലാ)

"ലാ കുല്ലു നഫർ കലാം അന്തുക്ക് കുൽ ഷെയ് അസ്സൽ" (എല്ലാരും പറയുന്നു നിന്റടുത്ത് എല്ലാം ഉണ്ടെന്ന്)

പറഞ്ഞവനെ കിട്ടിയാൽ രണ്ടു ചീത്തവിളിക്കാനുള്ള ദേഷ്യത്തെ ഉള്ളിലൊതുക്കി വരാത്ത ചിരി മുഖത്തു വരുത്തി ചോദിക്കും

"മെൻ കലാം അന മോന്റിഷ്?" (ആരു പറഞ്ഞു ഞാൻ എഞ്ചിനീയറാണെന്ന്?)

"ഹാദാ മഹൽ ഹാദാ ഹാദാ കുല്ലും" (എതിർ വശത്തേക്ക് വിരൽ ചൂണ്ടി ആ കടകളിൽ നിന്നാണ്)

"വള്ളാഹി അന മാഫി മാലും വല മാലും അന്തുക്ക് അന മുസാദ" (അല്ലാഹുവാണേ സത്യം, എനിക്കറിയില്ല. അഥവാ അറിയാമെങ്കിൽ നിന്നെ ഞാൻ സഹായിച്ചേനെ)

എന്റെ മുഖത്തുനിന്നും കണ്ണിൽ നിന്നും സത്യം ഉറപ്പിക്കുന്ന ഇത്തരക്കാർ പിന്മാറുകയാണ് പതിവ്. ചിലർക്ക് അങ്ങിനെ മതിയാവില്ല. നീ ഒന്നു നോക്കിക്കേയെന്നു നിർബന്ധിക്കുന്ന അവർക്ക് സമാധാനം കിട്ടട്ടെന്നു

കരുതി അഥവാ സ്ക്രൂ എങ്ങാനും ഇളക്കിപ്പോയാൽ നിനക്കിതൊക്കെ അറിയാം ശരിയാക്കി തരണം എന്നുള്ള ഡിമാന്റ് അവർ വെക്കാറുണ്ട്.

ആദ്യകാലങ്ങളിൽ അങ്ങിനെ നഷ്ടവും ടെൻഷനും കുറേ ഉണ്ടായിട്ടു ള്ളതു കൊണ്ട് ആ സൈസ് നമ്മ എടുക്കാറില്ല.

കണ്ണടയുടെ സ്ക്രൂ ഇളകിയതാണ്. ഒന്നു മുറുക്കി തരൂ എന്നു പറഞ്ഞു വരുന്നവരെ നിഷ്കരുണം ഒഴിവാക്കാറുണ്ട്. എനിക്കാ സ്ക്രൂ കാണാൻ തന്നെ കഴിയുന്നില്ല. ആകെ കാണുന്നത് കണ്ണടയുടെ രണ്ടു കാലുകൾ. (ആരാണോ അങ്ങിനെ പേരിട്ടത്! കൈ എന്ന് ഇടുന്നതാ യിരുന്നു ഉചിതം. കാലു കൊണ്ട് ചെവിയിൽ പിടിച്ചിരിക്കുക എന്നത് ശ്രമ കരം തന്നെ) ഉടക്കുണ്ടാക്കിയ ദമ്പതിമാരെ പോലെ അങ്ങോട്ടുമിങ്ങോട്ടും ചേർച്ചയില്ലാതെ ചിലതു തളർന്ന് കീഴോട്ടു കിടക്കും. പിടിച്ചുപൊക്കിയാലും കൈവിട്ടാൽ താഴേക്കു തന്നെ പോകും. അത്തരത്തിൽ ഉള്ളതിലൊക്കെ തൊട്ടാൽ പിന്നെ എപ്പോ പണി കിട്ടിയെന്നു ചോദിച്ചാ മതി.

ഇത്തരം വിഷയങ്ങൾ ഉള്ളതു കൊണ്ട് എന്റെ കണ്ണടയെ പോലും എനിക്കു ഭയമാണ്. വളരെ സൂക്ഷ്മതയോടെ കൊണ്ടു നടക്കുന്നുവെങ്കി ലും ഇപ്പോൾ നാലാമത്തെ കണ്ണടയാണ് കയ്യിലും കണ്ണിലുമുള്ളത്. 2023 ന്യൂ ഇയർ ആഘോഷങ്ങൾ കാണാൻ പൊണ്ടാട്ടിയുമായി ആലപ്പുഴ കടപ്പുറത്തു പോയപ്പോളാണ് തിരക്കിനിടയിൽ മൂന്നാമത്തെ കണ്ണടയും റോഡിൽ എവിടെയോ നഷ്ടമായത്.

നല്ല വില കൊടുത്തു വാങ്ങിയതാണ്. ഭാര്യയ്ക്ക് ഏറെ ഇഷ്ടമായിരുന്ന നീല ഫ്രെയിമുള്ള ആ കണ്ണട പോയപ്പോൾ ഞാൻ കുറേനാൾ വല്ലാതെ ശ്ശേശ്ശേന്നും പറഞ്ഞു നടന്നു. രൂപ പതിനായിരം വേണം അതുപോലൊ ന്നു വാങ്ങാൻ.

കണ്ണട പോയതിന് വാപ്പി ഇനി ശ്ശേശ്ശേ എന്നൊന്നും പറഞ്ഞു നടക്കണ്ട. ഞാൻ നിങ്ങൾക്കു രണ്ടാൾക്കും കണ്ണാടി ഓർഡർ ചെയ്തിട്ടുണ്ട്. പ്രമുഖ കടയിൽ ചെന്ന് ഡോക്ടറുടെ കുറിപ്പും അളവും കൊടുത്താൽ മതി എന്ന് ഇളയ മകന്റെ വർത്താനം കേട്ടതോടെ എനിക്ക് സമാധാനമായി. അങ്ങിനെ കാത്തിരുന്നു കിട്ടിയ സമ്മാനമായ കണ്ണടയുടെ കാല് ഇന്ന് എങ്ങിനെയോ വളഞ്ഞപ്പോളാണ് ഇക്കണ്ട മനുഷ്യന്മാരെല്ലാം കണ്ണടക്കാല് വളയുമ്പോൾ അനുഭവിക്കുന്ന നൊമ്പരം മനസ്സിലായത്.

നാം അനുഭവിക്കാത്തതെല്ലാം നമുക്ക് കെട്ടുകഥകളായി തോന്നും.

അവരൊക്കെ ആരായിരുന്നു.?

കൊറോണ തുടങ്ങിയപ്പോൾ മനസില്ലായ്മയോടെ വെക്കാൻ തുടങ്ങിയ ഈ സാധനം എന്റെ പുസ്തകം ഒന്നാം ഭാഗത്തിലെ ഒരു കഥാപാത്രമായ പാകിസ്ഥാനി സഹ്രിയെ പോലെ ചിലർക്കെങ്കിലും ഒരനുഗ്രഹമായിരുന്നു.

പ്രവാസത്തിലെ രാത്രി ലോക്ക്ഡൗണുകൾ വലുതായിട്ടു അസ്വസ്ഥത ഒന്നുമുണ്ടാക്കിയില്ല. പിന്നീട് നാട്ടിൽ വെക്കേഷൻ കാലത്തു അടച്ചിടപ്പെട്ട ദിനങ്ങൾ പോലെ ഇനിയൊരു കാലത്തും ഉണ്ടാവല്ലേ എന്നാണ് പ്രാർത്ഥന.

ഒൻപതു മാസം നാട്ടിൽ മാസ്ക് വെച്ചു നടന്ന കാലം. അടുത്തു വന്ന് കൈപിടിച്ചു കുലുക്കി വർത്താനം പറഞ്ഞു പോയ ആളാരാണെന്നു ചിന്തിച്ചു ഉറക്കം കളഞ്ഞിട്ടുണ്ട്. കൈ പൊക്കിക്കാട്ടി പോകുന്ന പഹയന്മാർ ആരെടാ എന്നു വിചാരിച്ചിട്ടുണ്ട്. കല്യാണ വീടുകളിലും മറ്റു വിശേഷ സ്ഥലങ്ങളിലുമൊക്കെ ഓടിവന്നു വിശേഷങ്ങൾ തിരക്കിയവരൊക്കെ ആരായിരുന്നുവോ എന്തോ!

കൊറോണ ഇമ്മിണി കുറഞ്ഞ സമയമായപ്പോൾ പലരോടും മാസ്ക് ഒന്നു താത്തിക്കേ എന്നൊരു ഡയലോഗ് അടിയ്ക്കേണ്ടി വന്നു. ശൃംഗാര ഭാവം കാണാൻ പറ്റാതിരുന്ന മുടിഞ്ഞ കാലം. കണ്ണിൽ വല്ല ഭാവവുമുണ്ടോ എന്നു സൂക്ഷിച്ചു നോക്കുമ്പോളേക്കും പണ്ട് യുവത്വകാലത്ത് സംസാരിച്ചു നിൽക്കെ സരസുചേച്ചി മാറിലേക്ക് തോർത്തുമുണ്ട് വലിച്ചു വെക്കുന്നതുപോലെ മൂക്കിൽ നിന്ന് താഴേക്കിറങ്ങുന്ന മാസ്കുകൾ വലിച്ചു മുകളിലേക്ക് കേറ്റിവെച്ചിരുന്ന കാലം മനസ്സുഖമില്ലാത്ത ഒരു വല്ലാത്ത കാലം തന്നെ.

മൂന്നു വർഷം മുൻപു വരെ കർചീഫു കൊണ്ട് മുഖം മറച്ചു സ്പീഡിൽ ബൈക്കോടിക്കുന്ന തിരക്കിനിടയിലൂടെ ചെത്തി പാഞ്ഞു പോകുന്ന ഇടങ്ങേറു പിടിച്ച യുവാക്കളെ കാണുമ്പോൾ ഇവന്മാർ മുഖം മറച്ചു പോകുന്നതിനു സർക്കാരിന് കേസെടുത്തുകൂടെ എന്നു ചിന്തിച്ചിരുന്നു. ഇന്നിപ്പോൾ മുഖം മറയ്ക്കാതെ പോകുന്നവർക്കെതിരെ കേസും ഫൈനും ചുമത്തുന്ന സർക്കാരുകൾ. കാലം എപ്പോളും ഇങ്ങിനൊക്കെയാണ് വിരോധാഭാസങ്ങൾക്ക് ചിലപ്പോളെങ്കിലും കുടപിടിപ്പിക്കും.

ഒരു ഉംറ കൂടി കഴിയുമ്പോൾ

വിശുദ്ധ റമളാനിൽ മക്കാ ഹറമിൽ അതിയങ്കരമായ തിരക്കാണ്. ഒരു പക്ഷേ ഹജ്ജ്നേക്കാൾ കൂടുതൽ വിശ്വാസികൾ എത്തുന്ന കാലം. എന്നും ലക്ഷകണക്കിന് ആളുകൾ എത്തുന്ന ലോകത്തിന്റെ മധ്യഭാഗം.

പ്രാർത്ഥന അതൊരു പുണ്യ പ്രവർത്തിയാണ്. അവനവന്റെ അഹമ്മതി ഇല്ലാതാക്കുവാൻ കഴിയുന്ന ഒറ്റമൂലി. മറ്റുള്ളവർക്കായും തനിക്കായും ചെലവില്ലാതെ ചെയ്യാൻ കഴിയുന്ന നന്മ.

ഖുർആൻ പറയുന്നു "ഹേ മനുഷ്യരേ പ്രാർത്ഥന ഒരുവന്റെ മുഖം പ്രകാശപൂരിതമാക്കുന്നു, ഹൃദയത്തെ നവീകരിക്കുന്നു"

സൗദി പ്രവാസി ആയതു കൊണ്ടു കിട്ടിയ വലിയ സൗഭാഗ്യങ്ങളിലൊന്നാണ് എനിക്കു തന്നെ കൃത്യമായ കണക്കില്ലാത്ത ധാരാളം ഉംറകൾ. പതിനെട്ടു വർഷം മുന്നേ പോയപ്പോൾ ഉള്ള ഹറം പരിസരമോ സൗകര്യമോ അല്ല ഇന്ന്.

ഏറ്റവും അത്യന്താധുനിക സൗകര്യങ്ങളും സേവനങ്ങളും നൽകുന്നതിലൂടെ സൗദി ഗവണ്മെന്റ് വലിയ ദൗത്യം നിർവ്വഹിക്കുന്നു. ലോകത്തെവിടെയും ഇത്രയേറെ വേഗത്തിൽ സിസ്റ്റമാറ്റിക്കായി പ്രവർത്തിക്കുന്ന മറ്റൊരിടമില്ലെന്നു തോന്നുന്നു. അത്ഭുതപ്പെടുത്തുന്ന ശുചീകരണവും മാലിന്യ നീക്കവും.

ഹജ്ജും ഉംറയും ചെയ്യുന്ന മറ്റുള്ളവർക്കായി, അവരുടെ സൗകര്യങ്ങൾക്കായി നിങ്ങൾ ഒതുങ്ങി കൊടുക്കുമ്പോളാണ് നീ യഥാർത്ഥ ഹജ്ജാജിയാകുന്നത് എന്നുള്ള യാഥാർത്ഥ്യം എല്ലാ തീർത്ഥാടകരിലും എത്തിക്കാൻ ഹജ്ജ് ഉംറ ഗ്രൂപ്പുകൾ ശ്രമിക്കാറുണ്ട്.

മസ്ജിദുൽ ഹറമിലെ തിരക്കുകൾ അനുഭവിച്ചിട്ടുള്ള ഒരാളെന്ന നിലയിൽ ഇത്തവണ റമളാനിൽ പോകണ്ടാന്നു കരുതിയതാണ്. ഒട്ടും പ്രതീക്ഷിക്കാത്ത നേരത്താണ് കഫീൽ മൻസൂർ ഷോപ്പിലെത്തി പറഞ്ഞത്, "യാ ജലാൽ, നിനക്കുള്ള ഫ്ളൈറ്റ്, ട്രെയിൻ ടിക്കറ്റുകൾ ഉൾപ്പെടെ ഞാൻ എടുത്തിട്ടുണ്ട്. വ്യാഴാഴ്ച്ച നമുക്ക് മക്കയിലേക്കു പോകണം."

മുന്തിയ സൗകര്യങ്ങളും സ്വപ്നസദൃശ ഹോട്ടൽ സൗകര്യങ്ങളും കൂടിയ ഗിഫ്റ്റുകളും ഒരുക്കിയ കഫീലിനോടു ഞാൻ പറഞ്ഞു എനിക്കിതൊന്നും താല്പര്യമില്ല, ലളിതമായതാണ് എനിക്കിഷ്ടം."

അതിന് അവന്റെ മറുപടി ഇതായിരുന്നു: "അതെനിക്കറിയാം. പക്ഷേ,

നിന്നെ ഇങ്ങിനൊക്കെ സന്തോഷിപ്പിക്കുക എന്നതാണ് എന്റെ സന്തോഷം. നീയൊന്നും മിണ്ടണ്ട."

നാം തീരുമാനിക്കുന്നതു പോലെയല്ല പടച്ചോന്റെ വിളിക്കുത്തരം നൽകേണ്ടി വരുന്നത് എന്ന യാഥാർത്ഥ്യം ഓർമ്മിപ്പിച്ച ഒരു സന്ദർഭമായിരുന്നു അതും.

കഴിഞ്ഞ റമളാനിൽ പ്രിയതമയ്ക്കൊപ്പം ഇഅത്തികാഫ് ഇരുന്ന നാളുകളിലെ ഹൃദ്യ പ്രണയം പൂത്ത ഓർമ്മകൾ കൊണ്ട് സമ്പന്നമായ മണിക്കൂറുകളാണ് കടന്നുപോയത്. ഭക്തിയും സന്തോഷവും കണ്ണും മനസും നിറച്ച നാളുകൾ.

മുപ്പത്തിമൂന്നു വർഷം നീണ്ട ദാമ്പത്യ ജീവിതത്തിന്റെ അനർഘ നിമിഷങ്ങളായി, ഏറ്റവും മൂല്യമുള്ള ദിവസങ്ങളായി മാറിയ ഒരു മാസമായിരുന്നു അത്. തിരക്കിനിടയിൽ വിട്ടു പോകാതിരിക്കാൻ ചേർത്തു പിടിച്ച കൈകളുടെ സംരക്ഷണ സെക്യൂരിറ്റിയേക്കാൾ വലിയതൊന്നും ആർക്കും പരസ്പരം നൽകാനാവില്ല. ഇന്നലെ ഒറ്റക്കായപ്പോൾ മിസ്സായതിന്റെ വില ഓർമ്മിപ്പിക്കുന്നു. കണ്ണു നനയ്ക്കുന്നു. ഉംറയ്ക്കു ശേഷം നജ്റാനിലേക്കു തിരിക്കുമ്പോൾ ഇൻശാ അള്ളാ അടുത്ത റമളാനിൽ ഉറപ്പായും കഴിഞ്ഞ വർഷത്തേക്കാൾ മികച്ച സന്തോഷം നേടണമെന്ന് മനസ്സുറപ്പിക്കുന്നു. പ്രാർത്ഥിക്കുന്നു...

ഹോ! ഈ പെട്ടിയുടെ കാര്യം!

ആദ്യമായി ഒരെണ്ണം വാങ്ങിയത് പതിമൂന്നാം വയസ്സിലാരുന്നു. ട്രങ്കു പെട്ടി എന്ന പേരിൽ അറിയപ്പെട്ടിരുന്ന ഇരുമ്പ് തകിടു കൊണ്ടുള്ള ഒരു പെട്ടി. അതിനൊരു ലോക്കുണ്ട്. ചെറിയ താഴ് മാത്രമേ കയറൂ. ഒന്നു മുതൽ നാലു ക്ലാസ്സ് വരെ പഠിക്കുന്ന കാലത്ത് ക്ലാസ്സിലെ സമ്പന്നകുട്ടികളായ രണ്ടുപേർ ചെറിയൊരു അലുമിനിയം പെട്ടിയിൽ ബുക്കും പുസ്തകവും പെൻസിലും തൂപ്പുറബ്ബറുമൊക്കെ വെച്ചോണ്ടു വരുമ്പോൾ നുമ്മക്ക് ബല്യ കൗതുകമായിരുന്നു. അലുമിനിയം എന്ന ലോഹം കൊണ്ട്, ആഹാരം കഴിക്കുന്ന പാത്രമുണ്ടാക്കിയാൽ പോരേയെന്നും അന്നേ ചിന്തിച്ചു. ആ അസൂയചിന്തയാണ്, ആഗ്രഹമാണ് ട്രങ്കുപെട്ടി വാങ്ങിയതിലൂടെ സാധിച്ചെടുത്തത്.

വാഹനങ്ങൾ തീരെ കുറഞ്ഞ അക്കാലത്തു ഇടയ്ക്കിടയ്ക്ക് റോഡുകളിലൂടെ നടന്നു പോകുന്നവർ ഒരു ട്രങ്കുപെട്ടി തൂക്കി നടക്കുമ്പോൾ എന്നെക്കഴിഞ്ഞേ വേറാരുമുള്ളൂ എന്ന ലവരുടെ മസിലു പിടിത്തവും മുഖവും ഒക്കെ നിരീക്ഷിക്കുമായിരുന്നു. അതിനകത്തൊക്കെ നിറയെ ഒന്നിന്റെയും അഞ്ചിന്റെയുമൊക്കെ നോട്ടുകൾ അടുക്കി വെച്ചിട്ടുണ്ടാവും എന്നു ഞാൻ വിചാരിച്ചിട്ടുണ്ട്. ഇതൊരെണ്ണം വാങ്ങണമെന്നും കാശൊന്നും വെച്ചില്ലേലും തൂക്കിപ്പിടിച്ച് ഗമയിൽ നടക്കണമെന്നുമുള്ള ആശ ഞാൻ നിറവേറ്റി. കോട്ടയം ബേക്കർ ജംഗ്ഷനിലെ ജെ.ജെ. ഹോട്ടലിലെ ക്ലീനിംഗ് ജോലിക്കു കിട്ടിയ മാസ ശമ്പളമായ 120 രൂപയ്ക്ക് ആദ്യം തന്നെ ഗ്രേ കളറിലുള്ള പെട്ടി വാങ്ങി. പിന്നെ അതുമായി നാട്ടിൽ പോകാനും മറ്റും കൊതിയായി. അടുത്ത മാസത്തെ ശമ്പളത്തിന് പെട്ടിയിൽ എന്തൊക്കെയോ വാങ്ങി വെച്ച് ആലപ്പുഴയ്ക്ക് ബോട്ടിലാണു പോയത്. പെട്ടിയും അടക്കിപ്പിടിച്ച് ഗമയിലുള്ള എന്റെ ഇരുപ്പ് കണ്ടെല്ലാരും നോക്കിയത് അസൂയ കൊണ്ടാണെന്നു വിചാരിച്ച് അവരെയൊക്കെ ഞാനൊരു പുച്ഛത്തോടെ നോക്കി പെട്ടിയൊന്നൂടെ മാറോടടുക്കി പിടിച്ചിരുന്നു.

ആലപ്പുഴ ബോട്ടുജെട്ടിയിൽ നിന്ന് വീട്ടിലേക്കുള്ള അഞ്ചു കിലോമീറ്റർ പെട്ടിയും തൂക്കി എന്നെ നോക്കുന്നുണ്ടോ എന്ന മട്ടിൽ നടന്നപ്പോൾ കിട്ടിയ ആനന്ദം പിന്നെപ്പോളെങ്കിലും കിട്ടിയിട്ടുണ്ടോ എന്നു ചിന്തിക്കാറുണ്ട്.

ട്രങ്കുപെട്ടികൾ പലതരം സ്യൂട്ട്കെയ്സിലേക്കു വഴിമാറിയപ്പോൾ അതൊരെണ്ണം വാങ്ങി. പിന്നീട് പലതരം ബാഗുകളുടെ കാലമായി. ആദ്യമായി വാങ്ങിയത് റൗണ്ട് ബാഗായിരുന്നു.

അക്കാലത്ത്, കല്യാണത്തിന് ചെക്കൻവീട്ടുകാർ പെണ്ണിനെ ഒരുക്കാനുള്ള ഡ്രസ്സും സാമഗ്രികളും ഒരു സ്യൂട്ട്കെയ്സിൽ തന്നെ കൊണ്ടുപോകണം. അത് ചെക്കന്റെ പെങ്ങളുടെ കയ്യിലാവണം എന്നൊരു നാട്ടുനടപ്പുണ്ടായിരുന്നു. പൈസയ്ക്ക് നല്ല ദാരിദ്ര്യമുണ്ടായിരുന്ന അക്കാലത്ത് ഒരു സ്യൂട്ട്കെയ്സു തന്നെ പല കല്യാണങ്ങൾക്കും ഉപയോഗിച്ചിട്ടുണ്ട്. എന്റെ കല്യാണത്തിന് മൂത്ത ഇക്കാ ബഹറിനിൽ ആരുന്ന കൊണ്ട് എനിക്കും സാജിതാക്കുമുള്ള മുഴുവൻ ഡ്രസ്സുകളും ഒരുക്കൽ സാധനങ്ങളും സ്യൂട്ട് കേസിലാക്കി കൊടുത്തുവിട്ടിരുന്നു.

ഗൾഫിൽ നിന്നും നാട്ടിലേക്കു പോകുന്നവരുടെ കൈയിൽ അത്തർ മണക്കുന്നൊരു ബ്രീഫ് കെയ്സും അതിൽ നിറയെ പലതരം സാധനങ്ങളും നിറച്ചുവെച്ചിരിക്കും. ആദ്യ നാട്ടിൽ പോക്കിന് മുന്നേ ഡിപ്ലോമാറ്റ് തന്നെ ഞാനുമൊരെണ്ണം വാങ്ങി. തിരിയെ പോന്നപ്പോൾ സൗദിയിലേക്ക് കൊണ്ടുപോന്നു. ഒരുപാടു പ്രാവശ്യം പിന്നീടു നാട്ടിൽ പോയെങ്കിലും ഒരിക്കലും അത് കൊണ്ടുപോയില്ല. സൗകര്യ പ്രദമായ ബാഗുകൾ കിട്ടിയതാണു കാരണം. മൂന്നാമത്തെ നാട്ടിൽ പോക്കിനായിരുന്നു മകളുടെ കല്യാണം. പോകും മുന്നേ കാശ് വെക്കാൻ സാധ്യതയുള്ള എല്ലായിടവും അരിച്ചു പെറുക്കി. അപ്പോളാണ് ഡിപ്ലോമാറ്റിന്റെ രഹസ്യ അറയിൽ നിന്നും മൂവായിരം റിയാൽ എന്നോ വെച്ചിട്ടെടുക്കാൻ മറന്നു പോയതു കിട്ടിയത്. അതു കൊണ്ടു തന്നെ മനസ്സിൽ ആ സ്യൂട്ട്കെയ്സിനോടൊരു പ്രത്യേക അറ്റാച്ച്മെന്റുണ്ട്. ക്യാൻസലായി പോകുമ്പോൾ ഇത് തീർച്ചയായും കൊണ്ടു പോകണം.

ഇതൊക്കെ ഇന്നോർക്കാൻ കാരണം 65 വയസ്സോളം പ്രായമുള്ള യൂപി സ്വദേശി എന്റെ ഷോപ്പിൽ ഡിപ്ലോമാറ്റും തിരക്കി വന്നതാണ്.

"ബായ് ഇപ്പോളാരും അതു വാങ്ങാറില്ല. അതുകൊണ്ട് ഇവിടെ എടുക്കാറില്ല. ദാ ആ കിടക്കുന്ന ബാഗിൽ ഒന്ന് വാങ്ങിക്കോളൂ"

"അത് നിങ്ങളാണോ തീരുമാനിക്കുന്നത്? എനിക്ക് പെട്ടി വേണം. നിങ്ങടെ കടയിൽ അതില്ല. അതു പറഞ്ഞാൽ മതി. ഞാനെന്ത് ഉപയോഗിക്കണം എന്നു ഞാൻ തീരുമാനിച്ചോളാം."

അള്ളാ! ഞാൻ പെട്ടു. പ്രത്യേകിച്ച് പ്രായമുള്ളയാൾ. ഇമ്മിണി കാര്യം മതി ചൂടാവാൻ. ഞാൻ പെട്ടെന്ന് പ്ളേറ്റ് തിരിച്ചു. "ബായി നമ്മളൊക്കെ വന്നപ്പോൾ സ്യൂട്ട്കെയ്സ് ആയിരുന്നു. എത്ര നല്ല ഒരു സാധനമാണത്! പക്ഷെ ഇപ്പോളത്തെ ആളുകൾക്കതു വേണ്ടാ. പല കഷ്ണങ്ങളായി തൂങ്ങി കിടക്കുന്ന ഈ സൈസ് ബാഗുകളാണ് കസ്റ്റമർക്ക് വേണ്ടത്. എന്ത് കാലമാ അല്ലേ?"

“അതെയതേ. ഞാൻ എന്താന്നോ നിർബന്ധം പിടിച്ചത്? മുപ്പത്തഞ്ചു വർഷത്തെ പ്രവാസത്തിലും ഓരോ പോക്കിനും ഞാനോരോ ബ്രീഫ് കെയ്സ് വാങ്ങും. തിരിയെ കൊണ്ടു വരില്ല. അഞ്ചെട്ടെണ്ണം വീട്ടിലുണ്ട്. ഇത് ലാസ്റ്റ് പോക്കാണ്. വീട്ടിൽ ചെന്ന് അവിടിരുന്ന് ഓരോ പെട്ടിയുടെയും പുറത്തെ ഒട്ടിച്ചിരിക്കുന്ന ഡേറ്റും വർഷവും നോക്കി ഓർമ്മകളിലൂടെ പ്രവാസകാലത്തെ നന്മകൾ ഓർത്തിരിക്കാല്ലോ.”

ബാല്യത്തിൽ നമ്പർ ലോക്കുള്ള പെട്ടികൾ അത്ഭുതം വിതച്ചിരുന്നു. അലാവുദീൻ കഥകളിലെ തുറക്കൂ സീസേ എന്ന മന്ത്രമാണ് നമ്പറുകളിലൂടെ കൈയോടിക്കുമ്പോൾ മനസ്സിൽ വരാറ്.

ജോസ്പ്രകാശും നസീറും ജയനുമൊക്കെ എത്രയെത്ര പെട്ടികളിലാണ് അടുക്കി വെച്ച നൂറിന്റെയും അമ്പതിന്റെയും നോട്ടകെട്ടുകൾ പ്രേക്ഷകരെ കാട്ടിത്തന്നിട്ടുള്ളത്! അടുക്കി വെച്ച സ്വർണ്ണ ബിസ്കറ്റുകൾ പെട്ടി ചെരിച്ചു കാട്ടുമ്പോൾ അറിയാതെ കണ്ണുകൾ മിഴിച്ചു പോകുമായിരുന്നു. ഒരുപക്ഷേ നാടോടിക്കാറ്റ് സിനിമയിൽ ശ്രീനിവാസനും മോഹൻലാലും മാമുക്കോയയോടൊപ്പം ദുബായിൽ പോകാൻ പത്തേമാരിയിൽ കയറാൻ സ്യൂട്ട്കെയ്സ് പിടിച്ചു കൊണ്ട് മദ്രാസ് കടലിൽ ചാടുന്ന രംഗമായിരിക്കും അന്നത്തെ മലയാളിയെ ഏറെ ചിന്തിപ്പിക്കുകയും സങ്കടപ്പെടുത്തുകയും ചെയ്തിട്ടുള്ള വിസാ വഞ്ചന. പെട്ടി കള്ളൻ കൊണ്ടുപോയിട്ടെന്തെടുക്കാനാ, താക്കോൽ എന്റെ കയ്യിൽ ഭദ്രമാണ് എന്നൊരു ഫലിതം ഇന്നും ചിലരൊക്കെ ഓർക്കാറുണ്ട്.

ജഗതി പെട്ടി പിടിച്ചു നടക്കുന്നതിലും കേമമായി നടന്നവർ ഭൂമി മലയാളത്തിൽ ഒരുപാടുണ്ട്. അതൊക്കെ ഒരു സുന്ദര കാലം.

എന്റെ ഓട്ടം-ലിബിയുടെയും

ദമാമിലെ സ്ഥിരം താവളത്തിൽ നിന്നും നജ്റാനിലെ കമ്പനിയുടെ ഓഡിറ്റിനു വേണ്ടി രണ്ടാഴ്ച മുൻപെയാണ് കോമഡി എഴുത്തുകാരൻ ലിബി എന്റെ താമസസ്ഥലമായ ഹുസൈനിയായിൽ എത്തിയത്.

നോമ്പുതുറക്കലിന് ലിബിച്ചനെയും വിളിച്ചിരുന്നു. പുള്ളിയെ ഹാളിലിരുത്തി കിച്ചണിൽ തിരക്കിട്ട പലഹാര നിർമ്മാണത്തിലായിരുന്നു ഞാൻ. സമയക്കുറവു കാരണം നോമ്പുകഞ്ഞി കുക്കറിലായിരുന്നു പാചകം. (പൊടിയരി ആണെങ്കിൽ കുക്കറിൽ അപകടം ഉണ്ടാവാൻ സാധ്യത കൂടുതലാണ്). പെട്ടെന്നാണ് ബോംബ് പൊട്ടും പോലൊരു ഒച്ചയും സർവീസ് സ്റ്റേഷനുകളിൽ കേൾക്കാറുള്ള ശീ... എന്ന അതിഭയങ്കര ഒച്ചയും ഒരുമിച്ചുണ്ടായത്. ഞെട്ടിത്തരിച്ച് കിച്ചണിൽ നിന്ന് എന്റടുത്തേക്ക് ഓടിയെത്തിയ ലിബിച്ചൻ:

"എന്താ ഇക്കാ"

"ലിബിച്ചാ ഗ്യാസ് സിലിണ്ടർ ലോക്ക് ചെയ്യണം"

പുറത്താണ് സിലിണ്ടർ വെച്ചിട്ടുള്ളത് എന്നു പറഞ്ഞ് ഞാൻ പുറത്തേക്കോടി. എന്നെക്കാൾ മുന്നേ ലിബിയും.

തിരിയെ പേടിച്ചു പേടിച്ച് പതുക്കെപ്പതുക്കെ കിച്ചണിൽ വന്നു നോക്കിയപ്പോൾ പൊട്ടലും ചീറ്റലും തീയും പൊകയും എല്ലാം കഴിഞ്ഞു. ആശ്വാസത്തോടെ ഞങ്ങൾ പരസ്പരം നോക്കി. അടുത്ത നിമിഷം പൊട്ടിച്ചിരിച്ചുകൊണ്ട് ലിബി എന്നെ കളിയാക്കി. "എന്റിക്കാ, ങ്ങടെ ആ ഓട്ടം ഞാനെന്റെ ജീവിതത്തിൽ മറക്കൂല."

എന്നാലും ലിബി എന്നേക്കാൾ മുന്നേ ഓടി മുറ്റത്തിറങ്ങി നിന്നതു പറഞ്ഞ് ഞാൻ കളിയാക്കിയൊന്നുമില്ല. ലിബി ഞമ്മടെ അതിഥിയല്ലേ. എന്നാലും ലിബീ അന്റെ ആ ഓട്ടം..!

ഞാൻ പിന്നീടും ലിബിയെ നോമ്പു തുറക്കാൻ വിളിച്ചു. പക്ഷേ പഹയൻ വന്നില്ല. തലവേദനയാണെന്നു പറഞ്ഞ് കാറിൽ കേറി പെട്ടെന്ന് പൊയ്ക്കളഞ്ഞു.

തിരിച്ചറിഞ്ഞപ്പോൾ

പാർട്ട് ടൈം ക്ലീനിംഗിന് വരുന്ന ബംഗാളിയോട് എനിക്ക് വലിയ റെസ്പെക്റ്റ് ആയിരുന്നു. ഹോസ്പിറ്റലിൽ ക്ലീനറായ അവൻ ഓടിനടന്ന് പലയിടത്തും ജോലി ചെയ്ത് നല്ല കാശുണ്ടാക്കിയിരുന്നു. നേരത്തെ ബഹ്റൈനിലും ദുബായിലുമൊക്കെ ഉണ്ടായിരുന്നപ്പോളും ഇത്തരം ക്ലീനിംഗ് കമ്പനിയിലായിരുന്നത്രേ ജോലി.

എവിടെ ആയിരുന്നപ്പോളും മാസം അൻപതിനായിരം ധാക്ക (ബംഗ്ലാദേശ് രൂപ) നാട്ടിലേക്ക് അയക്കുന്ന തരത്തിൽ പാർട്ട്ടൈം ജോലികൾക്ക് പോകാറുണ്ടെന്നും നാട്ടിൽ ധാരാളം വസ്തുക്കൾ വാങ്ങിയിട്ടുണ്ടെന്നും; ബാബാ (തന്തപ്പടി) ജഗജില്ലിയാണെന്നും വിസാ കച്ചവടമൊക്കെ ഉണ്ടെന്നും; താനയയ്ക്കുന്ന പൈസ കൊണ്ടൊരു വലിയ കന്നുകാലി ഫാം നിർമ്മാണം നടക്കുന്നുണ്ടെന്നുമൊക്കെ പറയുമ്പോൾ ഞാനറിയാതെ തന്നെ കസേരയിൽ നിന്നെഴുന്നേറ്റ് അവനെ ബഹുമാനിച്ചു പോകുമായിരുന്നു.

ദുബായ് വിശേഷങ്ങൾ പറയുമ്പോൾ ബാങ്ക് ക്ലീനിംഗ് കമ്പനിയിൽ ആയിരുന്നെന്നും ഒരിക്കൽ അവിടെ ആരോ മറന്നു വെച്ചൊരു ഇരുമ്പു പെട്ടി കിട്ടിയെന്നും ഭദ്രമായി ആരുമറിയാതെ ഒരിടത്ത് ഒളിപ്പിച്ചു വെക്കുകയും മൂന്നാലു ദിവസം കഴിഞ്ഞപ്പോ ഒരു സായിപ്പും മദാമ്മയും തിരക്കി വന്നെന്നും ക്യാമറ ചെക്ക് ചെയ്തപ്പോൾ ഇവനെടുത്തു കൊണ്ടു പോകുന്നത് തെളിയുകയും മാനേജർ സഹിതം വന്നിവനെ പൊക്കുകയും ഉടനെ തന്നെ ഇരുന്ന സ്ഥലം കാട്ടിക്കൊടുക്കുകയും അവരിവന് നല്ല തുക പാരിതോഷികം നൽകുകയും ചെയ്ത കഥയൊക്കെ കേട്ട് പുളകിതനായി ഞാനും അവനെ അതി ഭയങ്കരമായിട്ടങ്ങു വിശ്വസിച്ചില്ലങ്കിലും ബഹുമാനിച്ചു കൊണ്ടിരുന്നു.

ഒരു ഹോട്ടൽ, ഒരു ബക്കാല, പിന്നെ എന്റെ ഷോപ്പ്. പിന്നൊരു ഓഫീസ്. എല്ലായിടത്തും കൂടി ക്ലീനാക്കി ആശാൻ നല്ലൊരു തുക സമ്പാദിച്ചിരുന്നു.

അതിനിടയിൽ പെട്ടെന്ന് എനിക്ക് ഷോപ്പ് അടച്ചിട്ടിട്ട് നാട്ടിൽ പോകേണ്ടി വന്നു. നാട്ടിൽ പോകാൻ നേരം കുറച്ചു റിയാൽ എന്നെ നിർബന്ധിച്ചു ഏല്പിച്ച അവൻ ഞാൻ വന്നയുടനെ പൈസ തിരിയെ ചോദിച്ചു. ആളാകെ അവശനും മിണ്ടാട്ടമില്ലാതെ മൂകനുമായി കാണപ്പെട്ടു.

ഇതിനിടയിൽ അവൻ പണിയെടുക്കുന്ന ബക്കാലക്കാരൻ ഇബ്രാഹിം ബംഗാളി രണ്ട് മൂന്നു വട്ടം എന്റെ ഷോപ്പിൽ വന്ന് റുബെൽ ഇപ്പോളും പണിയെടുക്കുന്നുണ്ടോന്നു ചോദിച്ചു.

അവൻ കുഴപ്പമില്ലാത്ത ആളാണെന്നും ഇവിടുണ്ടാവാറുണ്ടെന്നും ഞാൻ പറഞ്ഞപ്പോൾ അവൻ പുച്ഛചിരിയോടെ പറഞ്ഞു, "ബായ്, ബായീടെ ഇയർഫോണുകൾ ബായ് സൂക്ഷിക്കണം." അവൻ പറഞ്ഞതിന്റെ പൊരുൾ മനസ്സിലാവാതെ ഞാൻ ഇയർഫോണും ബ്ലൂട്ടൂത്തും യൂസ് ചെയ്യാറില്ലെന്ന് പറഞ്ഞപ്പോൾ ഇതെന്ത് പറയുന്നു എന്ന മട്ടിൽ എന്നെ ഒന്നു നോക്കി അത്തവണയും അവനിറങ്ങിപ്പോയി.

ഇന്ന് വന്നപ്പോൾ ഷോപ്പിൽ ആരുമില്ല. അവന് വലിയ സന്തോഷം. "ജലാൽ ബായിടടുത്തൊരു കാര്യം പറഞ്ഞിട്ട് എനിക്കുറങ്ങണം. തക്കം നോക്കി വരുമ്പോൾ ഒക്കെ ബായീടെ ഷോപ്പിൽ തിരക്ക്. ആ റുബെലിനെ ഇനി നിർത്തരുത് അവൻ കള്ളനാണ്. ഞാനവനെ ഇരുത്തിയിട്ടാണ് രാത്രി ഭക്ഷണത്തിനായ് ഹോട്ടലിൽ പോയിരുന്നത്. എനിക്ക് വലിയ വിശ്വാസമായിരുന്നു. പക്ഷെ കുറെ നാളായി എന്റെ കടയിൽ വലിയ ദാരിദ്ര്യം തുടങ്ങി. പൈസക്ക് വലിയ ഷോർട്ടേജ്. കച്ചവടം പഴയതു പോലെ ഉണ്ടുതാനും. ചെറിയ ബക്കാല ആയകൊണ്ട് കടയിൽ ക്യാമറയില്ല. അതിനുപകരം ഞാനൊരു ചെറിയ ഹാർഡ് ബോർഡ് പെട്ടി കിഴിച്ചിട്ട് മൊബൈൽ ക്യാമറ ഓണാക്കി അതിൽ വെച്ചിട്ട് കഴിക്കാൻ പോയി. തൊട്ടടുത്തുള്ള കേരള ഹോട്ടലിൽ നിന്ന് ഭക്ഷണം കഴിച്ചിട്ട് പത്ത് മിനിറ്റിനുള്ളിൽ ഞാൻ തിരിയെ എത്തി."

ആകംംക്ഷയോടെ അവന്റെ മുഖത്തുനോക്കി കഥ കേട്ടു നിന്നു ഞാൻ അക്ഷമനായി.

ഉടനെ തന്നെ അവൻ പോക്കറ്റിൽ നിന്നും മൊബൈൽ എടുത്തു. ഞാൻ നോക്കുമ്പോൾ ഇതൊന്നു കാണ് എന്നു പറഞ്ഞു കൊണ്ടവൻ വീഡിയോ ഓൺ ചെയ്തു. റുബെൽ മേശ തുറക്കുന്നതും കൃത്യമായി ഇരുന്നൂറു റിയാൽ എണ്ണിയെടുത്ത് അവന്റെ പേഴ്സിൽ വെക്കുന്നതുമായ വീഡിയോ.

"നീയവനെ വല്ലതും ചെയ്തോ?"

"പിന്നില്ലേ ഒരു വലിയ തടി കഷ്ണം ആയിരുന്നു കയ്യിൽ കിട്ടിയത്. അവന്റെ മുതുക് നോക്കി ഒരു പത്തടി ആഞ്ഞടിച്ചു. എന്നിട്ടുമവൻ അനങ്ങിയില്ല. അവനറിയാം നാണക്കേടാവുമെന്ന്. അപ്പോളേക്കും ബക്കാലയിലേക്ക് കയറി വന്ന മറ്റ് രണ്ടു ബംഗാളികൾ അടി നിർത്തിച്ചു. വീഡിയോ ഡിലീറ്റ് ചെയ്യാൻ കാലു പിടിച്ചു. ഞാൻ അഞ്ചു ലക്ഷം ധാക്ക ചോദിച്ചിരിക്കുവാ. അവനത് എപ്പോൾ എന്റെ വീട്ടിൽ കൊടുക്കുന്നോ അന്നു ഞാനത് ഡിലീറ്റാക്കും. എന്റെ നാട്ടുകാരൻ ആയതു കൊണ്ട് പോലീസിൽ കൊടുക്കില്ല."

അവനെ നോക്കാനേല്പിച്ചു ഞാനെങ്ങും പോകാറില്ലന്നും എന്റെ കാശൊന്നും പോയിട്ടില്ല എന്നും ഞാൻ ആശ്വസിച്ചു.

അപ്പോളവൻ ചോദിച്ചു, "ഞാൻ ഇയർഫോണിന്റെ കാര്യം എപ്പോളും ചോദിക്കില്ലേ? അതെന്താണെന്നോ റുബെൽ സ്ഥിരമായി ഇയർഫോൺ കൊണ്ടു വരും, എന്നിട്ടു പറയും ജലാൽ ബായി തന്നതാണെന്ന്."

ഞാനപ്പളാ ഇടക്കൊക്കെ ഓർക്കാറുള്ളൊരു കാര്യം ഓർത്തത്. ശ്ശെടാ, ഇയർ ഫോണിന്റെ സ്റ്റോക്ക് എന്താ ഇത്ര കുറയുന്നത്! പിറ്റേന്ന് ക്ലീനിംഗ് കഴിഞ്ഞപ്പോൾ അവന്റെ ശമ്പളവും മറ്റ് കാശെല്ലാം കയ്യിൽ കൊടുത്തിട്ട് പറഞ്ഞു, "ഇനീപ്പോ ഇവിടെ എനിക്കു മാത്രം ചെയ്യാനുള്ള പണിയൊക്കെയേ ഉള്ളൂ. ഞാൻ വിളിക്കുമ്പോൾ നീ വന്നാൽ മതി."

കാപ്പിപ്പൊടി

രാമറണ്ണൻ കമ്പനി ഡ്രൈവറാണ്. എന്നും രാവിലെയും വൈകിട്ടും ഷോപ്പിനു മുന്നിലൂടെ നടന്നാണ് വണ്ടിയുള്ളിടത്തേക്ക് പോകാറുള്ളത്. "ജലാലണ്ണാ സൗഖ്യമാ, സാന്ദ്രം പാക്കലാം" എന്നുള്ള സ്ഥിരം ഡയലോഗ്. സ്പീഡിലൊരു പോക്കും. വൈകിട്ട് വരുമ്പോൾ "ജലാലണ്ണാ ഞാനൊരു ടീ വാങ്ങി വരട്ടുമാ" എന്നു ചോദിക്കും. ഞാൻ ചായ തനിയെ ഉണ്ടാക്കി കഴിക്കുകയുള്ളൂ എന്നും ദൂരെ നിന്നു വാങ്ങി വരുന്ന ചായ തണുത്തു പോകുമെന്നും ഞാനും തിരിച്ചൊരു ഡയലോഗ് സ്ഥിരമായി അടിക്കും. എന്നിട്ട് ഞങ്ങൾ രണ്ടാളും പൊട്ടിച്ചിരിക്കും. പ്രവാസികൾ അങ്ങിനാണ്, ചിരിക്കാൻ ചുമ്മാ അവസരങ്ങൾ ഉണ്ടാക്കും. ഞങ്ങൾക്ക് അതൊരു റിലാക്സാണ്.

ഈയിടെ അണ്ണൻ വന്നപ്പോൾ നല്ല കാപ്പിപ്പൊടിയുടെ കൊതിപ്പിക്കുന്ന മണം. പണ്ട് കോട്ടയം ജെ.ജെ ഹോട്ടലുടമ ജോണിച്ചായൻ കൊണ്ടുവരുന്ന വറുത്ത കാപ്പിക്കുരു പൊടിയും വേറെ ചില പൊടിക്കൈകളും ചേർത്ത് കാപ്പിസ്റ്റ് & ചായ മേക്കറായിരുന്ന പ്രസാദേട്ടൻ ഡിക്കേഷൻ ഫിൽറ്റർ കാപ്പിയുണ്ടാക്കിയിരുന്നു. അതിനവിടെ ഭയങ്കര ഡിമാന്റായിരുന്നു. പിന്നീട് ഞാൻ കോളേജ് കാന്റീനിൽ അടിപൊളി ഫിൽറ്റർ കാപ്പി കൊടുത്ത് ചില രെയൊക്കെ കാപ്പി ഇഷ്ടക്കാരാക്കി. കാപ്പിയോട് വല്ലാതെ ഗൃഹാതുരത്വം പുലർത്തുന്ന എനിക്ക് രാമറണ്ണന്റെ കാപ്പിമണം വല്ലാണ്ടങ്ങ് ഇഷ്ടായി.

"അണ്ണാ, അണ്ണൻ വന്നപ്പോ നല്ല കാപ്പിമണം. യമനിയുടെ ബ്രൂഫിയ യിലെ കാപ്പി കുടിച്ചു അല്ലേ?"

"ഏയ് അല്ലല്ല, ഞാനിത് അറേസിയായിൽ നിന്നും അഞ്ചു റിയാലിന് വാങ്ങിയതാ"ണെന്നു പറഞ്ഞുകൊണ്ട് നൂറു ഗ്രാം വരുന്ന പൊടി പ്ലാസ്റ്റിക് കവർ മേശ മേലേക്കിട്ടു. ഷോപ്പിലാകെ കിടിലൻ കാപ്പിമണം.

"അണ്ണാ അതെടുത്തു പൊതിഞ്ഞു വെച്ചോ." എന്നു ഞാൻ.

"അല്ലല്ല, ജലാലണ്ണൻ എടുത്തോളൂ, ഞാൻ വേറെ വാങ്ങിക്കോളാം."

"ഏയ് അതു വേണ്ട. ഇത് ങ്ങൾക്ക് വാങ്ങിയതല്ലേ? നാളെ പോകുമ്പോൾ എനിക്ക് പത്തു റിയാലിന് വാങ്ങി കൊണ്ടു പോരെ." എന്നു പറഞ്ഞ് കാശെടുത്തു കൊടുത്തു.

"പൈസ വേണ്ടാ, ഞാനിവിടെ പൈസ തരാനില്ലേ, നാല്പതു റിയാൽ? വാങ്ങി വന്നിട്ട് കണക്ക് പറയാം."

അങ്ങിനെ വന്നാൽ കാപ്പിപ്പൊടി കിട്ടാൻ സാദ്ധ്യത ഇല്ലന്നറിയാവുന്ന കൊണ്ട് ഞാൻ പറഞ്ഞു "അതു വേറെ, ഇതു വേറെ. ഈ കാശ് കൈയിൽ ഇരിക്കട്ടെ."

അതിനു ശേഷം പാവം രാമറണ്ണനെ കണ്ടിട്ടില്ല.

സ്വദേശി വണ്ടി

നജ്റാൻ ടൗണിൽ നിന്നും പർച്ചേസ് കഴിഞ്ഞ് എന്റെ പ്രവാസ തട്ടക മായ ഹുസൈനിയയിലേക്ക് വണ്ടി കാത്തു നിൽക്കുമ്പോളാണ് മുഖമാകെ മൂടിക്കെട്ടിയ സംസാരത്തിന്റെ അനലൈസിൽ അറുപത് വയസ്സ് പ്രായം തോന്നിക്കുന്ന സ്വദേശി, വണ്ടിയെന്റെ മുന്നിൽ ചവിട്ടിയത്.

"വോയ്ൻ അപ്ക" (എവിടെ പോകണം)

"അറേസിയ കം ഫ്യൂലൂസ്" (അറേസിയയിൽ)

"അഷ്റ റിയാൽ" (പത്തു റിയാൽ)

"ലാ ലാ ആതിഖ് അർബാ റിയാൽ കുല്ലു നഫർ കംസ വല അർബാ അന്ത കലാം ഗാലി" (ഇല്ലില്ല നാല് റിയാൽ തരും. എല്ലാവരും അത്രേ വാങ്ങൂ. നീ കൂടുതൽ ചോദിക്കുന്നു)

"കലാസ് സിത്ത റിയാൽ" (നമുക്ക് ആറ് റിയാലിൽ തീരാം)

വണ്ടിയിൽ കേറിയ പാടെ അയാൾ മുരണ്ടു.

"നിന്റെ മാസ്ക് നേരെയാക്കിയിട്."

അല്പം മുന്നോട്ടു പോയപ്പോൾ അടുത്തയാൾ വണ്ടിക്ക് കൈകാണിച്ചു.

അറബിയുടെ ആത്മഗതം ഉച്ചത്തിലായി. അള്ളാഹ്! മസ്രിയാണെന്ന് തോന്നുന്നു.

മസ്രികൾ എന്നറിയപ്പെടുന്ന ഈജിപ്തുകാർ ഭയങ്കര പിശുക്കുള്ളവ രാണ് എന്നത് മൊത്തത്തിൽ പാട്ടാണ്. അതിന്റെയാണ് ആ സ്വര വ്യത്യാ സമുണ്ടായത്.

ചോദ്യം ആവർത്തിച്ചു.

"എവിടെ?"

"മുഫറക്ക്"

"അഞ്ച് റിയാൽ"

"ഒരു റിയാൽ തരും"

"നീ രണ്ടെങ്കിലും താടാ"

"ഇല്ലില്ല."

"വാ കേറൂ."

കേറിയ ഉടനെ അയാൾ ചോദിച്ചു,

“നീ പെട്രോൾ വില കൂടുന്നതൊന്നും അറിയുന്നില്ലേ? ഇപ്പോൾ ആരാ ഒരു റിയാലിന് കൊണ്ടു പോകുന്നത്?”

“ഞാൻ എപ്പോളും ഒരു റിയാലിനാണ് പോകുന്നത്.”

“ഓഹോ നീ പാകിസ്ഥാനി ആണല്ലേ?”

“ഐവാ പാക്കിസ്ഥാനി റേജ് ജാൽ കോയ്സ് ഗുവ്വാ.” (അതെ, പാകിസ്ഥാനി പുരുഷന്മാർ സ്ട്രോങ്ങും നല്ലവരുമാണ്)

പാകിസ്ഥാനി പെണ്ണുങ്ങളും കിടുവാണെന്ന് അറബി തിരിച്ചടിച്ചു.

“ഞങ്ങടെ പെണ്ണുങ്ങളെ പറ്റി അനാവശ്യം പറയരുത്” (പാക്കി)

“ഞാനൊന്നും പറഞ്ഞില്ല. നല്ലത് നല്ലതെന്നു പറയും. ഇവിടല്ലേ പെണ്ണുങ്ങൾ വണ്ടിയിൽ കേറാത്തത്. ഞാൻ ജിദ്ദയിൽ ടാക്സി ഓടിയിരുന്ന കാലത്തു എന്റെ വണ്ടിയിലെ സ്ഥിരം യാത്രക്കാർ കൂടുതലും പാക്കിസ്ഥാനി പെണ്ണുങ്ങളായിരുന്നു”

അപ്പോളേക്കും അയാൾക്കിറങ്ങേണ്ട സ്ഥലമായി. ഒരു റിയാൽ കൊടുത്തിട്ട് പറഞ്ഞു, “എനിക്ക് കാർ വർക്ക്ഷോപ്പ് ആണ്. അവിടേക്ക് നിനക്കെപ്പോളും സ്വാഗതം.”

ഇതിനിടയിൽ സനയ്യായിൽ ഇറങ്ങാൻ പൈസ കുറയ്ക്കാൻ തർക്കിച്ച് ഒരു സുഡാനി വണ്ടിയിൽ കയറിപ്പറ്റിയിരുന്നു. പാകിസ്ഥാനി ഇറങ്ങിയപ്പോൾ ലവൻ സൗദിയുമായി മിണ്ടിത്തുടങ്ങി.

അതിനിടയിൽ ഞാൻ ചോദിച്ചു, “എന്നെ ഹുസൈനിയായിൽ വിടാൻ നിനക്കെത്ര കാശ് വേണം?”

“ആദ്യം പറഞ്ഞ ആറ് കൂടാതെ നീയെത്ര കൂടി തരും?”

“ഞാൻ സ്ഥിരമായി എട്ടാണ് കൊടുക്കുന്നത്. പക്ഷേ ഒറ്റ വണ്ടി ആയതോണ്ട് പത്ത് തരാം.”

“ലാ ലാ , ഇരുപത്തഞ്ച് തരുമോ?”

ഞാനൊരു പുച്ഛ സ്മൈലി ശബ്ദത്തിൽ ഇട്ടു കൊടുത്തു. എന്നിട്ടു പറഞ്ഞു “നിനക്കൊത്തിരി കാശിന് ആവശ്യമുള്ള ആളാണെന്നു തോന്നുന്നു. ഞാൻ വരുന്നില്ല അവിടിറക്കിയാൽ മതി അടുത്ത വണ്ടി നോക്കിക്കോളാം.”

ഉടൻ സുഡാനി ഒത്തു തീർപ്പിനെത്തി അവന് പക്ഷംപിടിച്ചു സംസാരിക്കാൻ തുടങ്ങി. ഞാൻ ചോദിച്ചു “നിനക്കെന്തു കാര്യം? എനിക്കും അവനും വേണ്ടാത്തതിനെ കുറിച്ച് കിർകിർ വെക്കാൻ.” ഉടൻ സൗദിയെടപെട്ടു.

“നിനക്ക് നല്ലതിനു വേണ്ടിയല്ലേ അവൻ പറയുന്നത്?”

“യാ സതീക്, ഞാൻ കഴിഞ്ഞ പതിനേഴു വർഷമായി ഈ റൂട്ടിലെ

സ്ഥിരം യാത്രക്കാനാണ്. നിങ്ങളെന്താ വിചാരിക്കുന്നത്? ഞാൻ പുതിയ ആളാണെന്നാണോ? കളി ഞമ്മളോട് മാണ്ട."

അതോടെ അവർ ആ റാഗിംഗ് നിർത്തി വെച്ചു.

അടുത്ത വണ്ടിയിൽ കയറി പകുതി ദൂരമായപ്പോൾ, "യൂണിവേഴ്സിറ്റിയിൽ ജോലി ചെയ്യുന്ന സഹോദരിയെ കൂട്ടാൻ ചെല്ലണമെന്നവൾ വിളിച്ചു പറഞ്ഞു. അതോണ്ട് നീ പകുതി പൈസാ തന്നാൽ മതി"യെന്നു ചൊല്ലി അവനും എന്നെ വഴിയിൽ ഇറക്കി.

അൽപ നേരത്തിനുളിൽ അടുത്ത വണ്ടി വന്നു. തർക്കത്തിനു ശേഷം എന്നെയും കേറ്റിയവൻ ഒച്ചിഴയുന്ന വേഗത്തിൽ ഓടിത്തുടങ്ങി. കുറെ കഴിഞ്ഞപ്പോൾ റൂട്ട് മാറി. ആശങ്കയോടെ ഞാൻ ഇമ്മിണി ഉച്ചത്തിൽ ചോദിച്ചു, "നീയെങ്ങോട്ട് പോകുവാ."

"എന്റെ വീട്ടിലേക്കുള്ള സാധനങ്ങൾ വണ്ടിയിലുണ്ട്. അത് കൊടുത്തിട്ടേ പോകുന്നുള്ളൂ."

ഒന്നും മിണ്ടാനാവാതെ ഞാനിരുന്നു. കുറെ ഓടി വീട്ടിലെത്തി സാധനം കൊടുത്തിട്ടവൻ വേഗമെത്തി. വീണ്ടും പതുക്കെ വണ്ടി ഓടിക്കുന്ന കണ്ടപ്പോൾ ദേഷ്യത്തോടെ ഞാൻ വീണ്ടും ചോദിച്ചു, "ഇങ്ങിനൊക്കെയാണോ ചെയ്യേണ്ടത്? നിന്റെ വണ്ടിക്കെന്താ സുഖമില്ലേ?"

അതിനവൻ പറഞ്ഞ മറുപടി പൊളിച്ചു,

"അന്ത ഇസ്കൂത്തു" (നീയിനി മിണ്ടിയാൽ നിന്നെ കേറ്റിയ ഇടത്ത് കൊണ്ടിറക്കി ഞാൻ കാശും വാങ്ങും ങാ)

ആകപ്പാടെ എല്ലുന്തി മുപ്പതു കിലോയുള്ള നീ എന്റെ ചിന്ന വിരലിനൊരു തോണ്ടലിനേയുള്ളൂ കേട്ടോടാ എന്ന ബാല്യ കാലത്തെ വെല്ലുവിളി മനസ്സിലടക്കി പെട്ടെന്ന് ഞാൻ വിനയകുനിതനായി.

"എനിക്ക് വിശന്നിട്ട് വയ്യ, കൂടുതൽ വിശന്നാൽ എനിക്ക് തല കറക്കം വരും അതോണ്ടാ."

അതിനവൻ മറുപടി പറഞ്ഞില്ലെങ്കിലും വണ്ടിക്ക് വേഗത കൂട്ടി എനിക്കിറങ്ങേണ്ടിടത്ത് എത്തിച്ചു.

വർഷങ്ങൾക്കു മുന്നേ സൗദി ഡ്രൈവിംഗ് ലൈസൻസ് എടുക്കാൻ ശരിയാക്കിയ ഫയൽ ഈയിടെ എടുത്തു ബലദിയാ കീസിൽ ഇട്ട കാര്യം ഓർത്തു കുണ്ഠിതനായി ഞാൻ ഷോപ്പിലേക്കു കയറി.

അവൻ എത്രയോ ഉയരത്തിലാണ്!

ബലദിയയിൽ ജോലി ചെയ്യുന്ന കൽക്കത്തക്കാരൻ രഞ്ജിത്തിനെ പത്തു വർഷമായി കാണാറുണ്ട്.

മൊബൈലോ അതു സംബന്ധിയായ മറ്റെന്തെങ്കിലും സാധനങ്ങളോ സഹായങ്ങളോ വേണമെങ്കിൽ എന്റെ ഷോപ്പിൽ നിന്നു മാത്രമേ വാങ്ങാറുള്ളൂ. തന്റെ കൂടെയുള്ള പലരും വേറെ കടകളിൽ നിന്ന് വാങ്ങാറുണ്ടെന്നും ഞാൻ അത്തരക്കാരൻ അല്ലെന്നുമൊക്കെ പറഞ്ഞ് പരമാവധി വില കുറപ്പിക്കാറുമുണ്ട്. ചിലപ്പോൾ ഞാൻ പിടിച്ച പിടിയിൽ ഉറച്ചു നിൽക്കുമ്പോൾ പൈസയെടുത്ത് ദേഷ്യത്തോടെ മേശപ്പുറത്തു വെച്ചിട്ട് സ്നേഹ ക്രുദ്ധതയോടെ ജലാൽ ബായ്യീ എന്നൊരു നീട്ടി വിളിയുണ്ട്. അപ്പോൾ ഞാൻ പത്തു കൂടി തിരിയെ കൊടുക്കും. അവനറിയാം എന്നെ, എനിക്കവനെയും.

അവന്റെ ഭാര്യ വേറൊരുത്തനോടൊപ്പം ഓടിപ്പോയി എന്നെനിക്കറിയാം. എന്റെ കഴിഞ്ഞ പുസ്തകത്തിലെ ഒരദ്ധ്യായത്തിൽ അത് പരാമർശിക്കുന്നുമുണ്ട്. അവൻ പറഞ്ഞ ഒരു വാക്കാണ് പ്രമാദം!

“വിഭാര്യനായി ജീവിക്കാൻ വലിയ പാടാണ്. ഒളിഞ്ഞും തെളിഞ്ഞുമുള്ള കാമുകിമാരെ തട്ടിയിട്ട് നടക്കാനാവില്ല.”

ഈ വാക്കാണ് പുസ്തകത്തിൽ അവന്റെ പേര് വരാനുള്ള കാരണവും. എങ്കിലും അവനെ ഒറ്റയ്ക്കു കിട്ടുമ്പോൾ വിശദമായ വിവരങ്ങൾ തേടണമെന്ന് എപ്പോളും മനസ്സ് പറയാറുണ്ട്. ഇവന്റെ കുറ്റമാണോ അവളുടെ കുറ്റമാണോ ദൈവത്തിന്റെ കുറ്റമാണോ എന്നറിയാനുള്ള എന്റെ കൗതുകം.

ഇന്നവൻ വാങ്ങിയത് റെഡ്മിയുടെ മൊബൈലും വിലകൂടിയ ബ്ലൂടൂത്ത് ഡിവൈസുമായിരുന്നു. കൂടെ വരാറുള്ള മഹബൂബും അജ്മലും പാക്കിസ്ഥാനി അമറും ഒക്കെക്കൂടി അഭിപ്രായങ്ങൾ പറഞ്ഞു പറഞ്ഞു ചോദിച്ചു കേട്ടുകേട്ട് എല്ലാവരും സജസ്റ്റ് ചെയ്യുന്നത് ഒഴിവാക്കി എന്റെ മുഖത്ത് വിരിയുന്ന ഭാവത്തിൽ നിന്നാണവന്റെ അവസാന സെലക്ഷൻ വരാറുള്ളത്.

അപ്പോൾ ഞാൻ ചിരിക്കുന്ന ചിരിയിൽ അവർ ഇറങ്ങിപ്പോവും. അപ്പോളവൻ പറയും

“പൂരാ ആത്മി കുശൻ (ദേഷ്യം) ഓഗയാ.”

ഞാൻ പറഞ്ഞു, “നീയിത്രേം കൂടിയത് എടുത്തത് അവർക്കിഷ്ടമായില്ല. അവരുടെ മൊബൈലിനെക്കാൾ കുറഞ്ഞത് നീയുപയോഗിച്ചാൽ മതിയെന്നാണവർക്ക്.”

“എനിക്കറിയാമത്. എങ്കിലും ഞങ്ങൾ നാലുമാണ് ഇവിടത്തെ ചെടികളുടെയും പനകളുടെയും ഒക്കെ സൂക്ഷിപ്പുകാർ. ഒരാൾ നാട്ടിൽ പോകുമ്പോൾ ബാക്കി മൂന്നു പേർ എന്നുമുണ്ടാവും. അവരെ കൂടി കൊണ്ടുവന്ന് വാങ്ങുമ്പോൾ അവർക്ക് മനഃപ്രയാസമില്ല. അതോണ്ടാണ്. പക്ഷെ എനിക്കറിയാം അവരുടെ മനസിൽ കുശുമ്പ് ഉണ്ടെന്ന്.”

“ആട്ടെ ഈ മൊബൈൽ നാട്ടിൽ കൊടുത്തു വിടാനാണോ?”

“അല്ല പഴയത് കൊടുത്തുവിടും. ഇത് ഞാനുപയോഗിക്കും.”

“ബീവിക്ക് കൊടുക്കുമ്പോൾ പുതിയതല്ലേ കൊടുക്കേണ്ടത്?” അവന്റെ കുടുംബ വിഷയത്തിലേക്ക് കടക്കാനായി നിഷ്കുവായ ഞാൻ ഒരേറ് എറിഞ്ഞു.

“ഓ... ബായിക്കറിയാല്ലോ എന്റെ ഔറത്ത് (ഭാര്യ) മറ്റൊരാളോടൊപ്പം ഓടിപ്പോയെന്ന്. എന്നിട്ടും ചോദിക്കുന്നു ഹും! ഇതെന്റെ മകൾക്ക് കൊടുക്കാനാണ്.”

“മോൾക്കെത്ര വയസായി?”

“പതിനാല്”

“ഭാര്യ പോകുമ്പോൾ കുട്ടിക്ക് എത്ര വയസ്സ്? മോൾ മാത്രേയുള്ളോ?”

“മകനുമുണ്ട്. അവനിപ്പോൾ എട്ടു വയസ്സ്. മോന് ഒരു വയസ്സായപ്പോൾ അവൾ പോയതാണ്.”

“അവൾക്ക് വേറെ പ്രേമം ഉണ്ടായിരുന്നോ?”

“ഏയ് ഞങ്ങൾ പ്രേമിച്ചാണ് കെട്ടിയത്.”

“നിനക്കറിയാവുന്ന ആളുമായാണോ പോയത്?”

“എന്റെയൊരു ബന്ധുവാണെന്ന് പിന്നീടറിഞ്ഞു.”

“നീയുമായി വഴക്കിടുമായിരുന്നോ? നീയവളെ തല്ലുമായിരുന്നോ?”

“നഹി ബായ്, അവൾ എനിക്ക് പ്യാരി ആയിരുന്നു. ഞാനിവിടെ വന്ന് രണ്ടര വർഷം കഴിഞ്ഞപ്പോളാണ് പ്രശ്നങ്ങൾ തുടങ്ങിയത്. ഞങ്ങളുടെ ജോയന്റ് അക്കൗണ്ടായിരുന്നു. അവളുടെ ഫോൺ പലപ്പോളും ബിസി. വിളിച്ചാൽ എടുക്കാതെ വന്നതാണ് പ്രശ്നങ്ങളുടെ തുടക്കം. കുഞ്ഞിനെ എന്റുമ്മയെ ഏൽപ്പിച്ചവൾ സ്ഥിരമായി ടൗണിൽ കറക്കമാണ്. പിന്നീട് ഞങ്ങൾ തമ്മിലുള്ള തർക്കങ്ങളും വഴക്കും കാരണം നാട്ടിലേക്കു പോകാനുള്ള അവധികൾ നീട്ടികൊണ്ടിരുന്നു. അവസാനം ഞാൻ നാട്ടിലെത്തിയപ്പോൾ അവൾ പോയിക്കഴിഞ്ഞിരുന്നു.”

രണ്ടാഴ്ച ഞാനും ബന്ധുക്കളും അവളുടെ വീട്ടുകാരും കൂടി പല യിടത്തും തിരഞ്ഞു. ബാങ്കിലുണ്ടായിരുന്ന രണ്ടര ലക്ഷത്തോളം രൂപ അവൾ പിൻവലിച്ചിരുന്നു. അഞ്ഞൂറു രൂപ ബാക്കി വെച്ചിരുന്നു. ഇപ്പോളും ഞാനതെടുത്തിട്ടില്ല. അൻപതിനായിരം രൂപയോളം അവളെ തിരയാനും ചെലവായി. അവസാനം പോലീസിൽ നിന്നും വിളിയെത്തി. ഞങ്ങൾ ചെന്നു. പോലീസ് പറഞ്ഞു, ഇന്നയിടത്തുണ്ട് അവൾ തിരിച്ചു വന്നാൽ നീ തല്ലും എന്നാണു പറയുന്നത്. അതാണവൾ വരാത്തത്. നീ ഉറപ്പു തന്നാൽ അവളെയെത്തിക്കാമെന്ന്. ഞാൻ പറഞ്ഞു ഒരു വയസുള്ള കുഞ്ഞി നേയും എട്ടു വയസ്സുള്ള പെൺകുട്ടിയേയും ഇട്ടിട്ട് പോയവളെ ഇനി വേണ്ടാ, പൈസ പൊക്കോട്ടെ.

"ആട്ടെ നിനക്കിപ്പോൾ വേറെ കല്യാണം കഴിക്കാൻ പറ്റിയല്ലോ" കെട്ടിയോ എന്നറിയാൻ ഞാൻ ഒന്നു കൊളുത്തി നോക്കി.

"ഇല്ലില്ല മകൾ നിൽക്കുമ്പോൾ ഞാൻ കെട്ടില്ല. അവളെ കെട്ടിച്ചു വിട്ടിട്ടേ ഞാൻ കെട്ടുന്നകാര്യം ആലോചിക്കൂ."

"അവൾക്കിപ്പോൾ പതിനാലല്ലേ ആയുള്ളൂ, ഇപ്പോൾ 21 അല്ലേ സർക്കാർ നിയമം? നിങ്ങടെ നാട്ടിൽ ഇപ്പോളും നേരത്തെ കെട്ടിച്ചു വിടാറുണ്ടോ?"

"അത് പ്രാബല്യത്തിലായിട്ടില്ല. ബായ്, അല്ലേലും അവൾ കുട്ടിയല്ലേ? കുറേ നാൾ പോട്ടെ."

"ഭാര്യയുടെ ഫോട്ടോ ഉണ്ടോ?" ഫോട്ടോ കണ്ട് ലക്ഷണം മനസ്സിലാ ക്കാനുള്ള എന്റെ കൗതുകം കണ്ടിട്ടാവണം ഉടനെയവൻ ഫേസ് ബുക്ക് തുറന്നു. കാജൽ എന്ന് പേരടിച്ചു കൊടുത്തു. ആഹ്! ദാ വരുന്നു കുറെ ഫോട്ടോകൾ! പഴയകാല ബി ഗ്രേഡ് സിനിമാ നടിയെ പോലൊരു സുന്ദരി. ഞാൻ ചോദിച്ചു,

"എന്നാലും ഇത്രേം സുന്ദരിയെ നീ വേണ്ടെന്നു വെച്ചല്ലോ പാഗലെ. എന്ത് രസമാ കാണാൻ! എത്ര വയസ്സുണ്ട് ഇപ്പോളിവൾക്ക്? ഇരുപത്തഞ്ചു പോലും പറയില്ല."

എന്റെ നോട്ടം ഇഷ്ടപ്പെടാതെ മൊബൈൽ പോക്കറ്റിൽ തിരുകികൊ ണ്ടവൻ പറഞ്ഞു, "ബായ്, ഇപ്പോൾ ഇവൾക്ക് മുപ്പത്തിമൂന്ന് കാണും. ചാടിപ്പോയ ഭാര്യയെ പിന്നേം വെച്ചോണ്ട് സംരക്ഷിക്കാൻ മാത്രം മേരാ ദിൽ ഇത്തിനാ ബഡാ നഹീ."

കാജലിന്റെ ഫോട്ടോ വിശദമായി നോക്കിയപ്പോൾ അവനത്ര ഇഷ്ടമാ യില്ലന്ന് ആ മുഖം വ്യക്തമാക്കി. അവന്റെ മുന്നിലെ ചൂളൽ മറയ്ക്കാനായി ഞാൻ വീണ്ടും അവനെ ഒന്നിരുത്താൻ ശ്രമിച്ചു.

"എഫ് ബിയിൽ കാജൽ നിന്റെ ഫ്രണ്ട് അല്ലല്ലോ. എന്നിട്ടും നീയെന്തിനാ ഇപ്പോളും അവളുടെ ഫേസ് ബുക്ക് ഐഡിയിൽ കയറുന്നത്? അതൊക്കെ മോശമല്ലേ?"

അവൻ പഴയ ക്രുദ്ധതയോടെ ചോദിച്ചു,

"ജലാൽ ബായി, ഞാനെപ്പൊ ഈ ഷോപ്പിൽ വരുമ്പോളും നിങ്ങളുടെ കമ്പ്യൂട്ടറിൽ കാണുന്നത് ഫേസ് ബുക്ക് പേജാണല്ലോ."

അവനിറങ്ങിയപ്പോൾ ഞാനോർത്തു ഇത്രയും നാളും ഭാര്യ ചാടിപ്പോയവൻ എന്നൊരു കുറഞ്ഞ ഗ്രേഡിൽ അവനെ വീക്ഷിച്ചത് എന്റെ തെറ്റായിരുന്നു. മാനസികമായി എന്നേക്കാളൊക്കെ എത്രയോ ഉയരത്തിലാണ് രഞ്ജിത്ത് എന്ന പശ്ചിമബംഗാൾകാരൻ.

അതു വേണ്ടിയിരുന്നോ?

പത്തു വർഷം മുന്നെയാണ് സുനിൽ ഷെട്ടിയെന്ന മീശ കിളിർത്തു വരുന്ന പയ്യനെയും കൊണ്ട് അവന്റെ വല്യച്ഛനായ മഹാവീർ ഷോപ്പിലെത്തിയത്. അയാൾ ഒരുപാട് നാളായി ഒട്ടക ഫാമിൽ ജോലി ചെയ്യുന്ന അൻപതോളം വയസുള്ള രാജസ്ഥാനിയാണ്. പക്ഷേ രണ്ട് ദിവസം മുന്നേ അയാളെത്തിയത് സുനിലിന്റെ മൃതദേഹം കൊണ്ടുപോകുന്ന കാര്യം പറയാനാണ്.

പത്തു വർഷം മുന്നേ...

"ജലാൽ ബായ്, ഇതെന്റെ ജേഷ്ഠപുത്രനാണ്. ഇന്നലെ നാട്ടിൽ നിന്ന് പുതിയതായി വന്നതാണ്. ഇവനൊരു മൊബൈലും വേറെ കുറച്ചു സാധനങ്ങളും വേണം."

അവന്റെ മുഖത്തു നോക്കിയപ്പോൾ തന്നെ എനിക്കവനോടൊരു വാത്സല്യം തോന്നി.

"ഇവനൊരു ജോലി വേണം. ഞാൻ ചെയ്യുന്ന ഒട്ടക വേലയിലേക്ക് ഇവനെ വിടാനെനിക്ക് താല്പര്യമില്ല. ഏതെങ്കിലും ബക്കാലകളിൽ ചാൻസ് ഉണ്ടേൽ പറയണേ."

"എന്റെ അനിയൻ നൗഷാദിന്റെ ബക്കാലയിൽ ആള് വേണം അവിടെ ചോദിക്കൂ" എന്നു പറഞ്ഞുവിട്ടെങ്കിലും പിന്നീടയാളെ ഞാൻ കണ്ടത് മൂന്നു മാസത്തിനു ശേഷമായിരുന്നു. നെറ്റ് കാർഡും ഡോളർ കാർഡും ഒക്കെ വാങ്ങി പോകാൻ നേരം മഹാവീർ പറഞ്ഞു, "അവനിപ്പോൾ ഒട്ടകജോലി തന്നെ ചെയ്യുന്നു. ഭാഷയൊക്കെ പഠിച്ചിട്ട് എന്തു വേണേലും ചെയ്തു കൊടുക്കാ"ന്ന് കഫീൽ പറഞ്ഞു.

കുറേ നാളിനു ശേഷം സുനിൽഷെട്ടി വണ്ടിയിൽ ഇസ്ത്ര (വിരുന്ന്) കളിൽ ഭക്ഷണസാധനങ്ങൾ ഒരുക്കുന്ന കുക്ക് ആയി മാറി. നാലു മണിക്കു ശേഷമേ ജോലി ഉള്ളു എന്നതിനാൽ ഷോപ്പിലെ വൈഫൈ യൂസ് ചെയ്യാൻ എന്റടുത്ത് മിക്കവാറും ഉണ്ടാവും. തനി ഗ്രാമീണ പയ്യൻ, നിഷ്കളങ്കൻ. അന്ന് പതിനേഴു വയസ്സുള്ള അവന്റ ഭാര്യയും കുഞ്ഞുപൈതലും അവന്റെ ജീവനായിരുന്നു.

പിന്നീട്, അക്കാലത്ത് ഓപ്പണായ വാട്സാപ്പും ഇമോയും ഇൻസ്റ്റയും അവന്റെ ജീവിതം മാറ്റി മറിച്ചു. മുപ്പത്തഞ്ച് വയസ്സോളം പ്രായമുള്ള വെളുത്ത ചുവന്ന ദില്ലിക്കാരി ഫാഷൻ സ്ത്രീ അവന്റെ എല്ലാമെല്ലാമായി.

ഞാനവനെ ഉപദേശിച്ചതൊക്കെ വെറുതെയായി. പലപ്പോഴും അവനത് അസഹ്യമായി. ഷോപ്പിലേക്കു വന്നാൽ പെട്ടെന്ന് സ്ഥലം വിടും. പിന്നെയും രണ്ടു വർഷത്തിനു ശേഷമാണവൻ എന്നോട് കൂടുതൽ പറഞ്ഞത്. നാട്ടിൽ രണ്ടുവട്ടം പോയപ്പോഴും ദില്ലിക്കാരിയോടൊപ്പമായിരുന്നു എന്നും. ആദ്യ ഭാര്യ തനി ഗ്രാമീണയാണെന്നും ഇത് നല്ല പൊളിയാണെന്നും സ്ത്രീയെ അറിഞ്ഞത് ഇവരിൽ നിന്നാണെന്നും ഒക്കെ പറയുകയും ചെയ്തു.

കൊറോണയിൽ പെട്ട് ഒരു വർഷത്തോളം നാട്ടിൽ നിന്നിട്ടു വന്ന് ഷോപ്പ് തുറന്ന എന്നെ കാണാൻ അവനും കൂട്ടുകാരൻ ശക്തിയും കൂടിയാണ് വന്നത്. വന്ന ഉടൻ ഞാൻ ചോദിച്ചു,

"അരേ, പാഗൽ ആ കിളവിയെ നീയിപ്പോഴും വെച്ചോണ്ടിരിക്കുവാണോ?"

അവൻ ചിരിച്ചു കൊണ്ട് കണ്ണു കൊണ്ട് എന്തൊക്കെയോ ആംഗ്യം കാണിച്ചു.

"നിന്റെ വായിലെന്താ പഴമാണോ, വർത്താനം പറയെടാ. ഒള്ള തമ്പാക്കും തിന്നോണ്ട് വാ പൊളിക്കാതെ നിൽക്കുവാ. കുത്താ, പാൻ പരാഗ് പോലുള്ള വസ്തുക്കൾ തിന്നോണ്ട് എന്റടുത്തു വരരുത് എന്ന് നേരത്തെ പറഞ്ഞി ട്ടുണ്ട്."

ഇപ്പോളവൻ മദ്യത്തിന് അഡിക്റ്റാണെന്നും വാറ്റി കുടിക്കുന്നുണ്ടായി രുന്നു എന്നും പിന്നീടറിഞ്ഞു. മാസ്ക് ഉള്ളതിനാൽ അവന്റെ മുഖമെനിക്ക് വായിക്കാനും കഴിഞ്ഞില്ല. ഇതൊക്കെ കേട്ട് ശക്തി ചിരിക്കുന്നുണ്ടായി രുന്നു.

എന്റെ വഴക്ക് അവനെ അസ്വസ്ഥനാക്കി. എന്നെ കെട്ടിപ്പിടിച്ചു കൊണ്ടവൻ ഉച്ചത്തിൽ ചിരിച്ചു. ഞാൻ പറഞ്ഞു കൊണ്ടേയിരുന്നു.

"ഡാ, ആ കിളവി നിന്റെ രക്തം മുഴുവൻ ഊറ്റി കുടിക്കും. നിനക്കവസാനം ഖേദിക്കേണ്ടി വരും. അവളുമായുള്ള ബന്ധം കളഞ്ഞിട്ട് നിന്റെ പാവം ഭാര്യയെയും കുഞ്ഞിനേയും നോക്കാൻ പഠിക്ക്. ഗ്രാമീണ ആണെങ്കിലും അവൾ കൊച്ചു പെണ്ണല്ലേ? ഇവളെ പോലെ മേക്കപ്പ് ചെയ്താൽ അവൾ ഐശ്വര്യറായിയാകും. നിന്റെ ജീവിതവും പഴയതുപോലെ ഐശ്വര്യമാകും"

നാട്ടിൽ നിന്ന് കൊണ്ടു വന്ന അലുവയും മിക്ച്ചറും പൊതിഞ്ഞു കൊടുക്കുന്നതിനിടയിലും ഞാൻ അവനെ ഷൗട്ട് ചെയ്തോണ്ടേയിരുന്നു.

"ബായി, ഞാൻ വൈകിട്ട് ഇങ്ങോട്ട് വരാം."

അവർ ഷോപ്പിൽ നിന്നിറങ്ങുമ്പോൾ ഞാനോർത്തു, ഒരു കുഞ്ഞു

പയ്യൻ. നിഷ്കളങ്കൻ. ഓൺലൈൻ ബന്ധങ്ങളിൽ കുരുങ്ങി കിടക്കുന്ന സാക്ഷ്യപത്രമായി ഒരു നേർക്കാഴ്ച.

പത്തു മിനിറ്റ് കഴിഞ്ഞപ്പോൾ ഇൻസ്റ്റയിൽ സോനാ എന്ന പേരിൽ എന്റെ ഫോണിൽ ഒരു വീഡിയോ കാൾ. അവന്റെ വെപ്പാട്ടിയായ ആ സ്ത്രീ ആയിരുന്നു. സ്ഥിരമായി രണ്ടും മൂന്നും വീഡിയോകൾ ഇൻസ്റ്റയിൽ പോസ്റ്റ് ചെയ്യാറുള്ള അവർ എന്നോ എന്റെയും ഫോളോവർ ആയി. നുമ്മ ഫേസ് ബുക്കിൽ കിടന്നുരുളുന്ന കൊണ്ട് ഇൻസ്റ്റയും ടിക് ടോക്കുമൊക്കെ ഒരു സ്റ്റെപ്പിനി പോലെ മാത്രേ ഉപയോഗിക്കാറുള്ളൂ.

പഹച്ചി ചോദിച്ചു, "ജലാൽ ബായ് ആപ് ക്യാ ഹാൽ?"

"മേം ടീക്കേ, ആപ് കെയ്സേ."

മൊബൈൽ സ്റ്റാൻഡിൽ വെച്ചിട്ടവൾ മാറിടത്തിന്റെ അല്പം കാണത്തക്ക രീതിയിൽ കട്ടിലിൽ കമിഴ്ന്നു കിടന്നു. കാലുകൾ മേല്പോട്ടുയർത്തി ആട്ടി കാണിച്ചു. ഞാൻ അറിയാതെ കണ്ണ് തള്ളി. കസേരയിലേക്ക് ചാഞ്ഞി രുന്ന് ആസ്വദിക്കാനൊരുങ്ങുമ്പോൾ അടുത്ത ചോദ്യം വന്നു.

"മേം ദേക്ക്ണാ കെയ്സേ?"

"തും ബഹുത്ത് സുന്ദർ, ബ്യൂട്ടി, പ്യാരി, വൗ" എന്നൊക്കെ അങ്ങ് കാച്ചു മ്പോളേക്കും അവൾ എഴുന്നേറ്റ് നിന്നു ചോദിച്ചു.

"തും ദേഖാ മേരാ കിത്തനാ സാൽ" (നിങ്ങടെ നോട്ടത്തിൽ എനിക്കെത്ര വയസ്സുണ്ട്)

പെണ്ണുങ്ങൾ അവരുടെ ഏകദേശ വയസ്സു നമ്മളോടു ചോദിച്ചാൽ തീരെ കുറച്ചേ പറയാവൂ എന്ന ആപ്തവാക്യം മനസിലിനുള്ളതു കൊണ്ട് ഞാൻ പറഞ്ഞു - ഇരുപത്തെട്ട്.

പെട്ടെന്നവർ മണിച്ചിത്രത്താഴ് സിനിമയിലെ ഗംഗയെ പോലെ അലറി. "എന്നിട്ടെന്താ ഞാൻ കിളവി ആണെന്നു പറഞ്ഞത്?"

"ആര് പറഞ്ഞു?"

"ജലാൽ ബായ് പറയുന്നത് ഞാനെന്റെ ചെവിയിൽ കേട്ടതാ"

ഞാനാകെ വിരണ്ടു. ശ്ശെടാ ആ പഹയൻ ഇതും അവളോട് പറഞ്ഞി രിക്കുന്നു!

ഞാൻ പറഞ്ഞു, "സോറി ബേട്ടി, ഐ ആം വെരി സോറി. ചുമ്മാ തമാ ശയ്ക്ക് ഞാനവനോടു പറഞ്ഞതാണ്."

അവൾ ശാന്തയായി. "ജലാൽ ബായ് എഴുത്തുകാരനാണെന്ന് എനി ക്കറിയാം പുസ്തകത്തിന്റെ വിവരങ്ങൾ അപ്പപ്പോൾ ഇൻസ്റ്റയിലൂടെ

ഞാനും അറിയുന്നുണ്ട്. ലൈക്ക് ചെയ്യുന്നുണ്ട്. ഇനി സംസാരിക്കുമ്പോൾ സൂക്ഷിക്കണം കേട്ടോ."

അവളുടെ ഉപദേശം കേൾക്കേണ്ടി വന്ന ഞാൻ വൈമനസ്യത്തോടെ ബൈ പറഞ്ഞ് ഫോൺ കട്ടാക്കി ഉടൻ തന്നെ സുനിലിനെ വിളിച്ചു.

"നീയെന്തു വൃത്തികെട്ടവനാടാ? ഞാൻ പറഞ്ഞതുടനെ അവളുടെ ചെവിയിൽ കൊടുത്തല്ലേ? അവരെന്നെ വിളിച്ചിരുന്നു."

"ബായി ഞാൻ അവരുമായി ഫോണിൽ സംസാരിച്ചുകൊണ്ടാണ് ഷോപ്പിൽ വന്നത്. ബ്ലൂ ടൂത്ത് ഓണാക്കി ചെവിയിൽ ഉണ്ടായിരുന്നു. ബായി, നിങ്ങളത് ശ്രദ്ധിച്ചില്ല. ഞാൻ കണ്ണും കയ്യും ഒക്കെ കാട്ടിയില്ലേ? പറഞ്ഞതെല്ലാം അവർ കേട്ടു. നിങ്ങളെപ്പറ്റി ഞാനങ്ങനെ പറയുമോ? നിങ്ങളെന്റെ പിതാവിനെ പോലെയാണ്."

പിന്നീടവൻ നാട്ടിൽ പോയി. അന്നു തന്നെ വീഡിയോ കാളിൽ അമ്മയെയും സഹോദരിമാരെയും കാട്ടി തന്നു. ആദ്യ ഭാര്യയും മകനും പിണങ്ങി അവരുടെ വീട്ടിലാണെന്നു പറഞ്ഞു. അടുത്താഴ്ച ദില്ലിക്ക് പോകുമെന്നും പറഞ്ഞിരുന്നു. രണ്ടു മാസം അവളോടൊപ്പം കഴിഞ്ഞിട്ട് തിരിയെ വന്നതായിരുന്നു. എന്നും ആട്ടവും പാട്ടും പാർട്ടികളും നടക്കുന്ന വീഡിയോകൾ രണ്ടാളും ഇൻസ്റ്റയിൽ പോസ്റ്റ് ചെയ്യാറുണ്ടായിരുന്നു. തിരിയെ പ്രവാസത്തിലേക്കു വന്നപ്പോൾ ബസിറങ്ങിയത് എന്റെ ഷോപ്പിന് മുന്നിലായിരുന്നു. ചാറൂറ്റിയ ചണ്ടി പോലെ അവനാകെ കോലം കെട്ടിരിക്കുന്നു. മുഖത്തിനൊരു പ്രസാദവുമില്ല. പിന്നെയും മൂന്നു മാസം കഴിഞ്ഞപ്പോൾ അവൻ റൂമിലെ ഫാനിൽ തൂങ്ങി കിടന്നു!

ആസ്സാമി റിയാസുദ്ധീൻ പറഞ്ഞത്

ആറു വയസുള്ളപ്പോളാണ് എന്റെ ബാബാ കാര്യസ്ഥനായി ജോലി ചെയ്തിരുന്ന ഐ.എ.എസ് ഓഫീസറുടെ വീട്ടിലേക്ക് എന്നെ കൂട്ടികൊണ്ടു പോയത്. ആസ്സാം സർക്കാരിന്റെ ചീഫ് പദവിയിലുള്ള ആളായിരുന്നു അദ്ദേഹം. ഭാര്യയും ഐ.എ.എസ്.പദവിയിൽ. അക്കാലത്ത് കളക്ടറായി രുന്നു അവർ. പിന്നീട് മാഡവും കേന്ദ്ര സർവീസിൽ വലിയ ഉദ്യോഗങ്ങൾ വഹിച്ചു.

ഞാൻ ചെല്ലുമ്പോൾ എന്നെക്കാൾ മുതിർന്നവരായ രാജകലയുള്ള രണ്ടു മക്കളും ഡൽഹിയിലെ ഉന്നതമായ വിദ്യാലയത്തിൽ ഹോസ്റ്റൽ പഠനത്തിലായിരുന്നു. മാസത്തിൽ മാത്രം വീട്ടിൽ വന്നിരുന്ന അവർ എന്നോ ടൊക്കെ വലിയ അകലം പാലിച്ചിരുന്നു.

വീട്ടിലേക്ക് ആവശ്യമായ സാധനങ്ങൾ വാങ്ങികൊടുക്കുക എന്ന തായിരുന്നു എന്റെ ജോലി. എങ്കിലും എന്നെ സ്കൂളിൽ ചേർക്കുകയും അവരുടെ ചെലവിൽ പഠിപ്പിക്കുകയും ചെയ്തു. ക്രിസ്ത്യൻ കാസ്റ്റായി രുന്നു അവർ.

എന്റെ ബാബ ആയിരുന്നു, അദ്ദേഹത്തിന്റെ അനിയനായ സർക്കാർ മരാമത്ത് എഞ്ചിനീയറുടെ മൊത്തം ബിനാമി കോണ്ട്രാക്ടർ.

ബാല്യമായിരുന്നെങ്കിലും ഞാനെന്നും ഒരു സ്വാതന്ത്ര്യ മോഹിയായി ആ വീട്ടിൽ കഴിഞ്ഞു. വലിയ വണ്ടികൾ ഓടിക്കുക എന്ന സ്വപ്നം എപ്പോളും കൂടെയുണ്ടായിരുന്നു. പഠനം ഏഴാം ക്ലാസ്സ് ആയപ്പോൾ ഞാൻ ഒരുനാൾ ക്ലാസ് കഴിഞ്ഞ് ചീഫ് സെക്രട്ടറിയുടെ വീട്ടിലേക്കു പോയില്ല. നേരെ തല സ്ഥാനമായ ഗുവാഹത്തിയിലെത്തി. അവിടെ ഡ്രൈവർമാരുടെ ഇടയിലേ ക്കാണ് ചെന്നു പെട്ടത്. പല പല അവസ്ഥകളിലൂടെയും കടന്നുപോയ കാലം.

നാലു വർഷം കൊണ്ട് ഞാനൊരു ട്രക്ക് ഡ്രൈവറായി മാറി. അന്നു മിന്നും വലിയ വാഹനങ്ങൾ എനിക്കൊരു മോഹമാണ്. ഇപ്പോൾ ഹാദി (കഫീൽ)ക്കുള്ള ക്രയിൻ ഉൾപ്പെടെയുള്ള എല്ലാ വണ്ടികളും എന്റെ മോഹങ്ങൾക്കനുസരിച്ച് കമ്പനി എടുത്തതാണ്. വലിപ്പം പറയുകയല്ല, ഞാനില്ലാരുന്നെങ്കിൽ ഹാദി ഇത്രേം വലിയ കമ്പനിയൊന്നും തുടങ്ങില്ലാ രുന്നു. ഇത്രേം വലിയ ക്രെയിൻ മോഡൽ വണ്ടികൾ എടുക്കില്ലായിരുന്നു. ഇഷ്ടം പോലെ പൈസ അല്ലേ ഇപ്പൊ കഫീലിന്...

ഞാൻ ഇടയ്ക്കു കയറി ചോദിച്ചു,

"പക്ഷേ അവൻ ആർക്കും കൃത്യമായി ശമ്പളം കൊടുക്കില്ല അല്ലേ? എന്റനിയൻ നൗഷാദ് മുപ്പതു വർഷം മുന്നേ അയാളുമായി ശമ്പളത്തി നായി ഇടിയുണ്ടാക്കിയതാണ്."

ഹാദി ആർക്കും ശമ്പളം കൊടുക്കാതിരിക്കില്ല. നയാ പൈസ പോലും ബാക്കി വെക്കില്ല. പക്ഷേ എല്ലാ മാസവും കൃത്യമായി കൊടുക്കില്ല. അതൊരു വലിയ പോരായ്മയാണ്.

ഇപ്പോൾ തന്നെ എനിക്ക് മൂന്ന് വിസ തന്നു. ഞാൻ കൊണ്ടു വന്നവ രെല്ലാം എന്റെ ബന്ധുക്കൾ. അവന്മാർ മഹാ മസ്കരകൾ. ഒരുത്തൻ ഹെവി ഡ്രൈവർ, ഉഴപ്പ് കാണിച്ചു മനഃപൂർവ്വം വണ്ടിക്ക് പണിയാക്കി. ആകെ പ്രശ്നമായിരിക്കുകയാണ്. ഇപ്പോൾ നാട്ടിലെ അവന്റെ വസ്തു വിറ്റ് പൈസ അടയ്ക്കാനുള്ള അവസ്ഥയിലാണ്. വിസ കൊടുത്ത ഞാൻ കുടുംബത്തിൽ എല്ലാവർക്കും അനഭിമതനായി.

ഇപ്പോളും അവൻ നന്നായി പണി ചെയ്യുകയും കഫീലിനെ ഇഷ്ടത്തിലാ ക്കുകയും ചെയ്തിട്ട് ഞാൻ പറഞ്ഞാൽ പ്രശ്നം സോൾവാകും. പക്ഷേ അവന്മാർ വിചാരിക്കുന്നത് ഇങ്ങിനെയൊക്കെ പ്രവർത്തിച്ചാൽ പുറത്തേ ക്കുള്ള വഴി തെളിയുമെന്നാണ്. എന്റെ ബന്ധുക്കളായ നാട്ടുകാർ എന്നോട് വിരോധമുള്ള ചിലരൊക്കെ അവന്മാർക്ക് എരിവ് കേറ്റി കൊടുക്കുന്നുണ്ട്.

"അത് പോട്ടെ, മറ്റേത് പറ" ഞാൻ ജിജ്ഞാസുവായി.

ആഹ് ! ഞാൻ നാടുവിട്ട കാലം മുതൽ പോലീസുകാർ എന്നെ അന്വേ ഷിച്ചു കൊണ്ടിരുന്നു. ചീഫ് സെക്രട്ടറിയുടെ വീട്ടിലെ പയ്യനെയാണ് കാണാ തായത്. അത് അദ്ദേഹത്തിന് വലിയൊരു നാണക്കേട് തന്നെയായിരുന്നു.

അഞ്ചു വർഷം കടന്നു പോയി. അങ്ങിനെ വലിയ വണ്ടികൾ ലൈസ ൻസില്ലാതെ ഒക്കെ ഓടിച്ചു തുടങ്ങി. ഞാൻ ഒരിക്കലും പിടിക്കപ്പെട്ടില്ല. ഒരി ക്കൽ ഒരു ആക്സിഡന്റ് ഉണ്ടായപ്പോൾ എന്റെ അഡ്രസ്സുകൾ അന്വേ ഷിച്ച അധികാരികൾ ചെന്നെത്തിയത് ചീഫ് സെക്രട്ടറിയുടെ വീട്ടിൽ നിന്ന് മിസ്സായ പയ്യനിലേക്കാണ്.

അതറിഞ്ഞതോടെ എന്നെ വി.ഐ.പി പരിഗണന നൽകി പോലീസ് ഇട പെടലുകൾ നടത്തി. പക്ഷേ അത് അധികം നിലനിന്നില്ല.

സ്റ്റേഷനിലേക്ക് വന്ന ഫോൺ എനിക്ക് തരുമ്പോൾ അങ്ങേ തലയ്ക്ക ലുള്ള ആളോട് സ്റ്റേഷനിലെ ഡി.വൈ.എസ്.പി യുടെ വിധേയത്വം കാരണം കസേരയിൽ നിന്ന് ചാടിയെണീക്കുകയും യെസ് സർ യെസ് സർ പറച്ചിലും കേട്ടപ്പോൾ മനസിലായി ചീഫ് സെക്രട്ടറി സാർ ആയിരിക്കുമെന്ന്.

എന്നോട് അദ്ദേഹം ഏറെ സന്തോഷത്തോടെയും മനസ്സിലുള്ള സ്നേഹ വിങ്ങലോടെയും വിശേഷങ്ങൾ തിരക്കി. വിവേകമില്ലാത്ത പ്രായമുള്ള

ഞാൻ അതൊക്കെ അവഗണിച്ചു. ബഹുമാനമില്ലാതെ സംസാരിച്ചു. ഒരുതരം വാശിയായിരുന്നു എനിക്കപ്പോൾ.

വീട്ടിലേക്ക് പോലീസ് കൊണ്ടു പോകാനുള്ള തയ്യാറെടുപ്പുകൾ നടത്തി. 500 കിലോമീറ്റർ ദൂരെയുള്ള അദ്ദേഹത്തിന്റെ വീട്ടിലെത്തിയപ്പോൾ ഞാൻ ഇറങ്ങിയില്ല. പോലീസുകാർ നിർബന്ധിച്ചു. അദ്ദേഹത്തിന് അത് അപമാനകരമായി.

എന്റെ പിതാവ് എത്തുന്നതു വരെ അവര് കാത്തിരുന്നു. എന്റെ ഡിമാന്റ് ഇതായിരുന്നു. എനിക്ക് വണ്ടി ഓടിക്കണം. ലൈസൻസ് കിട്ടില്ലെന്നും ഇനിയും രണ്ടു വർഷം കഴിഞ്ഞാലേ കിട്ടൂ അപ്പോൾ വണ്ടി എടുത്ത് തരാമെന്നുമുള്ള ആശ്വാസ വാക്കുകൾക്ക് ഞാൻ വഴങ്ങിയില്ല. ഇതിനിടയിൽ വണ്ടിയിൽ നിന്നിറങ്ങി, ഓടാൻ ശ്രമിച്ച എന്നെ പോലീസ് പിടികൂടി.

ആകെ ദേഷ്യത്തിലായ അദ്ദേഹം പറഞ്ഞു ഇവനെ വെളിയിൽ വിട്ടാൽ പ്രശ്നമാണ്. അതുകൊണ്ട് തല്ക്കാലം ജയിലിൽ ഇട്ടേര്. അങ്ങിനെ എട്ടു മാസത്തോളം ജയിലിൽ കഴിഞ്ഞു. ഇടയ്ക്കിടയ്ക്ക് എന്റെ നിലപാട് അറിയാൻ അവർ ശ്രമിച്ചു കൊണ്ടിരുന്നു.

എന്തായാലും ട്രക്ക് കിട്ടാതെ ഞാൻ അടങ്ങില്ല എന്നുറപ്പായപ്പോൾ അദ്ദേഹം ട്രക്ക് വാങ്ങി. എനിക്ക് ലൈസൻസ് ഇല്ലാത്തതു കൊണ്ട് അത് മിലിട്ടറിയുടെ ഓട്ടത്തിനായി വാടകയ്ക്ക് നൽകി. ഉൾപ്രദേശങ്ങളിൽ റോഡ്, പാലങ്ങൾ നിർമ്മിക്കാനുള്ള സാധനങ്ങൾ ടിപ്പറിൽ എത്തിക്കുക എന്നതായിരുന്നു ജോലി.

വണ്ടിയോടിക്കുക എന്നതാണ് എന്റെ വലിയ സന്തോഷം. പതിനെട്ടു തികയാത്ത കൊണ്ട് മെയിൻ റോഡിൽ വണ്ടി ഓടിച്ചാൽ പിടിക്കപ്പെടും. ഇത് മിലിട്ടറി കൺസ്ട്രക്ഷൻ സൈറ്റ്. അതും കിലോമീറ്ററുകൾ നീളുന്ന സൈറ്റുകൾ. അവിടെങ്ങും ലൈസൻസ് ആവശ്യമില്ല എന്നുള്ള ഒരു സന്തോഷം ഉണ്ടായിരുന്നു.

അങ്ങിനെ വയസ്സ് തികഞ്ഞ സമയം ലൈസൻസ് എടുത്തു തന്നു. അതോടെയാണ് എല്ലാം തകിടം മറിയുന്ന സംഭവമുണ്ടായത്.

ലൈസൻസ് കിട്ടിയതോടെയും വയസ്സ് തികഞ്ഞതോടെയും എന്റെ മനസ്സിൽ പട്ടാളജോലി എന്ന മോഹമുദിച്ചു. എല്ലാവർക്കും എന്നെ അറിയാവുന്നതുകൊണ്ട് ഞാനാ മോഹം വലിയ ഉദ്യോഗസ്ഥരോട് പറഞ്ഞു. അവർ പറഞ്ഞ മറുപടി, നിനക്ക് എപ്പോൾ വേണമെങ്കിലും ഇവിടെ സ്ഥിരം ജോലി നൽകാം. പക്ഷേ ഞങ്ങൾ തരുന്ന പേപ്പറുകളിൽ ചീഫ് സെക്രട്ടറിയുടെ ഒപ്പ് വാങ്ങി വരണം.

എനിക്ക് വലിയ പ്രതീക്ഷയായി. ഒരു പട്ടാളക്കാരനാവുക. അതും സാഹസികമായ ഡ്രൈവിങ് മേഖലയിൽ! അതിനു വേണ്ടിയുള്ള എല്ലാ പേപ്പറുകളും ഒരുപാട് സമയമെടുത്താണെങ്കിലും ശരിയാക്കി. അതിഭയങ്കര സന്തോഷത്തോടെ നേരെ അദ്ദേഹത്തിന്റെ വീട്ടിലെത്തി.

എന്നെ കണ്ടപ്പോൾ, സൂര്യനുദിച്ച പോലെ അദ്ദേഹത്തിന്റെ മുഖം സന്തോഷഭരിതമായി. എന്താ വിശേഷം, വണ്ടിയോട്ടം എങ്ങിനുണ്ട് എന്നു ചോദിച്ചപ്പോൾ നല്ലതാണെന്നു ഞാൻ തല കുലുക്കി. കയ്യിലിരുന്ന ഫയൽ എന്താണെന്ന ചോദ്യത്തിന് മറുപടി പറയാൻ കഴിയാതെ അദ്ദേഹത്തോടുള്ള ബഹുമാനം കൊണ്ടെന്റെ തൊണ്ട വരണ്ടിരുന്നു.

ഞാനാ പേപ്പർ ഫയലോടെ അദ്ദേഹത്തിന് നീട്ടി. വാങ്ങി വായിച്ച ശേഷം ഒരൊറ്റ കീറൽ! എന്റെ ചങ്കിൽ കത്തിയിറക്കുന്ന പോലെയുള്ള വിഷമം തോന്നി. ഞാൻ തിരിഞ്ഞു നടക്കുമ്പോൾ അദ്ദേഹം വിളിച്ചു പറഞ്ഞു, നീ അവിടെ നിൽക്ക്. ഞാൻ അങ്ങിനെ തന്നെ നിന്നു. എന്റെ കണ്ണിലൂടെ ഒഴുകിയിറങ്ങിയ കണ്ണീർ, ഞാൻ പുറം തിരിഞ്ഞു നിന്നതിനാൽ അദ്ദേഹം കണ്ടില്ല.

അദ്ദേഹത്തിന്റെ സംസാരം തുടർന്നു. നിനക്ക് എന്താണു വേണ്ടത്, നിന്റെ ഭാവി എന്താവണം എന്നെനിക്ക് ചില തീരുമാനങ്ങളുണ്ട്. ഈ ജോലി നിനക്കു വേണ്ടാ. ഞാൻ നിനക്കായി വേറെ ജോലി കരുതിയിട്ടുണ്ട്.

തിരിഞ്ഞു പോലും നോക്കാതെ ഞാൻ ചീഫ് സെക്രട്ടറിയുടെ വീടിന്റെ വലിയ കോമ്പൗണ്ട് കടക്കുമ്പോൾ ഇരുപതുകാരനായ എനിക്ക് ചില തീരുമാനങ്ങളുണ്ടായി.

തിരിച്ച് വർക്ക്സൈറ്റിലെത്തി വണ്ടി ഓടിയതിന്റെ കണക്ക് ബുക്കുകളും താക്കോലും രേഖകളും എടുത്തുകൊണ്ട് പിറ്റേ ദിവസം വീണ്ടും അദ്ദേഹത്തിന്റെ വീട്ടിലെത്തി. വീട്ടിലേക്കുള്ള ഗേറ്റിലെത്തിയപ്പോൾ അദ്ദേഹം സർക്കാർ വണ്ടിയിൽ വന്നിറങ്ങി. ഡ്രൈവർ വണ്ടി ഓടിച്ചു പോയിക്കഴിഞ്ഞപ്പോൾ എന്നോട് ചോദിച്ചു,

"ഉം എന്തേയ് ഇന്ന് വണ്ടി ഓടിച്ചില്ലേ?"

താക്കോലും പേപ്പറുകളും അദ്ദേഹത്തിന് നീട്ടുമ്പോൾ സങ്കടം കൊണ്ടെന്റെ കണ്ണുകൾ നിറഞ്ഞൊഴുകുന്നത് അദ്ദേഹം കണ്ടു. വല്ലാത്ത പരിഭ്രമത്തോടെ അദ്ദേഹം എന്റടുത്തേക്കു വന്നു. എട്ടു വയസ്സിൽ ആ വീട്ടിലെത്തിയ ഞാനാദ്യമായി കരയുന്നത് അദ്ദേഹം കണ്ടതാവാം ആ മുഖഭാവത്തിൽ കണ്ടതെന്ന് ഞാനിപ്പോളും കരുതുന്നു. കയ്യിലിരുന്ന കിറ്റ് കയ്യിൽ വെച്ചു കൊടുത്തിട്ട് ഞാനൊറ്റ ഓട്ടം ഓടി.

അടുത്ത വർഷം തന്നെ സൗദിയിൽ എത്താൻ കഴിഞ്ഞു. എല്ലാ ലീവിനും അദ്ദേഹത്തെ കാണാൻ എന്തെങ്കിലും സമ്മാനവുമായി ഞാൻ പോകാറുണ്ട്. ഒരിക്കൽ അദ്ദേഹം പറഞ്ഞു, എന്റെ റിട്ടയർമെന്റിനു ശേഷം നീയൊരു തുണയായി ഉണ്ടാവുമെന്നാണ് ഞാൻ കരുതിയത്. നീയെന്നും ഈ വീട്ടിലെ ഒരംഗമായിരുന്നു. ഞാൻ നിന്നെ വേറെയായി കണ്ടിട്ടില്ല. പഠിക്കാൻ മോശമല്ലായിരുന്നുവെങ്കിൽ നീയും എന്റെ മക്കളെപ്പോലെ ഇപ്പോൾ വിദേശത്ത് ഉദ്യോഗവുമായി കഴിഞ്ഞേനെ. കൂടുതൽ സംസാരിക്കാത്ത അദ്ദേഹത്തിന്റെ ആ വാക്കുകളിൽ നിന്നെനിക്ക് ആ സ്നേഹത്തിന്റെ ആഴം മനസ്സിലായി.

റിയാസ് പറഞ്ഞു നിർത്തിയപ്പോൾ ഞാൻ ചോദിച്ചു

“ഇപ്പോൾ നിനക്ക് നിരാശ ഉണ്ടോ?”

ആഹ്! ചിലപ്പോ തോന്നാറുണ്ട്. പക്ഷേ എനിക്ക് തെറ്റിയില്ല. ഞാൻ ശരിയായിരുന്നു എന്ന് ഈ പ്രവാസത്തിലൂടെ ഞാൻ നേടിയതൊക്കെ എന്നെ ബോധ്യപ്പെടുത്തുന്നു. കുടുംബപരമായി ഏക്കർ കണക്കിന് സ്വത്തുക്കളുണ്ടായിരുന്നു. ഒരുപാട് മക്കളുള്ള പ്രപിതാമഹൻ എല്ലാവർക്കും വീതം വെച്ചപ്പോൾ എന്റെ വാപ്പയ്ക്ക് അല്പം കിട്ടിയുള്ളൂ. പിന്നീട് ഓരോ കാലത്തും കൊച്ചാപ്പമാരും അപ്പച്ചിമാരും വിറ്റ ഷെയറെല്ലാം വാങ്ങി കുടുംബത്തിന്റെ അഭിമാനം കാത്തത് എന്റെ ഡ്രൈവിങ്ങും പ്രവാസവുമാണ്. ഞങ്ങളുടെ നാട്ടിൽ ഒരു കുടുംബത്തിന്റെ വസ്തുക്കൾ പുറത്തു നിന്നൊരാൾ വാങ്ങി താമസം വരുന്നത് അവിടെ ബാക്കിയുള്ളവർക്ക് അഭിമാനക്ഷതമാണ്.

അവിടെത്തന്നെ നിന്നിരുന്നെങ്കിൽ സ്വാതന്ത്ര്യം എന്നത് എനിക്കൊരിക്കലും അനുഭവിക്കാൻ കഴിയില്ലാരുന്നു. എനിക്ക് ഞാൻ തന്നെയാണ് ശരി.

അന്നദ്ദേഹം എനിക്ക് പട്ടാളത്തിലേക്കുള്ള ജോലിയുടെ പേപ്പറിൽ ഒപ്പിട്ടിരുന്നുവെങ്കിൽ അദ്ദേഹത്തെ ഞാനെന്റെ പിതാവിനൊപ്പം മനസ്സിൽ ഇരുത്തിയേനെ. എവിടെയും കൊണ്ടു നടന്നേനെ. എത്ര സാമ്പത്തികമുണ്ടായാലും കിട്ടാത്ത ചിലതിനായി അദ്ദേഹം ഒരുപാട് ആശിക്കുന്നുണ്ട് എന്നെനിക്കറിയാം.

രണ്ടര വർഷം ട്രക്ക് ഓടിച്ചതിന്റ ശമ്പളമായി പല പ്രാവശ്യം തരാൻ ശ്രമിച്ചിട്ടും ഒരു പൈസ ഞാൻ കൈപ്പറ്റിയിട്ടില്ല. അത് അദ്ദേഹത്തെ വല്ലാതെ അലോസരപ്പെടുത്തുന്നുണ്ട് എന്നെനിക്ക് നന്നായി അറിയാം. അതങ്ങിനെ ഇരിക്കട്ടെ. എന്റെ വകയായി ചെറിയ ഒരു നൊമ്പരം. അയാൾ പറഞ്ഞു നിർത്തി.

പളപളപ്പുള്ള മസ്രക്കാരൻ

യൂപീക്കാരൻ സന്തോഷ് മിക്കവാറും കഫീലുമായാണ് എന്റെ ഷോപ്പിൽ വരാറുള്ളത്. റോഡിൽ നിന്നും നാലു കിലോമീറ്റർ അകലെ മരുഭൂമിയിലെ ഉള്ളിലുള്ള ഒരു ആട് - ഒട്ടക മസ്രയിലാണ് അയാൾക്കു ജോലി. വന്നാലുടൻ കഫീൽ കസേരയിൽ ഇരിപ്പാകും. മറ്റുള്ള അറബികളെ പോലെ, "യാ അള്ളാ സിർഹാ സിർഹാ" (വേഗം വേഗം) എന്നുള്ള പുലമ്പലൊന്നുമില്ല. സാധാരണക്കാരനായൊരു മനുഷ്യൻ. സത്യത്തിൽ ഇയാളുടെ പാവത്തരം കണ്ടപ്പോൾ എനിക്കു തോന്നിയത്, ഇതൊരു ടാക്സി ഡ്രൈവറാണ്, അയാൾ സന്തോഷിനെ കൊണ്ടുവന്നതാവും എന്നാണ്. കമ്പനികളിൽ ജോലിചെയ്യുന്ന അങ്ങനെയുള്ള ധാരാളം സൗദി പൗരന്മാരുണ്ട്.

സന്തോഷ് അത്രക്ക് പളപളപ്പുള്ള ഡ്രസ്സാണു ധരിച്ചിരിക്കുന്നത്. ബോഡി ലാംഗ്വേജും നടപ്പുമൊക്കെ ആ രീതിയിലാണ്. സത്യത്തിൽ അയാളൊരു മസ്രപ്പണിക്കാരനാണെന്ന് ഞാൻ വിചാരിച്ചില്ല. ഏതെങ്കിലും കമ്പനിയിലെ സൂപ്പർവൈസറോ മറ്റോ ആണെന്നാണു കരുതിയത്.

അറബി, പള്ളിയിലേക്കു പോയ സമയത്ത് ഞാൻ സന്തോഷുമായിട്ട് കുറച്ചു കാര്യങ്ങൾ പങ്കുവെച്ചു.

സന്തോഷ് ഏഴുവർഷമായി ആട്-ഒട്ടക മസ്രയിലാണ് ജോലി ചെയ്യുന്നത്. ഈ സൗദി നല്ലൊരു മനുഷ്യനാണെന്നാണ് സന്തോഷ് സന്തോഷത്തോടെ പറയുന്നത്.

"ശമ്പളം എന്തുണ്ട്?"

"1100."

"വേറെ എന്താണു പ്രോഫിറ്റ്? എന്തെങ്കിലും ഉണ്ടോ"?

"ഭായി, ഞാൻ സന്തോഷത്തിലാണ്. കാരണം ഞാൻ വന്നിട്ട് ഇയാളുടെ കൂടെ ഏഴു വർഷമായി. എനിക്കു വേണ്ട നെറ്റ് റീചാർജിംഗ് സഹിതം അയാളാണ് ചെയ്തു തരുന്നത്.

എഴുപതാടുകളും പതിനേഴ് ഒട്ടകങ്ങളുമാണ് ഇയാളുടെ മസ്രയിലുള്ളത്."

എനിക്കറിയേണ്ടത് ഒട്ടകങ്ങളെ കുറിച്ചായിരുന്നു. അതിനു കാരണം എന്റെ കഫീല് എന്റെ ഷോപ്പിലേക്ക് കൊണ്ടുത്തന്ന ലൊക്കേഷൻ അറിയുന്ന ഒരു ഡിവൈസ് ആയിരുന്നു. അതു തരുമ്പോൾ കഫീൽ എന്നോടു പറഞ്ഞു, "ഇത് ഒട്ടകങ്ങളുടെ മേൽ ഒരു സഞ്ചിയിൽ ഫിറ്റ് ചെയ്തു വിടു

ന്നതാണ്. ഇതിനകത്ത് ഒരു സിം ഇട്ടു കഴിഞ്ഞാൽ ആ സിം വഴി കോൾ ചെയ്താൽ ഈ ഒട്ടകം എവിടെയാണ് നിൽക്കുന്നത് എന്നുള്ള ലൊക്കേഷൻ അറിയാൻ പറ്റും. മൂന്നു മാസത്തോളം ഇതിന്റെ ബാറ്ററി ചാർജ്ജ് നിൽക്കും"

എവിടെങ്കിലും തീറ്റ തേടുന്ന ഈ ഒട്ടകങ്ങളെ ആമൽമാർ കൂട്ടിക്കൊണ്ടു വരുക എന്നു പറയുന്നത് ദുർഘടം പിടിച്ചൊരു ഏർപ്പാടാണ്.

ഞാൻ ചോദിച്ചു, "എങ്ങനെയാണ് ഈ ഒട്ടകത്തെ രാവിലെ തീറ്റാൻ വിടുന്നത്?"

ഒട്ടകങ്ങളെ കൂട്ടിക്കൊണ്ടു വരണമോ, അതോ തനിയെ വരുമോ എന്നുള്ളതായിരുന്നു എന്റെ പ്രധാന സംശയം.

"ജലാൽഭായി, രാവിലെ ഇതിനെ കൊണ്ടുവിടുക എന്നുള്ളതാണ് എന്റെ പ്രധാന ജോലി. വൈകുന്നേരം നാലു മണിക്കുള്ളിൽ തിരികെ വന്നില്ലെങ്കിൽ ഞാൻ കഫീലിനോട് ഫോൺ ചെയ്തു വിവരം പറയും. പിന്നെ അവർ വന്ന് ഇവിടെ എല്ലാം അന്വേഷിച്ചു കറങ്ങും. എവിടുന്നേലും കൂട്ടിക്കൊണ്ടുവരും. നമ്മുടെ നാട്ടിലെ പോലല്ല, നാട്ടിൽ മോഷണം സ്ഥിരമാണല്ലോ. വെട്ടി കണ്ടിച്ച് കറിവെച്ചു തിന്നുന്ന ആളുകൾ നമ്മുടെ നാട്ടിൽ കൂടുതലല്ലേ? പക്ഷേ ഇവിടെ ഇതുങ്ങളെ കണ്ടുകിട്ടിയില്ലെങ്കിൽ ഉടനെ ആ ഏരിയയിലുള്ള അറബികളുടെ വാട്സാപ്പ് ഗ്രൂപ്പിൽ മെസേജിടും. ഉടൻ തന്നെ സാധാരണഗതിയിൽ ഏതു ഭാഗത്ത് ഇവറ്റകൾ മേയുന്നു എന്നുള്ള വിവരം കിട്ടും. പിന്നെ വണ്ടിയിൽ ആ ലൊക്കേഷനിൽ ചെന്ന് കൂട്ടിക്കൊണ്ടു വരും. എനിക്കിതിൽ ഉത്തരവാദിത്തമില്ല. രാവിലെ കൊണ്ടുവിട്ട ഏരിയ മാത്രം പറഞ്ഞാൽ മതി. വളരെ അപൂർവ്വമായി മാത്രമേ ഒട്ടകങ്ങൾ വരാതിരിക്കുകയുള്ളൂ. വർഷത്തിൽ ഒന്നോ രണ്ടോ തവണ മാത്രം. പക്ഷേ ആടുകൾ എന്റെ മസൂൽ (ഉത്തരവാദിത്തം) ആണ്."

"അതിരിക്കട്ടെ, ലൈഫ് പോഷ് ആണല്ലോ എപ്പോളും. പുതിയ പാന്റുകൾ, ടീ ഷർട്ടുകൾ ഒക്കെ കണ്ടാൽ ഒരു എഞ്ചിനീയർ ലുക്ക് ആണ് ട്ടാ."

അയാൾക്ക് അതിഷ്ടമായി.

"സമയം കിട്ടുമ്പോൾ ഞാൻ വരാം. ജലാൽ ബായിയുമായി സംസാരിച്ചിരിക്കാൻ നല്ല രസമാണ്."

അതൊക്കെ അപ്പിടി താൻ ഇരുക്കും

വാറ്റുകാരൻ രാഘവൻ ഷോപ്പിനു മുന്നിലൂടെ ശീഘ്രം നടന്നു പോകുന്നതു കണ്ടാണു വിളിച്ചത്. അവൻ കടയിൽ വരുന്നത് എനിക്കത്ര ഇഷ്ടമല്ല. അപാരമായ നാറ്റമാണ്. മുഷിഞ്ഞ ഡ്രസ്സുകൾ. വായ തുറന്നാൽ കുമുകുമാന്നടിക്കുന്ന നാറ്റവും വസ്ത്രങ്ങളിൽ ആടുകളുടെ ചൂര് കലർന്നതും ചാരായത്തിന്റെ ഗന്ധവും എല്ലാം കൂടി ഷോപ്പിനകം ജഗപൊക നാറ്റം. അവൻ എപ്പോ വന്നുപോയിക്കഴിഞ്ഞാലും ഊദ് പുകച്ചാണ് ഷോപ്പിനകം ട്രബിൾ ഷൂട്ട് ചെയ്യുന്നത്. "നീ, മിനിയാന്ന് ഫ്ളൈറ്റാണെന്നു പറഞ്ഞിട്ട് എന്താ പോയില്ലേ?"

"സേട്ടാ, ഞാൻ നജ്റാൻ എയർപോർട്ടിൽ ചെന്ന് ബോർഡിംഗ് പാസ്സ് സഹിതം എല്ലാം കഴിഞ്ഞപ്പോ, ദുബായ് ഫ്ളൈറ്റിൽ ലഗ്ഗേജ് വിട്ടിട്ട് ഫിംഗറിനു കേറി. അപ്പോളാണറിയുന്നത് പാസ്സ്പോർട്ട് റിനീവ് പണ്ണിയിട്ട് ജവാസാത്തുമായി അപ്ഡേറ്റ് പണ്ണിയിട്ടില്ലെന്ന്. അവർ തിരിച്ചയച്ചു. ഉടനെ കഫീല് അതു ചെയ്തെടുത്തെങ്കിലും പത്തു മിനിറ്റ് വ്യത്യാസത്തിൽ വിമാനം പോയി. ലഗ്ഗേജ് ഇപ്പൊ ദുബായിലാണ്."

"പാസ്പോർട്ട് പുതുക്കിയാൽ അപ്ഡേറ്റ് ചെയ്യണമെന്ന് നിനക്ക് അറിയില്ലാരുന്നോ?"

"അതറിഞ്ഞാൽ ഇപ്പടിയൊക്കെ ഉണ്ടാവുമോ" എന്നൊരു മറുചോദ്യവും സങ്കട, രൂക്ഷ നോട്ടവുമായിരുന്നു മറുപടി.

"ഞാൻ തിരിച്ചിവിടെ വന്നപ്പോ എല്ലാ കൂട്ടുകാരും ഇതേ ചോദ്യം ചോദിച്ചു. ഇവനൊക്കെ നേരത്തെ ഒന്നു പറഞ്ഞൂടെ? ഞാനിപ്പോ ഇരുപതു നാളായി അരപ്പട്ടിണിയിലാണ്."

അതുകേട്ടയുടനെ ഞാനല്പം പൈസ എടുത്തു നീട്ടി. അതു വാങ്ങുമ്പോൾ അവനൊരു അഭിമാനക്കുറവ് മുഖത്തുണ്ടായി.

ആടുകളുടെ മസ്രയിൽ ജോലി ചെയ്യുന്ന അവന് നല്ല ശമ്പളം അറബി കൊടുക്കുന്നുണ്ട്. അവന്റെ കഫീലിന് അവനോടും തിരിച്ചും നല്ല സ്നേഹവും ബഹുമാനവുമാണ്. ജോലിയിൽ വിശ്വസ്തനായതു കൊണ്ട് അവന്റെ ചാരായം വാറ്റ് അറിവുണ്ടെങ്കിലും കഫീൽ കണ്ണടക്കുകയാണെന്നാണ് രാഘവഭാഷ്യം.

ധൃതിയിൽ പോകാനൊരുങ്ങി നിന്ന രാഘവൻ ഒന്നു താറി നിന്ന് കഥകളുടെ ചുരുളഴിച്ചു.

"സേട്ടന് അറിയാല്ലോ ഞാൻ വന്നിട്ടു പത്തര വർഷമായി. ആദ്യം നാലുവർഷം കഴിഞ്ഞാണു നാട്ടിൽ പോയത്. രണ്ടാമത് മൂന്നു വർഷം കഴിഞ്ഞ്. ഇപ്പോ നാലായി. ഇനിയിവിടെ നിന്നാൽ ശരിയാവില്ല. എന്റെ നാശമാണ് കൂട്ടുകാരുടെ ലക്ഷ്യമെന്ന് എനിക്കു മനസ്സിലായി. ഞാനവരെ മനസ്സു കൊണ്ട് സ്നേഹം നൽകി ചാരായം വാറ്റി കൊടുത്തു. പക്ഷേ കാശ്, എന്റെ കയ്യിൽ നിന്നാണു നഷ്ടം വന്നത്. എല്ലാവരും കുടിച്ചു മറിഞ്ഞ് എന്നെ തെറി വിളിച്ചിട്ടു പോകും. ചിലർ രണ്ടിടിയും തരും. പിറ്റേന്ന് വീണ്ടും സ്നേഹത്തോടെ അടുത്തു കൂടും."

"ആട്ടെ ഒരു കുപ്പി എത്ര റിയാലിനാണ് വിൽക്കുന്നത്? എത്ര റിയാൽ മുടക്കുണ്ട്?"

"65 റിയാൽ മുടക്കി ഈസ്റ്റും ഫ്രൂട്സും ഒക്കെ വാങ്ങി വെള്ളത്തിൽ കലക്കി മൂന്നു നാൾ കുഴിച്ചിട്ട പുളിച്ച സാധനം കുക്കറിലിട്ടു വാറ്റി 200 മില്ലി കുപ്പിയിലാക്കി കൊടുത്താൽ 50 റിയാൽ കെടയ്ക്കും. മൊത്തം നാലു കുപ്പി കിട്ടും. രണ്ടു കുപ്പി ഞാനും കൂട്ടുകാരും കുടിക്കും. രണ്ടു കുപ്പി ഒരു ബാഗിലാക്കി പേടിച്ചുപേടിച്ച് ഞാൻ റോഡിലൂടെ നടക്കും. പോലീസ് ചെക്ക് ചെയ്താൽ പിടിവീഴും. രണ്ടുമൂന്നു കിലോമീറ്റർ നടന്ന് രണ്ടു തമിഴന്മാർക്ക് വിൽക്കും. 100 കിട്ടും. ചെലപ്പോ കടം പറയും. ഇതു കൊണ്ടൊരു പ്രയോജനവുമില്ല. എന്റെ കഫീലെങ്ങാനും ഇതറിഞ്ഞാൽ ഞാൻ പിന്നെ എങ്ങോട്ടെങ്കിലും ഓടിപ്പോകേണ്ടി വരും. അത്രയ്ക്കു സ്നേഹമാണ് കിഴവന്. എന്നോടു സ്നേഹവും ആത്മാർത്ഥതയുമുള്ളവർക്ക് ദേഷ്യവും ശിക്ഷയും കഠിനമാവില്ലേ?

ഇനിയിവിടെ നിന്നാൽ ഈ കൂട്ടുകാരിൽ നിന്നെനിക്ക് രക്ഷപ്പെടാനാവില്ല. ഞാനെന്റെ കുടിയും വാറ്റും ഒഴിവാക്കാൻ വളരെ ശ്രമിച്ചു നോക്കി. പല പ്രാവശ്യം കുടിയും വാറ്റും നിർത്തി വെച്ച് കൂട്ടുകാരോടു പിണങ്ങി നിന്നു. പിന്നെയും അവർ വലിയ ചിരിയോടെ വരും. ഞാനാ ചിരിയിൽ വീഴും. അവന്മാര് കഫീൽ വരുന്നുണ്ടോന്ന് മരുഭൂമിയിലേക്കു നോക്കി നോക്കി കാവലിരിക്കും. ഞാൻ വാറ്റുചാരായമുണ്ടാക്കും. ഞങ്ങൾ ഒരുമിച്ചുകുടിക്കും. ബഹളം വെക്കും, ഇടിവെക്കും കെടന്നുറങ്ങും.

ഇതിനിടയിൽ നാട്ടിൽ, വാർഡിലെ നല്ല കുടുംബിനി അവാർഡ് ഭാര്യയ്ക്കു കിട്ടി. അവൾ വളരെ മിടുക്കി. കേരളബന്ധമുണ്ട് ഫാമിലിക്ക്. പാലക്കാട് കോയമ്പത്തൂർ റോഡ് സൈഡിലാണു വീട്. മകനിപ്പോൾ എൻജിനീയറിങ് കഴിഞ്ഞു. കോയമ്പത്തൂരിലെ ഫാക്ടറിയിൽ ജോലിയായി. അവൻ പറയുന്നുണ്ട്, അപ്പാ ഇനിയിവിടെ നിൽക്കണ്ട തിരിയെ ചെല്ലാൻ."

കുറേദിവസം കഴിഞ്ഞപ്പോൾ വീണ്ടും രാഘവനെത്തി.

“ഡാ നീ പോയില്ലേ?”

“ഇല്ല സേട്ടാ, കഫീൽ ടിക്കറ്റ് തന്നില്ല. എപ്പോ ടിക്കറ്റ് കൊണ്ടു വരുമോ, അപ്പോ ഞാൻ പോകും. ഇപ്പോ മകന് ഒരു കോട്ട് വേണം അതുക്ക് താൻ വന്തത്.”

“നീ പിന്നേം ചാരായം വാറ്റി കുടിച്ചല്ലേ? എന്തൊരു നാറ്റമാണ് നിന്നെ. നീ നന്നാവില്ലേ? നിന്റെയീ കാലിലും ചെരുപ്പിലുമൊക്കെ എന്തൊരു വൃത്തിയില്ലായ്മയാണ്?”

“അതൊക്കെ അപ്പിടി താൻ ഇരുക്കും. സേട്ടന് എന്നാ പ്രച്ചനം?”

ഏത് പിരാന്തനും അവന്റെ വൃത്തിയെ വിമർശിച്ചാൽ ചൂടാവുന്നതു പോലെ രാഘവന്റെയും മട്ടുമാറി.

“ഹും! നന്നാക്കാൻ വന്നേക്കുന്ന ഒരാള് !” അവനൊരു ബോധമില്ലാത്ത കുടിയനെ പോലെ പുലമ്പി.

കോട്ടിന്റെ കാശ് വാങ്ങിക്കൊണ്ടു ചോദിച്ചു,

“നിനക്ക് നാട്ടിൽ ഇട്ടോണ്ടു പോകാൻ വേറെ ചെരുപ്പുണ്ടോ? ഞാനൊരെണ്ണം തരാം.”

“വേണ്ടാ സേട്ടാ, ചെരുപ്പൊക്കെ റൂമിലുണ്ട്. ഇനി എന്നെ കണ്ടില്ലേല് ഞാൻ നാട്ടിൽ പോയിന്ന് കൂട്ടിക്കോ...” അവനിറങ്ങി.

“ഡാ നാട്ടിൽ ചെന്ന് നീ കുടിക്കരുത് കേട്ടാ...” ഞാൻ പുറകിൽ വിളിച്ചു പറഞ്ഞു.

അവനവിടെ നിന്ന് എന്നെ നോക്കി, എന്നിട്ട് കഴുത്തിൽ കൈ കൊണ്ട് ആംഗ്യം കാണിച്ചു നാട്ടിൽ കുടിച്ചാൽ പൊണ്ടാട്ടി എന്നെ വെട്ടി മൂടും.

ജീവിതം പാഴാക്കാനുള്ളതല്ല

കുപ്പുസ്വാമി വന്നത് മൊബൈലിന്റെ പ്രൊട്ടക്ഷൻ ഗ്ലാസ്സ് ഒട്ടിക്കാനാണ്.

ഞാൻ പറഞ്ഞു "എന്റെ അനിയൻ നൗഷാദ് മൂന്നാലു ദിവസങ്ങൾക്കകം എത്തുന്നുണ്ട്." സന്തോഷം കൊണ്ട് അയാളുടെ മുഖം വിടർന്നു. കണ്ണുകളിൽ നനവിന്റെ തിളക്കം. അയാളോർത്തു.

"അവനും ഞാനും അടുത്തടുത്ത മസ്രകളിലായിരുന്നു. എന്റെയിടവും നൗഷാദിന്റെയിടവും തമ്മിൽ അൻപതു മീറ്റർ ദൂരം. മുപ്പത്തിയാറു വർഷമായിരിക്കുന്നു. ഞാനും അവനുമൊക്കെ ഒരേ സമയത്തു ഹുസൈനിയയിലെ ഹദുബായിൽ വന്നവർ. അന്ന് ഷാജഹാനുണ്ടായിരുന്നു. അമാറയിൽ (പഞ്ചായത്ത്) ജോലി. അവിടത്തെ മുദീറിനെക്കാൾ പവർ ഷാജഹാനായിരുന്നു. എല്ലാ വണ്ടികളും ഷാജഹാൻ ഓടിച്ചോണ്ട് ഞങ്ങളുടെ മസ്രയിൽ വരും. അമാറയിലെ മുദീർ മുഹമ്മദ് സെല്ലുന്റെ ബാപ്പയായിരുന്നു നൗഷാദിന്റെ കഫീൽ. ഒത്തിരി പ്രായമുള്ള പ്രബല കുടുംബക്കാരൻ. ഒരു പ്രദേശം മുഴുവൻ കെളവന്റെ വസ്തുക്കളായിരുന്നു.

"ആഹ്! ഞാൻ ഇരുപതു വർഷം മുന്നേ വരുമ്പോൾ അദ്ദേഹം നല്ല ആരോഗ്യവാനായിരുന്നു. അഞ്ഞൂറിന്റെ റിയാലുകൾ മണ്ണിൽ കുഴിച്ചിട്ടാണു സംരക്ഷിച്ചിരുന്നത് എന്നു കേട്ടിട്ടുണ്ട്."

"അദ്ദേഹം വളരെ പ്രായമായി കഴിഞ്ഞാണു മരണപ്പെട്ടത്. ഏതാണ്ട് നൂറ്റിപ്പത്തു വയസ്സെങ്കിലും കാണുമായിരുന്നു. ഒരു കൊലപാതക കേസിൽ പെട്ട മകൻ മുഹമ്മദ് സല്ലുമിന്റെ കുഞ്ഞിനെ രക്ഷിക്കാൻ ഈ സമ്പത്ത് മുഴുവൻ 'ദിയാധന'മായി നൽകാമെന്ന് കെളവൻ വാക്കു നൽകിയതാണ്, എന്നിട്ടും..." സ്വാമിക്കും അതോർക്കുമ്പോൾ വിഷമം.

"നൗഷാദിന് മസ്ര ജോലിയിൽ വലിയ താല്പര്യമില്ലായിരുന്നു. അവനെപ്പോളും കഫീലുമായി ഉടക്കുണ്ടാക്കി എങ്ങനേലും അവിടന്നു രക്ഷപ്പെടാൻ നോക്കിക്കൊണ്ടിരുന്നു. ഷാജഹാൻ രഹസ്യ സപ്പോർട്ട് നൽകി. ആഹ്! ഒരിക്കൽ ഞാൻ ഷാജിയോട് ഒരു കത്തിൽ ചോദിച്ചു, ഒരെഴുത്തുപോലും അയയ്ക്കാൻ അഡ്രസ്സില്ലാത്ത ഇടത്താണോ നൗഷാദിനെ കൊണ്ടിട്ടതെന്ന്. അന്ന് അളിയൻ എനിക്കയച്ച കത്തിലെ ഒരു വാക്ക് ഞാനിപ്പോളും ഓർക്കുന്നുണ്ട്. അളിയാ കോടിക്കണക്കിനു ആസ്തിയുള്ള, ഇവിടത്തെ ഒരു പഞ്ചായത്തിന്റെ മുഴുവൻ ചുമതലയുള്ള അവന്റെ കഫീലിനു പോലും ഒരു പോസ്റ്റ് ബോക്സ് നമ്പർ ഇല്ല. (35 വർഷം മുന്നത്തെ കാര്യം)

ഒരിക്കൽ ഇവിടെ പ്രളയമുണ്ടായി. മരുഭൂമിയിലെ പ്രളയങ്ങൾ വളരെ അപകടം പിടിച്ചതാണ്. നമ്മൾ ചവിട്ടി നിൽക്കുന്ന ഇടം താഴ്ന്നങ്ങു പോകും. ഈ കാണുന്ന വാദി (തോട്) നിറഞ്ഞൊഴുകി മസ്രകൾ വെള്ളത്തിലായി. നൗഷാദ് ഒരു മരത്തിന്റെ വേരിൽ പിടിച്ചു കിടന്നതു കൊണ്ടാണ് രക്ഷപെട്ടത്.

അതവന് ടേണിങ് പോയിന്റായി. ഇനി മസ്ര ജോലിയിൽ തുടരില്ല എന്ന കടുംപിടിത്തത്തിന് കഫീൽ വഴങ്ങി. അങ്ങെനെയവൻ ദല്ലയിലുള്ള പെട്രോൾ പമ്പിൽ പെട്രോളടിക്കുന്ന ജോലിക്കു കയറി. ഇരുപത്തിരണ്ടു മണിക്കൂർ ജോലി. കൊടും തണുപ്പിൽ ഫ്രിഡ്ജ് വരുന്ന വലിയ കാർട്ടണിന് രണ്ടു കണ്ണും കാണാവുന്ന തരത്തിൽ കിഴുത്തയുണ്ടാക്കി അതിനുള്ളിലാണ് ഇരുപ്പ്. എന്നാലും മസ്രവേലയെക്കാൾ മെച്ചമുണ്ട്, റോഡാണ്, കറണ്ടുണ്ട്, ആളുകളെ കാണാം. നാട്ടിൽ നിന്നു വന്നിട്ട് ഒൻപതു മാസമായിരിക്കുന്നു. അതിനു ശേഷമാണ് ഒരു നല്ല ജോലി. ആറു മാസമായപ്പോൾ മടുപ്പ്.

ഇങ്ങനൊന്നും വേസ്റ്റാക്കാനുള്ളതല്ല തന്റെ ജീവിതം എന്നവൻ എപ്പോളും പറയുമാരുന്നു. അങ്ങനെയിരിക്കെ ഗ്യാസ്കുറ്റികൾ വിൽക്കുന്ന ഒരു ഗോഡൗണിൽ ജോലി കിട്ടി. പക്ഷേ, ആ അറബി മൂന്നു മാസമായിട്ടും ശമ്പളം കൊടുത്തില്ല. അവനുമായി നൗഷാദ് വഴക്കായി, ഉന്തും തള്ളുമായി. നൗഷാദ് ഒരു ഇരുമ്പു വടിയെടുത്തു. അറബി ഓടിപ്പോയി വണ്ടിയിൽ നിന്നും തോക്കെടുത്തു. ഇതെല്ലാം കണ്ടുനിന്ന ഒരു തമിഴ്നാട്ടുകാരൻ നൗഷാദിനെ നോക്കി അലറിപ്പറഞ്ഞു. "നൗഷാദ്, അന്ത ഇരുമ്പ് കീഴെ പോഡ്, അല്ലേൽ അവൻ തുപ്പാക്കി കൊണ്ട് സുട്ടിടുവേ."

അവൻ ഇരുമ്പ് താഴെയിട്ടു. മറ്റവൻ വണ്ടിയിൽ കേറി ഓടിച്ചു പോയി. അപ്പോളേക്കും തമിഴൻ പറഞ്ഞു, "നൗഷാദ് പോലീസിൽ പൊക്കോ... ഇവിടെ തോക്കെടുക്കുന്നത് വലിയ കുറ്റമാണ്. പോലീസിൽ പോയാൽ ഈ ചാൻസിന് നിന്റെ ശമ്പളം മേടിക്കാം."

അങ്ങിനെ അവൻ പോലീസിൽ പോയി. അറബിയെ പോലീസ് വിളിപ്പിച്ചു. നൗഷാദിന്റെ കഫീൽ മുഹമ്മദ് സല്ലുമിനെയും വിളിപ്പിച്ചു. മുഹമ്മദ് സല്ലും വന്ന് അവനോടു പറഞ്ഞു "ഹാദി എന്റെ അളിയനാണ്, നീ എന്റെ ആമലും. പക്ഷേ, ശമ്പളം മുഴുവനും തരാതെ നീ ഇത്തിഫായ്ക്കു (ഒത്ത് തീർപ്പ്) വഴങ്ങരുത്. അര മണിക്കൂറിൽ ശമ്പളം കിട്ടി. കേസ് തീർത്തു പുറത്തിറങ്ങി."

ഞാനപ്പോൾ സ്വാമിയോട് പറഞ്ഞു, "ഹാദി ഇപ്പോളും ശമ്പളം കൃത്യമായി കൊടുക്കില്ല. എത്ര പേരാണ് ഇവിടെ വന്ന് അവനെപ്പറ്റി പറയുന്നത്!

പക്ഷെ ഒരു സ്വാമി, അവിടത്തെ ജോലിക്കാരനുണ്ട്. അവൻ പറയുന്നത് എത്ര ലേറ്റായാലും സാലറി മുഴുവൻ തീർത്തു തരുമെന്നാണ്."

"വീണ്ടും പഴയ പമ്പിൽ പോയി ജോലി ചെയ്തു. അങ്ങിനെയിരിക്കെ ലോൻഡ്രിക്കുള്ള മിഷ്യനുകൾ കയറ്റികൊണ്ട് ഒരു ലോറി പോകുന്നതു കണ്ടു. പിന്നീട് ആ ലോൻഡ്രി അവന്റേതായി മാറി. പിന്നെപ്പിന്നെ സൂപ്പർ മാർക്കറ്റ്. ചുരുക്കത്തിൽ നൗഷാദ് സൂപ്പറാ. ഞാനിപ്പോളും മസ്രവേല ചെയ്യുന്നു. പുൽക്കൃഷിയാണെങ്കിലും ഞാനിപ്പോളും തൃപ്തനാണ്. മാസം അമ്പതായിരം അനപ്പും." സ്വാമി പറഞ്ഞു നിർത്തി.

"നൗഷാദ് വരുമ്പോൾ എന്നെ വിളിക്കണം. അവനെ എനിക്കൊന്ന് കാണണം." ഷോപ്പിൽ നിന്നിറങ്ങാൻ നേരം കുപ്പുസ്വാമി ഓർമ്മിപ്പിച്ചു.

വീണ്ടുവിചാരം

രാജേന്ദ്രണ്ണൻ ആടു മസ്രയിൽ ജോലി ചെയ്യുന്നു. ഇടയ്ക്കൊക്കെ ഇമ്മിണി വാറ്റുചാരായമടിക്കാറുണ്ട്. പത്തു വർഷമായി സൗദിയിൽ. ഈയിടെയായി അണ്ണൻ അടിക്കാതെയാണ് ഷോപ്പിൽ വരുന്നത്.

"എന്താ അണ്ണാ ഇപ്പോൾ അടിയൊന്നുമില്ലല്ലോ."

"ഇപ്പോൾ കുറെ നാളായി ഞാൻ കുടിക്കാറില്ല."

"അതെന്താ മുഴുക്കുടിയനാരുന്നല്ലോ, അങ്ങിനെ പെട്ടെന്നു നിർത്താൻ പറ്റുമോ?"

"എനിക്കതു പറ്റും. ഞാൻ തീരുമാനിച്ചാൽ അതു കണിശമായി നടപ്പാക്കും."

"നാട്ടിൽ അണ്ണൻ മുഴുക്കുടിയനാണെന്നാണല്ലോ കേട്ടത്."

"അപ്പടിയൊന്നുമില്ല. ഞാനൊരാളുടെ കഥ പറയാം. എന്റെ നാട്ടിലെ ഒരു വലിയ ജന്മിയുടെ മകൻ കോളേജ് പ്രൊഫസർ, രാവിലെ മുതൽ എല്ലാ വിധ കൃഷിപ്പണികളും നോക്കിയിട്ടാണു കോളേജിൽ പോകുന്നത്. പക്ഷേ, വൈകിട്ട് തിരിയെ വരുമ്പോൾ നിയന്ത്രണമില്ലാതെ അടിച്ചു വഴിയിൽ കിടക്കും. നാട്ടുകാരെല്ലാം അയാളെ നല്ല പഴി പറയും. ബസുകാർ അയാളെ കയറ്റില്ല. കോളേജ് കുട്ടികൾ പലരും അയാളെ കണ്ടാൽ ഒഴിഞ്ഞുമാറി നടക്കും. വർഷങ്ങളോളം അങ്ങിനെ തുടർന്നു. അയാൾ റിട്ടയറായ അന്ന് വീട്ടിൽ വലിയ പാർട്ടി നടത്തി ഇഷ്ടം പോലെ മദ്യവും ആഹാരവും വിളമ്പി. കുടിയന്റെ കുറെ കുടിയൻകൂട്ടുകാരൊക്കെ കുടിച്ചു മറിഞ്ഞു. എല്ലാവരെയും അത്ഭുതപ്പെടുത്തിക്കൊണ്ട് അയാൾ മദ്യം തൊട്ടില്ല. പിന്നെ അയാൾ കുടിച്ചു കണ്ടിട്ടില്ല. തീരുമാനം എടുക്കുന്നതിൽ അയാളാണെന്റെ ഹീറോ."

"ഇനിമേലിൽ അണ്ണൻ കുടിക്കില്ല എന്നെനിക്ക് വാക്കു തരുമോ?" കുടിച്ചുകുടിച്ചു ജീവിതം തന്നെ കയറിലും റോഡിലും വലിച്ചെറിഞ്ഞ പ്രിയപ്പെട്ട ചിലരെ മനസ്സിൽ വ്യസനപൂർവ്വം ഓർത്തുകൊണ്ടാണ് എന്റെ ചോദ്യം.

"ഉറപ്പൊന്നുമില്ല, ചിലപ്പോ വീണ്ടും കുടിക്കും. ഇവിടെ കുടിച്ചാൽ പോക്കറ്റ് കാലിയാകും. ദേ ഇരുന്നൂറു മില്ലി വാറ്റ് ചാരായ കുപ്പിക്ക് അൻപത് റിയാലാണ്."

"ഇത്രേം സ്ട്രിക്ടുള്ള രാജ്യത്ത് ഇതൊക്കെ എങ്ങിനെ വാറ്റി എടുക്കുന്നണ്ണാ."

"അത് രാഘവനോട് ചോദിക്കണം. അവൻ താൻ ഇങ്കെയുള്ള അബ്കാരി."

കഫീലിന്റെ സാന്നിദ്ധ്യം കുറവുള്ള വിജനമായ മസ്രകളിൽ തരികിടക ളായ ആമൽമാർ ചാരായം വാറ്റി വിൽക്കുന്നത് പുതിയ അറിവല്ല.

"അണ്ണൻ വന്നിട്ട് അഞ്ചു വർഷമായല്ലോ, നാട്ടിൽ പോകണ്ടേ?"

"പോണം, കൊഞ്ചം കൂടി കഴിയട്ടെ. പണം ഒന്നുമില്ല, മരുമകനെ മലേ ഷ്യയിൽ വിടാൻ നല്ല പൈസാ ആയി."

"അണ്ണന്റെ പഴയ കാതലി അല്ലെ അവനെ അവിടെ കൊണ്ടുപോയത്?"

"ഹാഹ്! അതൊരു വലിയ അബദ്ധമായി. അവൾ അവനെയും കറക്കി യെടുത്തു. ഇപ്പോ മകളുടെ ദുഃഖം കാണേണ്ടി വരുന്നു. ഒരുപാട് നേർച്ച പൂജകളൊക്കെ നാട്ടിൽ ചെയ്യുന്നുണ്ട്. അന്ത കുലടയിൽ നിന്നും അവൻ വിട്ടുപോരാൻ. പക്ഷേ നടക്കാൻ ചാൻസ് കുറവാണ്. അവളവനെ അര ക്കെട്ടിട്ട് പൂട്ടിയിട്ടുണ്ടാവും."

ഞാനയാളുടെ മുഖത്ത് സൂക്ഷിച്ചു നോക്കിക്കൊണ്ടു പറഞ്ഞു, "ആഹ്! അണ്ണന് അറിയാമല്ലോ അവളുടെ വരിഞ്ഞു മുറുക്കലിന്റെ പ്രാഗൽഭ്യം."

രാജേന്ദ്രണ്ണൻ പണ്ടനുഭവിച്ച നിർവൃതിയുടെ ഭാവരസങ്ങൾ കണ്ണിലും മുഖത്തും മാറി മറിഞ്ഞു. ഹൊ... ഹോ... എന്നുള്ള ചിരിയോടെ അയാൾ അക്കാല വെടിക്കഥകൾ ചൂടോടെ വിളമ്പിക്കൊണ്ടിരുന്നു.

"എന്നിട്ടും അണ്ണൻ മരുമകനെ മലേഷ്യയിൽ അവളോടൊപ്പം അയച്ചതിന്റെ റീസൺ മനസിലാകുന്നില്ല. നിങ്ങൾക്കറിയാമായിരുന്നു, അവനെയും അവൾ വഹിക്കുമെന്ന്. അവളുടെ ഫോട്ടോ ഞാൻ കണ്ടതല്ലേ? എന്നാ ഫിഗറാണ് മലേഷ്യൻ തമിഴത്തിക്ക്! നിങ്ങടേം അവന്റെമൊക്കെ ഒരു ഭാഗ്യമേ!"

"അതേയ്, അവൾ അവന് വിസ റെഡിയാക്കുന്നുവെന്നറിഞ്ഞപ്പോൾ ഞെട്ടുകയും പ്രതിസന്ധിയിലാവുകയും ചെയ്തു. അവളുടെ കൂടെ പോക ണ്ടെന്നും വിടരുതെന്നും പറയാനുള്ള വോയ്സ് ഇല്ലാരുന്നു. എന്തു തടസ്സം പറഞ്ഞാലും എന്നെ വീട്ടുകാരുടെ മുന്നിൽ അവൾ ആക്ഷേപിക്കും. കൂടാതെ ഞാനൊരു കുടിയനായതു കൊണ്ട് എന്റെ വാക്കുകൾക്ക് ഒരു വിലയുമില്ല. കാശു വാങ്ങുമ്പോൾ മാത്രം നല്ല റെസ്പെക്റ്റ് ഇരുക്കും. എനിക്ക് അപ്പടിയെങ്കിലും വീട്ടിൽ സ്ഥാനമുണ്ട്. എന്റെ റൂമിലുള്ള പഴനിയില്ലേ, അവന്റെ കാര്യം ആകെ കഷ്ടമാണ്. ഇവിടുന്നു ശമ്പളം കിട്ടിയാലുടൻ നാട്ടിലേക്ക് അയയ്ക്കും. അയാൾ കുടിക്കില്ല, നല്ലവൻ. പക്ഷേ നാട്ടിൽ ചെല്ലുമ്പോൾ അവന്റെ ഭാര്യ ഒരു ദിവസം പോലും കൂടെ

കിടക്കില്ലാ. അവർക്ക് ഒരു കാതലൻ ഇരുക്ക് (ഒന്നല്ല വേറെ ഒക്കെ ഇരുക്ക് അത് ഞങ്ങൾക്കൊക്കെ അറിയാം. അയാൾ ഉറപ്പിച്ചത് ഒന്നുമാത്രം). അതിയാൾക്കുമറിയാം. കുടുംബ സ്വസ്ഥതയ്ക്കു വേണ്ടി കണ്ണടയ്ക്കുന്നു. പാവം എപ്പോളും പറയും, മകൾ വിഷമിക്കണ്ടോന്നു കരുതിയാണ് മിണ്ടാതിരിക്കുന്നതെന്ന്. അതൊന്നുമല്ല കാര്യമെന്ന് അവന്റെ കൂട്ടുകാരൻ ബാഷ പറയും. ആ പൊണ്ടാട്ടിയൊരു ഭയങ്കര ഫിഗറുള്ളവരാണ്. അവർക്ക് ഇയാളെ തികയില്ല, അതാണ്."

ബാഷയുടെ കോൾ

രാജേന്ദ്രൻ പറഞ്ഞു കൊണ്ടിരിക്കേ എനിക്കു ഫോൺ വന്നു. അങ്ങേ ത്തലയ്ക്കൽ ബാഷ ആയിരുന്നു. ഞാനിവിടുണ്ടെന്ന് മിണ്ടണ്ട എന്ന് രാജേന്ദ്രൻ ആംഗ്യം കാട്ടി. അയാൾക്ക് കുറേദിവസമായി ജോലിയില്ല. എവി ടെങ്കിലും ആട് മസ്രയിലൊരു ജോലി കിട്ടുമോ എന്നറിയാനാണ് വിളിച്ചത്. അൻപതു കിലോമീറ്ററോളം ഉള്ളിലൊരു ജോലിയുണ്ടെന്നും കടൽ പോലെ പരന്നു കിടക്കുന്ന മരുഭൂമിയാണെന്നും വേണമെങ്കിൽ മൽഫുഫ് എന്ന അറബിയോടു ചോദിക്കാമെന്നും പറഞ്ഞപ്പോൾ ബാഷാ ദയനീയത യോടെ ഉണർത്തി, എപ്പടി ഇരുന്താലും എനിക്കാ ജോലി വേണം. മകൾക്ക് കല്യാണം ആയിട്ടേ. മുന്നാലെ വേല പാത്ത ഇടത്തില് പക്ഷെ പുതിയ ആൾ വന്നു. പുറത്തു ജോലി കിട്ടുമെങ്കിൽ ചെയ്തോളൂ എന്ന് കഫീൽ പറ ഞ്ഞിട്ടുണ്ട്. ശമ്പളം കൃത്യമായി തരുന്ന ആളാണെങ്കിൽ എത്ര ഉള്ളിലാണെ ങ്കിലും ജോലി കിട്ടിയാൽ ഓക്കേ എന്നാണയാളുടെ മനോഭാവം.

എനിക്കപ്പോൾ ഓർമ്മ വന്നത് പത്തു വർഷം മുന്നേ "ആട്ജീവിത" പുസ്തകം വായിച്ച കണ്ണൂർക്കാരൻ ഷാനവാസ് പറഞ്ഞ കഥകളാണ്. അയാൾ വന്നുപെട്ടത് ഇതുപോലെ ഉള്ളിലുള്ള ആട് - ഒട്ടക മസ്രയിലായി രുന്നുവെന്ന് അവൻ പറഞ്ഞ കഥകളിൽ നിന്ന് ചിലതോർത്തു. മരുഭൂമി ആദ്യമായി കാണുന്ന മലയാളി പകച്ചു നിൽക്കുകയേ ഉള്ളൂ. പച്ചപ്പിലും നഗരത്തിലും വളർന്ന അവർക്കൊരിക്കലും ആട്-ഒട്ടക മസ്രജോലികളോട് പൊരുത്തപ്പെടാനാവില്ല.

ഷാനവാസ് വെള്ളംവണ്ടിയുടെ ഡ്രൈവറായാണു വന്നത്. നാട്ടിലെ പ്രൈവറ്റ് ബസ് ഡ്രൈവർ. നിറയെ ജനങ്ങളെ കണ്ട് ഉല്ലസിച്ചു ജോലി ചെയ്ത് നല്ല വരുമാനത്തോടെ ജീവിച്ചവൻ.

ആദ്യത്തെയും രണ്ടാമത്തെയും ദിവസം അറബി, വണ്ടിയിൽ കൊണ്ടു നടന്ന് എല്ലാം കാട്ടിക്കൊടുത്തു. ഹുസൈനിയയിലെ സർക്കാർ വെള്ളം, സ്വാവീഷിൽ നിന്ന് ടാങ്കറിലെടുത്ത് അറബിയുടെ മൂന്ന് ആട് - ഒട്ടക മസ്ര

കളിൽ എത്തിക്കണം. ദിവസം ഒറ്റ ട്രിപ്പ്. ഭേദമായ ശമ്പളം. ബാക്കി സമയങ്ങളിൽ ആട് - ഒട്ടക ജീവനക്കാരായ സുഡാനിയും മസ്രിയുമായി ടെന്റിൽ കഴിയണം. അവനെങ്ങിനെങ്കിലും ചാടിപ്പോകാനാണ് തീരുമാനിച്ചത്. രണ്ടുമൂന്നു മാസത്തിനകം മലയാളി പരിചയക്കാരെ ഒപ്പിച്ചു. അവരുടെ സഹായത്തോടെ ആശാൻ ചെയ്തിരുന്ന ജോലിയുപേക്ഷിച്ച് ഒരു ഹോട്ടലിൽ കയറി പൊറോട്ട അടിക്കാരനായി മാറി.

ചാക്കുകണക്കിന് മൈദയുടെ പൊറോട്ട അടിച്ചു വിറ്റ് മുതലാളിക്ക് ലാഭം കിട്ടുന്നു. എന്റെ അദ്ധ്വാനം കൊണ്ട് ഇത്രയും ലാഭമുണ്ടാക്കുന്നതിൽ എനിക്ക് ബുദ്ധിമുട്ട് തോന്നി. അതുകൊണ്ട് ഇടയ്ക്കിടയ്ക്ക് പനി അഭിനയിച്ച് പണിമുടക്കി. അവനാഗ്രഹിച്ച പോലെ മുതലാളി പറഞ്ഞുവിട്ടു. ഇതിനിടയിൽ വേറെ ഡ്രൈവർമാർ ചങ്ങാതികളായി. വേറൊരു വെള്ളംവണ്ടിയിൽ ജോലി ചെയ്തുപോരുന്നതിനിടയിലാണ് ഞാനുമായി ചങ്ങാത്തമായത്. അങ്ങിനെയാണ് അവൻ കഥകൾ പറഞ്ഞത്. ഇടയ്ക്ക് കുറെ ദിവസം അവനെ കണ്ടില്ല. ഫോണും ഓഫ്. കുറച്ചു നാൾ കഴിഞ്ഞ് വീണ്ടും ഷോപ്പിൽ വന്നു.

“എവിടാരുന്നു എന്തു പറ്റി?”

“ഒന്നും പറയണ്ടിക്കാ, പഴയ കഫീൽ പൊക്കി. അവനെന്നെ കൊണ്ടുപോകാനുള്ള പ്ലാനായിരുന്നു, ഞാനത് വിദഗ്ധമായി പൊളിച്ചു.”

“ആഹ്! നീ ആള് കൊള്ളാല്ലോ. എങ്ങിനെ പൊളിച്ചു? സാധാരണ അവർ വിടില്ലല്ലോ.”

“ആ... അതല്ലേ, എന്നെ കണ്ടതും വണ്ടി വട്ടമിട്ട് എന്നെ തള്ളി വണ്ടിയിലിട്ടു. എന്നിട്ട് നിർബന്ധിച്ചു വണ്ടിയോടിപ്പിച്ചു. ഇതിനിടയിലെന്നെ ചീത്ത വിളിക്കുകയും കയ്യോങ്ങുകയും ചെയ്തുകൊണ്ടിരുന്നു.”

“എന്നിട്ട് നിന്നെ ഉപദ്രവിച്ചോ?”

“ഇല്ല, കയ്യോങ്ങി പേടിപ്പിക്കും. എന്തൊക്കെയോ അറബിയിൽ ഉച്ചത്തിൽ വിളിച്ചുപറയും. ഒട്ടകത്തിന്റെ അമറൽ പോലെ തോന്നും. ഞാനോർത്തു എന്നെ കൊല്ലുമെന്ന്.”

“ആഹ്! എടാ ഇവർ കയ്യോങ്ങുകയേയുള്ളൂ. അടിച്ചാൽ നീ രക്ഷപെട്ടു. നിയമം അടി കൊള്ളുന്നവനൊപ്പമാണ്.”

“അതേയോ! അതു കൊണ്ടാവും അവനെന്നെ ഒന്നും ചെയ്തില്ല.”

“അല്ല... നമ്മളാണേലും ഇത്തരം പിതൃശൂന്യത കാട്ടിയാൽ അടി കൊടുക്കില്ലേ?”

“അവിടെ എനിക്കു ജോലി സുഖമാരുന്നു. ശമ്പളവും ഭക്ഷണവും കിട്ടി.

ആ മൂന്നു മാസക്കാലമേ ഞാൻ നാട്ടിലേക്ക് തൃപ്തിയായി പൈസ അയച്ചുള്ളൂ. പക്ഷെ ഒറ്റപ്പെടൽ എന്റുള്ളാ ഞാനത് എങ്ങിനെ സഹിച്ചെന്നോ! പ്രാന്ത് പിടിക്കുന്ന അവസ്ഥയായി."

"ഞാഹ്! പറ, എന്നിട്ടെങ്ങിനെ വീണ്ടും പുറത്തു ചാടി?"

പോലീസ് ചെക്കിംഗ്

"ഇക്കാ, ആ അറബി എന്നെക്കൊണ്ട് വണ്ടി ഓടിപ്പിച്ചതിലൂടെ ഒരു മണ്ടത്തരമല്ലേ കാട്ടിയത്? ഒരു പോലീസ് ചെക്കിംഗ് നടക്കുന്നത് ഞാൻ ദൂരെന്നേ കണ്ടു. എന്റെ മനസ്സിൽ ഒരു തോന്നലുണ്ടായി. ഇപ്പോൾ രക്ഷ പെട്ടില്ലെങ്കിൽ ഇവൻ എന്നെ കൊണ്ടുപോയി വണ്ടി തരാതെ ആടിനെയും ഒട്ടകത്തെയും മേയ്ക്കാൻ പറഞ്ഞേക്കും. ഈ റോഡിൽ നിന്നും മരുഭൂമിയിലേക്കുള്ള പാതയിൽ കയറും മുന്നേ എന്തേലും ചെയ്തേ പറ്റൂ. എന്റെ മനസ്സ് ശൂന്യമായി. ചെക്കിംഗ് പോയന്റിലേക്ക് വണ്ടി നിർത്തി അവരോട് കരഞ്ഞു കൊണ്ട് വിവരം പറയാൻ എനിക്കു തോന്നി. പക്ഷെ അറബി ഭാഷ അറിയാത്ത ഞാൻ പറയുന്നതിലും കാര്യമായി പോലീസ് കേൾക്കുന്നത് കഫീലിന്റെ വാക്കുകളാവുമെന്നു തോന്നി. പോരെങ്കിൽ ഞങ്ങൾ ഒരുമിച്ചാണ്. റോഡ് ചെക്കിങ്ങിന്റെ അടുത്തേക്കെത്തുമ്പോൾ സ്ലോ ആക്കിയാണ് പോവാറ്. ഷുർത്ത (പോലീസ്) പൊക്കോളാൻ കൈ കാണിച്ചാൽ പോകാം. അറബി ഉള്ളതുകൊണ്ട് അങ്ങിനെയേ സംഭവിക്കൂ.

എന്റെ മനസ്സിൽ ഒരു ബുദ്ധി തോന്നി. സ്ലോയിൽ വന്ന വണ്ടി പൊലീസിന് അടുത്തെത്തിയപ്പോൾ ഞാൻ വേഗം കൂട്ടി പാഞ്ഞു. അങ്ങിനെ ചാടിപ്പോകുന്നവരെ പിടിക്കാനുള്ള പോലീസ് ജീപ്പ് ഞങ്ങളുടെ വണ്ടിയുടെ പുറകെ. അമ്പരന്നു പോയ കഫീൽ വണ്ടി നിർത്താൻ അലറി. അവനാകെ പേടിച്ചു. സൗദിയിലെ നിയമലംഘനത്തെക്കുറിച്ച്, അതിന്റെ ശിക്ഷയെ കുറിച്ച് അവന് നല്ല ബോധ്യമുണ്ടല്ലോ. എനിക്കതില്ല. ഞാൻ പുതിയ ആളല്ലേ പുറകിൽ പാഞ്ഞു വന്ന പോലീസ് വണ്ടി ഞങ്ങളുടെ വണ്ടിയുടെ ടയറിൽ വെടിയുതിർത്തു. നിന്നുപോയ ടൊയോട്ട ഹൈലുക്സിന്റെ മുന്നിൽ ജീപ്പുകൾ വട്ടം കൊണ്ടിട്ടു. റൈഫിളുമായി പോലീസുകാർ ചാടിയിറങ്ങി. സിനിമയിൽ കാണുന്നതു പോലെ വളരെ കരുതലോടെ ഞങ്ങടെ വണ്ടിയിലേക്ക് അടുത്തു. പെട്ടെന്നു തന്നെ കഫീൽ രണ്ടു കൈയും പൊക്കിപ്പിടിച്ചോണ്ട് വെളിയിലിറങ്ങി. പോലീസുകാരോട് എന്തൊക്കെയോ പറഞ്ഞു.

രണ്ടുപേർ അവന്റെ ദേഹ പരിശോധന നടത്തുന്നതിനിടയിൽ രണ്ടു പേർ എന്റെ വശത്തെ ഡോർ തുറന്ന് കൈ ഉയർത്താൻ ആവശ്യപ്പെട്ടു. ഇറങ്ങാനും. ഇറങ്ങിയതും എന്നെ തോക്ക് ചൂണ്ടിക്കൊണ്ട് ശരിക്ക് ഇടിച്ചു.

ഞാനല്ലേ ഡ്രൈവർ? പോരെങ്കിൽ അവൻ പറഞ്ഞുകാണും എന്റെ തെറ്റാണെന്ന്. ഇടിക്കുശേഷം എന്നെ വണ്ടിയിൽ കേറ്റി, അവനെ മറ്റേ വണ്ടിയിലും. പിന്നീട്, ഞങ്ങൾ വന്ന വണ്ടി ആകെ മൊത്തം ചെക്കു ചെയ്തു. ഇതിനിടയിൽ കെട്ടിവലിക്കുന്ന വണ്ടി വന്നു. ഹൈലുക്സിനെ കൊണ്ടുപോകാനും തയ്യാറെടുത്തു.

ഞങ്ങളെയും കൊണ്ട് പോലീസ് വണ്ടി സ്റ്റേഷനിലെത്തി. എത്തിയ പാടേ മുദീറിന്റെ മുന്നിൽ ഹാജരാക്കി. അദ്ദേഹം സലാം പറയുകയും കഫീലുമായി ഷേക്ക് ഹാൻഡ് കൊടുക്കുകയും അറബിയിൽ കുറെ നേരം, അറബികൾ തമ്മിൽ കാണുമ്പോളുള്ള കെഎഫ്ആലാക്ക് തുടങ്ങിയ വർത്തമാനങ്ങൾ ചോദിക്കുകയും ചെയ്തു. ഞങ്ങളോട് ഇരിക്കാൻ പറഞ്ഞു. കഫീൽ ഇരുന്നു, ഞാനിരിക്കാൻ മടികാട്ടി. കൂടെയുണ്ടായിരുന്ന പോലീസുകാരൻ എന്നോടും ഇരിക്കാൻ ആംഗ്യം കാട്ടി. മലയാളിയുടെ തനതു വിനയത്തോടെ ഞാൻ കസേരയുടെ ഓരത്തിരുന്നു. എന്നോട് ഇക്കാമയും അവനോട് പത്താക്കയും (ഐഡി കാർഡ്) വാങ്ങി പോലീസുകാരൻ അപ്പുറത്തേക്കു പോയി.

ഇതിനിടയിൽ കഫീലുമായി പോലീസ് മുദീർ കുറെ സംസാരിച്ചു. എന്നോട് എന്തൊക്കെയോ ചോദിച്ചു. വായുംപൊളിച്ചിരുന്ന എന്നെ അദ്ദേഹം അധികം ബുദ്ധിമുട്ടിച്ചില്ല. അല്പം കഴിഞ്ഞപ്പോൾ വേറൊരു പോലീസുകാരൻ കുറെ പേപ്പറുകളും അക്കാമയുമായി വന്ന് ഞങ്ങളെക്കൊണ്ട് ഒപ്പിടുവിക്കുകയും വിരലടയാളം പതിപ്പിക്കുകയും ചെയ്തു. അയാളോടൊപ്പം പുറത്തിറങ്ങിയ ഞങ്ങളെ ഇരുപതോളം പോലീസുദ്യോഗസ്ഥർ കൂടിയിരിക്കുന്ന വലിയൊരു മജ്‌ലിസ് ഹാളിലേക്ക് കൊണ്ടുപോയി. ഈത്തപ്പഴവും ഗാഹ്‌വയും ചായയുമൊക്കെ വിളമ്പാൻ ബംഗാളി അവിടുണ്ട്. ഞാൻ രണ്ടു ഗ്ലാസ്സ് ചായയും അഞ്ചാറ് ഈത്തപ്പഴവും കഴിച്ചു. ബംഗാളി എന്നോട് ഹിന്ദിയാണോ എന്നും കേരളയാണോ എന്നും ചോദിച്ചു."

ചോദ്യം ചെയ്യൽ

"കൂടുതൽ സ്റ്റാറുകൾ തോളിൽ പതിച്ച യൂണിഫോമുള്ള അഞ്ചാറ് ഉയർന്ന പോലീസുകാർ എന്നെയും കഫീലിനെയും ഒരുമിച്ചിരുത്തി ചോദ്യം ചെയ്യാൻ തുടങ്ങി. എന്തു ചോദിച്ചാലും മൗനമായിരുന്നു എന്റെ മറുപടികൾ.

എനിക്കു ഭാഷ അറിയില്ലല്ലോ. അതിനവർ പരിഹാരം കണ്ടു. കുറെ കഴിഞ്ഞപ്പോൾ ഒരു പോലീസുകാരൻ ഒരു തമിഴനെ കൂട്ടിവന്നു. അയാൾ അപ്പുറത്ത് പഞ്ചർകട നടത്തുകയാണെന്നും മലയാളിക്കും തമിഴനും ആന്ധ്രാപ്രദേശിക്കും എന്തേലും വിഷയങ്ങൾ ട്രാൻസ്‌ലേറ്റ് ചെയ്യാൻ

ഇയാളെയാണു വിളിക്കുന്നതെന്നും എന്താണു പ്രശ്നമെന്നും ചോദിച്ചു. ഞാൻ വിവരങ്ങൾ പറഞ്ഞു. അതയാൾ പോലീസുകാർക്ക് അറബിയിൽ വിവരിച്ചു കൊടുത്തുകൊണ്ടിരുന്നു. പോലീസുകാർ അറബിയിൽ അയാളോടു ചോദ്യങ്ങൾ ചോദിക്കുകയും എന്നോടയാൾ ഉത്തരങ്ങൾ തേടുകയും ചെയ്തു. അരമണിക്കൂറത്തെ സംസാരശേഷം അയാൾ പോയി.

വീണ്ടും പേപ്പറുകൾ കൊണ്ടുവന്ന് ഒരുപാടിടത്ത് ഒപ്പിടുവിച്ചു, കൈരേഖ പതിച്ചു. കുറേ കഴിഞ്ഞപ്പോൾ എന്നെയും കഫീലിനെയും ഒരു സെല്ലിലേക്കു മാറ്റി. അവിടെ വേറെ രണ്ടുപേരു കൂടി ഉണ്ടായിരുന്നു. ഒരു യമനിയും മറ്റൊരാൾ സുഡാനിയും. ഞങ്ങളെ കണ്ടപ്പോൾ അവർ നിറചിരിയോടെ സലാം പറഞ്ഞ് ആനയിച്ചു.

അപ്പുറത്തെ സെല്ലുകളിൽ കൈ മാത്രവും ശരീരവും കാലുകളും മൊത്തവും പലതരം വിലങ്ങുകൾ അണിഞ്ഞവരെ കണ്ടു. കുറ്റകൃത്യങ്ങളുടെ വലിപ്പമനുസരിച്ചാണെന്ന് തോന്നുന്നു അവരുടെ സ്വാതന്ത്ര്യം കൂച്ചുവിലങ്ങിട്ടത്.

“എന്റെ കഫീൽ എന്നോടു ദേഷ്യമോ പരിഭവമോ ഒന്നും കാട്ടുന്നില്ല. എന്തെങ്കിലും വഴക്കെങ്കിലും പറഞ്ഞിരുന്നെങ്കിലെന്നു ഞാൻ ആശിച്ചുപോയ നിമിഷങ്ങൾ. വല്ലാത്ത കുറ്റബോധവും സങ്കടവും തോന്നിയ നേരമായിരുന്നു അത്. ഒന്നു മയങ്ങിയുണർന്നു. എപ്പോളോ ഭക്ഷണവും വെള്ളവും പെപ്സിയുമായി ബംഗാളിയെത്തി. നാലുപേരും കൂടി ഒരു സുപ്രയിൽ ഒരുമിച്ചു കഴിച്ചു. അറബിയിൽ അവർ തമ്മിൽ നല്ലപോലെ വർത്താനം പറയുന്നുണ്ട്.

ഇതിനിടയിൽ കഫീലിന്റെ കുടുംബക്കാർ പലരും വന്നുപോയി. ചിലരൊക്കെ എന്നോട് അന്ത മജ്നൂൻ (നീ പ്രാന്തനാണോ) എന്ന ഡയലോഗടിച്ചിട്ടാണു പോയത്. ഞാൻ ആലോചിച്ചപ്പോൾ ശരിയാണ്, ആ സമയത്ത് എനിക്കു പ്രാന്തായതാവും. നാട്ടിലെ പ്രൈവറ്റ് ബസ്ഡ്രൈവറുടെ മത്സരയോട്ട സമയത്തും വളരെ സൂക്ഷ്മതയും കരുതലും കാട്ടിയിരുന്ന ഞാൻ...

ആദ്യത്തെ ദിവസം രാത്രിയായപ്പോൾ ഒരാളെക്കൂടി സെല്ലിലേക്കു കൊണ്ടുവന്നു. കൊച്ചിക്കാരൻ ഡേവിഡ്. ശ്രദ്ധയില്ലാതെ റോഡ് സിഗ്നൽ മറികടന്നതായിരുന്നു കുറ്റം. ഇരുപത്തിനാലു മണിക്കൂർ സെല്ലിൽ കഴിയുക എന്നതാണ് അതിന്റെ ശിക്ഷ. ഡേവിഡ് വളരെ പഴക്കമുള്ള പ്രവാസി. ഇമ്മിണി കാശൊക്കെയുള്ള ആളാണെന്ന് പറഞ്ഞു. എന്റെ വിവരങ്ങൾ ചോദിച്ചറിഞ്ഞ ഡേവിഡ് അപ്പോൾ തന്നെ കഫീലുമായി സംസാരിച്ചു. എന്നെ വേറൊരു ജോലിക്കായി സെലക്ട് ചെയ്യാൻ ഡേവിഡിന് താല്പര്യമുണ്ടായി. പക്ഷെ കഫീൽ സമ്മതിക്കണം. കഫാലത്ത് ഡേവിഡിന്റെ കമ്പനി

യിലേക്ക് ചേഞ്ച് ചെയ്യണം. നന്നായി അറബി അറിയാവുന്ന ആളായാലും കഫീലുമായി ധാരണയിലെത്തിയിട്ട് എന്റെ വിസയ്ക്കും മറ്റും കഫീലിൽ നിന്നു ചെലവായ പൈസ ഞാൻ കൊടുക്കണം. അങ്ങിനെയെങ്കിൽ സമ്മതം. ആ പൈസ ഒരു ലക്ഷത്തോളം വരും. നാട്ടിൽ നിന്നും വരുത്തി കൊടുക്കാമെന്ന് ഞാൻ ഡേവിഡിനോട് പറഞ്ഞു. എങ്ങിനെയെങ്കിലും മണൽക്കാട്ടിലെ വെള്ളംവണ്ടി ഓടിക്കലിൽ നിന്ന് രക്ഷപ്പെടണം.

വളഞ്ഞുചുറ്റിയുള്ള പരീക്ഷണം

"എന്നെക്കൊണ്ട് ഇത്രേം തന്നെ തലവേദനയും മാനഹാനിയും ജയിൽവാസവും ഉണ്ടായ കഫീലിന് എന്നെ ഒഴിവാക്കുന്നതിന് സന്തോഷം. അങ്ങിനെ സെൽ ഡീലിംഗിൽ എനിക്കും കഫീലിനും ഡേവിഡിന്റെ കമ്പനിക്കും ലാഭം. എന്നെ കമ്പനിക്ക് കൊടുക്കുന്നതിലൂടെ ഡേവിഡിന് കമ്പനി ഉടനെ നാട്ടിൽ പോകാൻ ലീവും കൊടുക്കും. എനിക്ക് ഉള്ളിൽ ചിരിയും സന്തോഷവുമുണ്ടായി. അന്നേരം അങ്ങിനെ തോന്നിച്ചത് പടച്ചോനാവും. ഇങ്ങിനെയൊക്കെ ആക്കാൻ വഴികൾ തെളിച്ചതാവും. എല്ലാം ഒടേതമ്പുരാന്റെ തീരുമാനങ്ങൾ. ഇങ്ങനൊക്കെ വളഞ്ഞു ചുറ്റി പരീക്ഷിച്ചിട്ടേ നൽകൂ എന്നു കേട്ടിട്ടുണ്ട്. അതു കൊണ്ടാണല്ലോ വലിയ പ്രതിസന്ധികളുണ്ടായാലും നമ്മൾ എന്നെ കൈവിടല്ലേന്നും പറഞ്ഞു പടച്ചോനെ മുറുകെ പിടിക്കുന്നത്. നീതിമാനായ റബ്ബ് നമ്മെ കുടഞ്ഞെറിഞ്ഞിട്ടു പോകില്ലെന്നുള്ള എത്രയെത്ര അനുഭവങ്ങൾ നമ്മളൊക്കെ ഈ ലൈഫിൽ കണ്ടിരിക്കുന്നു!

ഇനി ഇവിടുന്നിറങ്ങുക എന്ന വലിയൊരു കടമ്പ ഉണ്ടെന്നാണ് ഡേവിഡ് പറയുന്നത്. സൗദിയിലെ നിയമങ്ങളെക്കുറിച്ച് നല്ല ധാരണയുള്ള ആളാണ് അദ്ദേഹം. കുറഞ്ഞത് ഒരാഴ്ച ഞാനും കഫീലും അകത്തു കിടക്കണം, അതാണു ശിക്ഷ. നമ്മുടെ നാട്ടിലാണേൽ കേസും കോടതിയും വക്കീലിന് കാശു കൊടുപ്പുമായി വർഷങ്ങൾ നീളും. ഇതു പക്ഷേ ഇവിടം കൊണ്ടങ്ങ് തീരുമത്രെ. ചെറിയ തെറ്റുകൾക്ക് അപ്പപ്പോൾ ശിക്ഷയും ഒത്തുതീർപ്പുകളുടെയും രാജ്യമാണ് സൗദി. ഒത്തു തീർപ്പുകൾക്ക് മുന്തിയ പരിഗണന കൊടുക്കും. ഇനിയൊരിക്കലും തെറ്റിലേക്കു പോകാതിരിക്കാനുള്ള ബുദ്ധിമുട്ടിക്കലാണ് പ്രധാന ശിക്ഷയത്രേ.

എനിക്കായി ഒരുപാടു നല്ലകാര്യങ്ങൾ ചെയ്തിട്ടാണ് ഡേവിഡ് പോയത്. സെല്ലിൽ ഫോൺ അനുവദിക്കാത്തതു കൊണ്ട് ഫോൺ നമ്പറെഴുതി വാങ്ങുകയും ചെയ്തു. അദ്ദേഹം പോയതോടെ ഞാൻ വീണ്ടും ഒറ്റയ്ക്കായി. കഠിനമായ മനോവിഷമമുണ്ടായി. എന്നേക്ക് ഇവിടന്ന് രക്ഷപെടാനാവുമെന്ന് ഒരറിവുമില്ല. കുറഞ്ഞത് അഞ്ചു ദിവസം കൂടി കഴിയേണ്ടി

വരുമെന്നാണു ഡേവിഡ് പറഞ്ഞത്. ദിവസവും മൂന്നും നാലും പ്രാവശ്യം ഞങ്ങളെക്കൊണ്ട് പേപ്പറിൽ ഒപ്പിടുവിക്കുന്നുണ്ട്. നാട്ടിൽ ബാങ്ക്ലോണി നായി പോയപ്പോൾ കുറെനാൾ നടന്നു ശരിയാക്കിയ പലതരം പേപ്പറു കൾ കൂടാതെ ബാങ്ക്പേപ്പറുകളിലെ എത്രയെത്ര ഇടങ്ങളിലാണ് ഒപ്പിട്ടത് എന്നോർത്തു. ലോൺകുടിശ്ശിക വന്ന എന്റെ നെഞ്ചിലെ തീയ് പോലെ ഈ ഒപ്പുകളും കൈരേഖയുമൊക്കെ വലിയൊരു സംഭവമാണല്ലോ എന്നോ ർത്ത് ഉള്ള് പ്രകമ്പനം കൊണ്ടു."

നവീകരണത്തിനുള്ള സമയം

"ജയിൽവാസത്തിന്റെ നാളുകൾ മനസ്സിന്റെ നവീകരണത്തിന്റെ സമയമാ ണെന്ന് ഒരുപാടു പുസ്തകങ്ങൾ വായിച്ചിട്ടുള്ള ചിലരെപ്പോലെ എനിക്കും മനസ്സിലായി. ചിന്തിക്കാത്ത മുൻകോപവും അപരനോടുള്ള ദേഷ്യവും മുൻ വിധികളും മറ്റൊരാളോടുള്ള ബഹുമാനക്കുറവും പുച്ഛിക്കലുമെല്ലാം സ്വയം നാശം വരുത്തിവെക്കൽ തന്നെയാണ്. എന്റെ അതേ പെരുമാറ്റം കഫീലിൽ നിന്നുണ്ടായിരുന്നെങ്കിൽ ഡേവിഡിന് ഇങ്ങിനെ എന്നെ സഹായിക്കാൻ പറ്റുമായിരുന്നില്ല. എന്റെ അന്നേരത്തെ ദേഷ്യ മനോഭാവം കഫീൽ ക്ഷമിച്ചി ല്ലായിരുന്നെങ്കിൽ എന്നെ എത്ര കൊല്ലം വേണമെങ്കിലും ജയിലിലിടാനുള്ള വകുപ്പ് അവൻ ചിന്തിച്ചേനെ.

മൂന്നാലു ദിവസങ്ങൾ കൂടി ജയിലിൽ കിടക്കേണ്ടി വന്നു. ഒരു ദിവസം, രാവിലെതന്നെ ഞങ്ങളെ വണ്ടിയിൽ കയറ്റികൊണ്ടു പോയി. കുറേ വലിയ കെട്ടിടങ്ങളുള്ള ഒരിടത്താണു വണ്ടി നിന്നത്. പലതരം വിലങ്ങുകള ണിഞ്ഞ പല രാജ്യക്കാരെ അവിടെ കണ്ടപ്പോൾ എനിക്ക് മനസ്സിലായി ഇതു കോടതിയാണ്. മനസ്സിലൊരു ആന്തലുണ്ടായി. ശിക്ഷ എന്താകുമോ എന്തോ! വളരെ നീളമുള്ള ഹാളിൽ ഒരുപാട് ജഡ്ജിക്കസേരകൾ. അതിനു മുന്നിൽ, ഇരിക്കാനുള്ള വിലകൂടിയ സെറ്റികൾ. അതിലൊന്നിൽ ഞങ്ങളും കൂടെ വന്ന പോലീസുകാരനും ഇരുന്നു. ഊഴമായപ്പോൾ ഞങ്ങളെ വിളിച്ചു ജഡ്ജി കമ്പ്യൂട്ടറിൽ നോക്കി ഞങ്ങളുടെ കുറ്റം വായിച്ചു. എന്നോടെന്തോ ചോദിച്ചു. മിണ്ടാതിരുന്നപ്പോൾ കഫീൽ സുഹൃത്തിനോടെന്ന പോലെ ജഡ്ജിയുമായി സംസാരിച്ച് വിവരങ്ങൾ ധരിപ്പിച്ചു എന്നെനിക്കു തോന്നി. ജഡ്ജി ഒരു പേപ്പർ ഒപ്പിട്ട് കഫീലിന്റെ കയ്യിൽ കൊടുത്ത് കലാസ് പറഞ്ഞു.

എന്നെ കയ്യിൽ തട്ടി കഫീൽ പോകാമെന്ന് ആംഗ്യം കാട്ടി. പോലീസ് ജീപ്പിൽ തന്നെ അടുത്ത ജംഗ്ഷനിലിറങ്ങി. അപ്പോൾത്തന്നെ കഫീലിന്റെ അനിയൻ വണ്ടിയുമായെത്തി. പോലീസ് ജീപ്പ് മടങ്ങി. ഞങ്ങളെ കൊണ്ടു പോയി വലിയ ഹോട്ടലിൽ കയറ്റി ഭക്ഷണം കഴിപ്പിച്ചു. ശേഷം ഞാൻ താമസി ച്ചിരുന്ന റൂമിൽ കൊണ്ടാക്കി. ഡേവിഡിന്റെ കാര്യങ്ങൾ എന്തൊക്കെയോ പറഞ്ഞു ഫോൺ ചെയ്യുമെന്ന് അടയാളം കാട്ടി അവർ പോയി.

എനിക്കു കാര്യങ്ങൾ ഇങ്ങനൊക്കെ സംഭവിച്ചതിൽ ആഹ്ലാദം തോന്നി. ഞാൻ രക്ഷപ്പെട്ടു. ഇനി മനുഷ്യരോടൊപ്പം കമ്പനിയിൽ ജോലി ചെയ്യാം. എനിക്കെപ്പോളും ആളുകളുമായി ഇടപഴകുന്നതാണിഷ്ടം. പടച്ചോൻ എന്നെ ആ ഒരു നിലയിലേക്കു മാറ്റി എന്നു പറയാം. ഞാനിപ്പോൾ ആ കമ്പനിയിലാണ്. ഹെവി ഡ്രൈവർ ആയി ജോലി ചെയ്യുന്നു."

ദീർഘനിശ്വാസത്തോടെ ഷാനവാസ് പറഞ്ഞു നിർത്തി.

കഥകൾക്കപ്പുറം

ഒരു ജോലിയും മോശമല്ല. ജീവിതത്തിന്റെ നിയോഗങ്ങളിൽ തനിക്കിഷ്ടമില്ലാത്ത ജോലികൾ ചെയ്യുമ്പോളും അതിലും കൂടുതൽ ഉയരങ്ങളിലേക്കു പറക്കാനുള്ള ശ്രമങ്ങളും ഇച്ഛാശക്തിയും പ്രാർത്ഥനയുമുണ്ടാവണം, വിജയം ഉറപ്പ്. അങ്ങിനെ ഉണ്ടായിരുന്നില്ലെങ്കിൽ ഞാനിന്നും പന്ത്രണ്ടാം വയസ്സിൽ തുടങ്ങിയ ജോലിയിൽത്തന്നെ നിന്നേനെ.

മസ്രജീവിതം ഒരു ദുരിത ജീവിതമാണെന്നു തോന്നിയിട്ടില്ല. ഒറ്റപ്പെടലെന്ന പറച്ചിലുണ്ടെങ്കിലും വൈകുന്നേരങ്ങളിൽ പല മസ്രകളിലെ വിവിധ രാജ്യക്കാരായ ജോലിക്കാർ ഓരോ ദിവസവും ഓരോരുത്തരുടെ വാസസ്ഥലങ്ങളിൽ ഒന്നിച്ചുകൂടി ആട്ടവും പാട്ടുമായി ഒന്നിച്ചുള്ള ഭക്ഷണത്തോടെ രാത്രികൾ ആനന്ദപൂർണ്ണമാക്കുന്ന കാഴ്ചകൾ നേരിൽ കാണാറുണ്ട്. വളരെ ഇഷ്ടത്തോടെ ആ ജോലി തെരഞ്ഞെടുക്കുന്ന മലയാളികളല്ലാത്ത ഒത്തിരി പേരെ അറിയാം.

മരുഭൂമികളിൽ ആട്-ഒട്ടക ജീവിതങ്ങൾ നയിക്കുന്നവർക്ക് റമളാൻ റിലീഫ് സഹായ ഹസ്തവുമായി എനിക്കേറെ പ്രിയപ്പെട്ട ഷിബു ഉസ്മാനും സംഘവും മരുഭൂമിയിലേക്ക് എല്ലാ വർഷവും യാത്ര പോകാറുണ്ട്. നമ്മകൾക്ക് നാഥൻ അർഹമായ പ്രതിഫലം നൽകട്ടെ ആമീൻ.

ആട്-ഒട്ടക ജീവിതങ്ങളിൽ കരുപ്പിടിപ്പിക്കുന്നവർ സംതൃപ്തരാണ്. അങ്ങിനെയല്ലാത്ത ഏതൊരു മനുഷ്യനും എന്തൊക്കെ കൊടുത്ത്, എത്ര പിടിച്ചു നിർത്തിയാലും അവിടംവിട്ട് ഓടിപ്പോകും. ചില മലയാള സങ്കടകഥകളിലെ പോലെ.

മലയാളിയുടെ ആടുജീവിതമല്ല, തമിഴനും രാജസ്ഥാനിക്കും മറ്റു സംസ്ഥാനക്കാർക്കും ലോകമെമ്പാടുമുള്ളവർക്കും. അവർക്ക് എല്ലാ തൊഴിലുകളും തന്നെ ആശ്രയിക്കുന്ന മറ്റുള്ളവരെ ചേർത്തു നിർത്താനുള്ള ജീവിതമാണ്.

മലയാളിക്ക് അതൊക്കെ പൊലിപ്പിച്ച ആടുജീവിത കണ്ണീർക്കഥകൾ മാത്രം.

"സേട്ടാ, ഞാൻ നാട്ടീ പോവ്വാ കേട്ടോ," ആട്-ഒട്ടക ജോലി ചെയ്യുന്ന തമിഴൻ മണി പറഞ്ഞു.

ഇടയ്ക്ക് എന്തേലുമൊക്കെ അവനു ഞാൻ കൊടുക്കാറുണ്ട്. കടയിൽ ചില ചെറിയ സഹായങ്ങൾ എനിക്കവൻ ചെയ്യാറുമുണ്ട്. ഒന്നും പ്രതീക്ഷിച്ചല്ല, അവന്റെയുള്ളിൽ ഒരു ആത്മാർത്ഥ സ്നേഹം, സത്യസന്ധത ഒക്കെ

യുണ്ട്. ഒരു കുടുംബത്തെ കരപറ്റിക്കുവാൻ പെടാപാടു പെടുന്നവൻ.

“ആഹാ എപ്പോ? നീ വന്നിട്ടിപ്പൊ അഞ്ചു കൊല്ലമായോ? ആദ്യത്തെ പോക്കല്ലേ? അന്ന് പെങ്ങളുടെ കല്യാണത്തിനു പോകാനൊരുങ്ങിയ പ്പോൾ വീട്ടീന്ന് ചെല്ലണ്ടാന്നു പറഞ്ഞതല്ലേ? ഇപ്പൊ ചെല്ലാൻ പറഞ്ഞോ?”

“ആ...അന്ന് ചേച്ചിയുടെ കല്യാണത്തിന് മൂന്നു ലക്ഷം ഒപ്പിച്ചയച്ചു. പിന്നേം കടം വരുമെന്ന് അവർക്കറിയാം അതാ ചെല്ലണ്ടാന്നു പറഞ്ഞത്. ഇപ്പോൾ വീട് റിപ്പയർ ചെയ്ത കടം ബാക്കി നിൽക്കുവാ. ഇതിനിടേൽ അനിയനെ ഒന്നു ദുബായ്ക്കു വിട്ടു. എട്ടു മാസം നിന്ന് അവൻ തിരിച്ചു പോന്നു. ഇപ്പോൾ ഖത്തറിൽ പോയി. രണ്ടിടത്തേക്കും കൂടി മൊത്തം രണ്ടര ലക്ഷമായി. അവിടെങ്കിലും നിന്നാൽ മതിയാർന്നു. വെൽഡർ ജോലിയാണ്. ദുബായിൽ കിട്ടിയ ശമ്പളമൊക്കെ അവൻ എന്തു ചെയ്തെന്നറീല്ല സേട്ടാ.”

“നീയിപ്പോൾ പോയാൽ നിന്റെ കല്യാണം കാണും അല്ലെ?”

“ആ...അറീല്ല, വീട്ടുകാർ ചെല്ലാൻ പറഞ്ഞിട്ട് കല്യാണം കഴിക്കാൻ എന്റെ കയ്യിൽ കാശൊന്നുമില്ല. ശരിയായി വന്നാൽ കടം വാങ്ങണം. തിരിച്ചു വന്നിട്ട് തീർക്കാമെന്നു നിനച്ചിരിക്കുവാ. അഞ്ചര വർഷമായില്ലേ ഒന്നു പോയിവരാം.”

“ആദ്യം കഫീലുമായി ഉടക്കായല്ലോ, പോലീസിൽ പോയില്ലേ അന്നു നീ?”

“ഉം... അന്നവന് പേടി ഇക്കാമ എന്റെ കയ്യിൽ തരാൻ. ഞാൻ ചാടിപ്പോകുമെന്നു കരുതി. എനിക്കാണേൽ അതൊരു വാശിയായി. അറിയാവുന്ന ഭാഷവെച്ച് ഞാൻ പോലീസിൽ പരാതി പറഞ്ഞു. അവർ ഇക്കാമ വാങ്ങി എന്റെ കയ്യിൽത്തന്നു. എന്നിട്ടു പറഞ്ഞു ചാടിപ്പോകല്ലേ.”

ഞാൻ ചോദിച്ചു “എവടെ ചാടിപ്പോകാനാ? ഇവിടെ ശമ്പളം തരുന്നുണ്ട്, ജോലിയും സുഖം. അതന്ന് അങ്ങിനെ കഴിഞ്ഞതിൽപ്പിന്നെ കഫീലിന് സ്നേഹം കൂടി. ഇപ്പൊ ആയിരത്തി ഒരുനൂറു ശമ്പളമുണ്ട്, അന്ന് 650 ആയിരുന്നു.”

“ഇടയ്ക്ക് കഫീൽ എന്നെ മേസ്തിരിപ്പണിക്കു കൊണ്ടോയി. 1500 ശമ്പളം. റൂം ഓവർ ടൈമൊക്കെ. പക്ഷെ എനിക്ക് എന്റെ ആടുകളെയും ഒട്ടകങ്ങളെയും വിട്ടുനിൽക്കാൻ പറ്റിയില്ല. ഒരു മാസം നിന്നിട്ട് തിരിച്ചു പോന്നു. മനുഷ്യനെ പോലെയല്ല സേട്ടാ, അവറ്റകളുടെയത്രേം സ്നേഹം ഒരു ജീവിക്കും തരാൻ പറ്റൂല ഹാഹ്!”

“നിനക്ക് സ്വന്തമായി ഒട്ടകം-ആട് ഒക്കെയുണ്ടോ? മസ്ര ജോലിക്കാർക്ക് പല കഫീലന്മാരും ആടിനെയും ഒട്ടകത്തെയുമൊക്കെ ദാനം തരാറുണ്ടല്ലോ.

അവറ്റകളെ അക്കൂട്ടത്തിൽത്തന്നെ വളർത്തി നല്ല കാശുണ്ടാക്കുന്ന ആളുകൾ ഒത്തിരിയുണ്ടല്ലോ?"

"ഹ...ഹ ചിലപ്പോൾ വർഷത്തിൽ ഒരു ആടിനെ തരും. ചിലരൊക്കെ ഒന്നുരണ്ടെണ്ണം വിലയ്ക്കു കൂടി വാങ്ങി അതോടൊപ്പം വളർത്തും. നാട്ടിൽ പോകുമ്പോൾ എല്ലാത്തിനെയും വിറ്റാൽ കാശുമായി പോകാം. അങ്ങിനെ പലരും ചെയ്യാറുണ്ട്. നല്ല കഫീൽ ആയിരിക്കണമെന്നെയുള്ളൂ. ഒപ്പം നമ്മളും നല്ലവരാകണം."

ഒട്ടകത്തെ അങ്ങിനെയല്ല. എന്റെ കഫീൽ, ഒട്ടകം പ്രസവിക്കുന്ന ദിവസം ആണൊട്ടകമാണെങ്കിൽ എന്റെ കഫീൽ എനിക്ക് 100 റിയാൽ തരും, പെണ്ണാണെങ്കിൽ അമ്പതു റിയാൽ (ഫെമിനികൾ വിവേചനം ശ്രദ്ധിക്കുക). പെറ്റുവീണാലുടൻ ഞാൻ കുഞ്ഞിനെ എടുത്തുയർത്തി മുല വായിൽ വെച്ചുകൊടുത്ത് പാൽ കുടിപ്പിക്കും. ആ ഓർമ്മ ആ ഒട്ടകം എന്നെന്നും സ്നേഹമായി തിരിച്ചു തരും. പെണ്ണൊട്ടകം ഗർഭിണിയായാൽ ഒരു വർഷ മാണു പ്രസവത്തിനു വേണ്ട സമയം. പിന്നീടൊരു വർഷം കുട്ടിക്ക് പാല് കൊടുക്കും. ആ സമയത്ത് ആണൊട്ടകത്തെ അടുപ്പിക്കില്ല.

പൈസയുള്ള മസ്രജോലിക്കാർ കഫീലുമായി ഫിഫ്ടി ഫിഫ്ടിക്കു ഒട്ട കത്തെ വാങ്ങും. നല്ലയിനം ആണൊട്ടകത്തെ നോക്കിയാണു വാങ്ങുന്ന ത്. സുഡാനികളാണ് അതിന്റെ മെയിനാളുകൾ. ചിലപ്പോൾ കോടികളാണു ലാഭമായി കിട്ടുന്നത്.

"എങ്ങിനെയാണ് ഇത്രേം കോടികൾ കിട്ടുന്നത്? ഇത്രയും ഉയരമുള്ള ഒട്ടകം ഇണ ചേരുന്നത് എങ്ങിനെയാണ്? ആണൊട്ടകത്തെ വേറെ പാർപ്പി ക്കുമോ?"

"ഓട്ടമത്സരത്തിൽ പങ്കെടുത്ത് മുന്നിൽ എത്തുന്ന നല്ല ലക്ഷണമുള്ള, പ്രത്യേകതകൾ പുലർത്തുന്ന ഒട്ടകത്തിന് രണ്ടു കോടി വില. അത്രയു മൊന്നുമല്ല, ഒരു സാമ്പിൾ പറയുവാ. ആ ഒട്ടകത്തിന്റെ തന്തയ്ക്കു നാലു കോടി വില കിട്ടും." (നോട്ട് പോയിന്റ് വിത്ത് ഗുണം പത്ത് ഗുണം)

"ആഹാ അങ്ങിനെയോ? ഒട്ടകപ്പാൽ എങ്ങിനെയുണ്ട്?"

പിന്നല്ലേ സേട്ടാ, ആ തന്തഒട്ടകത്തെ വിലക്കു വാങ്ങുന്നവർ ആ ഒട്ട കത്തെക്കൊണ്ട് എത്ര കുട്ടികളെ ഉത്പാദിപ്പിക്കും എന്നറിയോ? അതും വളരെ ശാസ്ത്രീയമായിത്തന്നെ ചെയ്യും. ഒട്ടകപ്പാൽ കറന്നയുടനെ കുടിക്കണം. തിളപ്പിച്ചാൽ ഗുണമില്ല. പഞ്ചസാര ചേർത്താലും കൊള്ളൂല്ല. വളരെ ഗുണപ്രദവുമാണ്. കുട്ടികളില്ലാത്ത, കൗണ്ട് കുറവുള്ള പുരുഷ ന്മാർ ഭാര്യയുമായി അകന്നു കഴിയുകയും സ്ഥിരമായി നാല്പതു ദിവസം ഒട്ടകപ്പാൽ കുടിച്ചിട്ട് ബന്ധം പുലർത്തുകയും ചെയ്താൽ കുട്ടികളുണ്ടാ

വുമെന്ന് കഫീൽ പറഞ്ഞിട്ടുണ്ട് സേട്ടാ. ഇവിടെ നല്ലയിനം ഒട്ടകം മാത്രമേയുള്ളൂ. എല്ലാം വിലകൂടിയതാ. പെണ്ണൊട്ടകത്തിനാണ് വലിയ സ്നേഹം. ആണിന് സ്നേഹം ഉണ്ടേലും ഇടയ്ക്കിടെ ദേഷ്യം വരും. സൂക്ഷിച്ചില്ലേൽ നമ്മളെ എടുത്തെറിയും.

ഇണചേരുന്നത് എങ്ങിനെയെന്ന് പറഞ്ഞാൽ ശരിയാവൂല്ല, സേട്ടനെ കൊണ്ടുപോയി കാണിച്ചുതരാം. നമ്മുടെ നാട്ടിലെ പശുക്കളെ ഇണ ചേർക്കുന്നതു പോലെയല്ല. പക്ഷെ ചെന പിടിച്ചോ എന്നറിയുന്നത് ഇവറ്റകൾ ഇണ ചേർന്ന് 15 ദിവസത്തിനു ശേഷം. ആണൊട്ടകത്തിന്റെ പരിസരത്ത് കൊണ്ടുപോയാൽ, തപസ്സ് ചെയ്യുന്ന മുനിമാർ നിക്കണപോലെ ഒരു നില്പുണ്ട്. കണ്ണുപോലും അനങ്ങത്തില്ല. അപ്പോളറിയാം പെണ്ണൊട്ടകം ഗർഭിണി ആയിട്ടുണ്ടെന്ന്. ഇനിമുതൽ രണ്ടു വർഷക്കാലം ആണൊട്ടകത്തെ പരിസരത്ത് അടുപ്പിക്കില്ല. കുട്ടിക്ക് ഒരു വയസ്സായാൽ വീണ്ടും ഇണ ചേർക്കാൻ താല്പര്യം കാട്ടും. ആണിനെ കാണുമ്പൊൾ ഒരു ഇളക്കം കാട്ടും. അപ്പോളറിയാം. നമ്മൾ വളർത്തുന്ന പശുവിനും അങ്ങിനെയാണല്ലോ.

“ഇറച്ചിക്കു വേണ്ടി ഇവിടെ വളർത്തി വില്ക്കുന്നുണ്ടോ?”

“ഇല്ല, ഇവിടെ അതു നഷ്ടമാ. ഒത്തിരി പുല്ല് കിട്ടുന്നിടത്തേ അത് ലാഭകരമാവൂ. മൂവായിരം നാലായിരം റിയാൽ കിട്ടുള്ളൂ ഇറച്ചിക്ക് പോയാൽ. ഇറച്ചിക്കു വേണ്ടി പോകുന്നത് ഒരു ഗുണവുമില്ലാത്ത ഐറ്റങ്ങൾ മാത്രമാ. ഇതൊന്നുമല്ല ഒട്ടകകൃഷി കേട്ടോ... മുന്നൂറു കിലോമീറ്റർ ഉൾമരുഭൂമിയിൽ ആയിരകണക്കിന് ഒട്ടകത്തെ വളർത്തുന്ന വമ്പൻ ടീമുകളുണ്ട്. വലിയ ജനറേട്ടറൊക്കെ വെച്ച് സുഡാൻ, രാജസ്ഥാൻ, എത്യോപ്യ തുടങ്ങിയ സ്ഥലങ്ങളിലെ നൂറുകണക്കിനു തൊഴിലാളികളുമായി... ഹാ... ഒന്നു കാണേണ്ടതു തന്നെ.”

“നിനക്ക് ഇഷ്ടംപോലെ കോഴികളുണ്ടല്ലോ, അത് എന്തു ചെയ്യും?”

“അതു ഞങ്ങൾ തിന്നും. പിന്നൊരു കാര്യം, നമ്മടെ നാട്ടിലെ പോലെയല്ല, ഇവിടത്തെ കോഴികൾ മുട്ടയിടുന്ന സ്ഥലത്തു തന്നെ അടയിരുന്ന് വിരിഞ്ഞിറങ്ങണം. ആ മുട്ട നമ്മൾ കൈകൊണ്ട് എടുക്കുകയോ മാനം കാണുകയോ നമ്മുടെ പല്ല് കാണുകയോ ചെയ്താൽ പിന്നെ വിരിയില്ല.”

“ഓ... പിന്നെ...ചുമ്മാ പറയുവാ നീ.”

“അല്ല, സത്യം. ആദ്യമേ എന്നോട് കഫീൽ പറഞ്ഞിരുന്നു. ഇങ്ങിനെ ഞാൻ കാര്യമാക്കാതെ രണ്ടു മുട്ടയെടുത്തു, എന്നിട്ട് അടയാളപ്പെടുത്തി മറ്റേതിന്റെ കൂടെ വെച്ചു. അതു മാത്രം വിരിഞ്ഞില്ല. ബാക്കിയെല്ലാം വിരിഞ്ഞിറങ്ങിയപ്പോൾ ഞാൻ ആ മുട്ട വീണ്ടും വെച്ചു നോക്കി. കോഴി അത്

കാലുകൊണ്ട് തട്ടികളയുന്നുണ്ട്. അപ്പൊ എനിക്കു മനസ്സിലായി മാനം കണ്ടാൽ മുട്ട വിരിയൂലയെന്ന്."

"ങേ... നീ ഇപ്പറഞ്ഞ കോഴീടെ കാര്യം എനിക്കത്ര വിശ്വാസം വരുന്നില്ല. ഇനി നീ എപ്പോൾ തിരിച്ചു വരും? നീ വന്നിട്ട് നമുക്ക് ഒരു ഒട്ടകത്തെ വാങ്ങി നിർത്താം. ചിലപ്പോൾ നമ്മൾ രക്ഷപെട്ടാലോ..."

"കല്യാണാവശ്യത്തിനു വേണ്ടി ഞാൻ കഫീലിനോട് 5000 റിയാൽ ചോദിച്ചിട്ടുണ്ട്. കിട്ടിയാൽ കല്യാണം കഴിച്ചിട്ട് ആറുമാസം നാട്ടിൽ നിന്നിട്ടേ ഞാൻ വരൂ. ഞാൻ വരട്ടെ, എന്നിട്ട് ഒട്ടകത്തെ വാങ്ങാൻ സേട്ടൻ കാശ് മൊടക്കിയാൽ ഞാൻ നോക്കിക്കോളാമെന്നേ... പിന്നൊരു കാര്യം, ലോട്ടറി കിട്ടുന്നതു പോലെ ഭാഗ്യമാ. അതിനു കടവുളിന്റെ അനുഗ്രഹം കൂടി വേണം. ലാഭം കിട്ടിയാൽ എന്തെങ്കിലും എനിക്കു തന്നാമതി."

മണിയുടെ മസ്രയിൽ നിന്നിറങ്ങുമ്പോൾ നമ്മൾ പറഞ്ഞു കേൾക്കുന്ന ഊതിപ്പെരുപ്പിച്ച കഥകളിൽ നിന്നും എത്രയോ അകലെയാണ് യാഥാർഥ്യങ്ങൾ എന്നോർത്തു.

തങ്കമ്മ ടീച്ചറിന്റെ ചൂരൽ കഷായം

അഞ്ചാം ക്ലാസ്സിലെ ഹിന്ദി ടീച്ചറായിരുന്നു തങ്കമ്മസാർ. ക്ലാസ്സ് ടീച്ചറും. അന്നൊക്കെ ടീച്ചർ എന്ന വിളിക്ക് ഒരു വേണ്ടായ്മ ഉണ്ടായിരുന്നുവെന്നു തോന്നുന്നു.

കഞ്ഞിമുക്കി തീക്കനലിട്ടു ചുടാക്കുന്ന തേപ്പുപെട്ടി കൊണ്ട് നന്നായി തേച്ചുമിനുക്കിയ കോട്ടൺ സാരിയുടുത്തു വരുന്ന, ഒരല്പം കറുപ്പഴകുള്ള പൊക്കംകുറഞ്ഞ തങ്കമ്മസാർ. സാറിന്റെ സാരിയുടുക്കലിന്റെ പ്രത്യേകതയും അട്രാക്ഷനും കണ്ടാവാം അന്നൊക്കെ വളരെ ഫാഷനായി മാറിയ "ഓർഗാണ്ടി"എന്നൊരിനം സാരികൾ തന്നെയുണ്ടായത് എന്നു ഞാനാലോചിക്കാറുണ്ട്.

നല്ല ചൂരൽക്കഷായം തരാൻ ഒരു മടിയുമില്ലാത്ത തങ്കമ്മ സാർ. അഞ്ചാം ക്ലാസ്സിൽ ഹിന്ദി തുടക്കം. ഈ ഹിന്ദിയക്ഷരങ്ങൾ എന്തൊരു പാടാണ് എഴുതാൻ. പിന്നല്ലേ വായിക്കാൻ. തങ്കമ്മസാർ വായിട്ടലച്ചു കുഴയും. ഇതിനിടയിൽ എപ്പോൾ അടി വരുമെന്ന ഭയത്തോടെ ക്ലാസ്സിലിരിക്കുന്ന ഞങ്ങളും. കിലുക്കം സിനിമയിലെ ജഗതിയുടെ "മുജേ മാലും നഹി" എന്ന മുഖഭാവം ആ സംവിധായകൻ ഞങ്ങളുടെ ക്ലാസിൽ നിന്ന് കോപ്പിയടിച്ചതായിരുന്നുവെന്ന് ആ സിനിമ കണ്ടപ്പോൾ ഓർത്തിട്ടുണ്ട്. ഞങ്ങൾക്കെല്ലാവർക്കും ക്ലാസിൽ നിന്നും സ്വാതന്ത്ര്യ മോഹമാണ്. പക്ഷേ സ്കൂൾ അന്തരീക്ഷം ഭയങ്കര സ്ട്രിക്റ്റ്.

അടിയന്തിരാവസ്ഥ കാലത്തേക്ക് നീങ്ങുന്ന ഇന്ത്യൻ രാഷ്ട്രീയകാലം. എസ്എഫ്ഐയും കെ.എസ്.യു.വുമൊക്കെ സമരവും കൊണ്ടു വരും. അവരോടുള്ള സാറിന്റെ തുറിച്ചു നോട്ടത്തെ ഈ മുദ്രാവാക്യം കൊണ്ടാണ് സമരക്കാർ നേരിടുന്നത്. "ഇന്ദിരയുമൊരു പെണ്ണല്ലേ ആഴക്ക് മൂഴക്ക് പച്ചരി തന്നാൽ എങ്ങിനെ വെച്ചു വിളമ്പും" പ്രധാനമന്ത്രി ശ്രീമതി ഇന്ദിരാ ഗാന്ധിയോടാണ് സമരക്കാരുടെ ചോദ്യം. ഇങ്ങനത്തെ ബഹുമാനം കുറഞ്ഞ വിളി കേൾക്കുന്ന കൊണ്ടാണോന്നറിയില്ല ചോക്കും ഡസ്റ്ററും ഹാജർ ബുക്കും എടുത്തോണ്ട് തങ്കമ്മസാർ സ്റ്റാഫ്റൂമിലേക്കു പോകും. മോനിയും ലാൽജി അണ്ണനും വിളിക്കുന്ന വിദ്യാർത്ഥി ഐക്യ മുദ്രാവാക്യ സന്തോഷത്തിൽ ഞങ്ങൾ ആരവത്തോടെ സമരക്കാർക്കൊപ്പവും.

ഇതൊക്കെയാണെങ്കിലും തങ്കമ്മസാർ മനസ്സിൽ നിന്നും മാറാതെ നില്ക്കാൻ കാരണം ആ ഒരുക്കങ്ങളും ചടുലതയും ചൂരൽ കഷായവും മാത്രമല്ല, പഠിപ്പിക്കൽ മാഹാത്മ്യവും കൂടിയാണ്.

അഞ്ചാം ക്ലാസ്സിലെ ഹിന്ദി പുസ്തകത്തിൽ ഒരു കഥയുണ്ടായിരുന്നു. അത് വളരെ സരസമായി സസ്പെൻസോടെ പഠിപ്പിച്ചു ഓർമ്മയിൽ നില നിർത്തി തങ്കമ്മസാർ. ഒരു ഗൃഹനാഥൻ തന്റെ ഭാര്യയോട് തന്റെ കണ്ണട എവിടെ എന്ന് തിരക്കുന്നു. കിച്ചണിൽ തിരക്കിട്ട പണിക്കിടെ കെട്ട്യോന്റെ മുഖത്തു നോക്കി പുച്ഛച്ചിരിയോടെ കെട്ട്യോള് പറയുന്നു, മേശപ്പുറത്തു ണ്ടാവും.

അയാൾ അവിടെ നോക്കി, കണ്ടില്ല. അപ്പോൾ ഭാര്യ അടുത്ത ഇടം പറ യുന്നു, അവിടെയുമില്ല. നർമ്മവിശാരദയായ ഭാര്യ അവിടേമിവിടേമൊക്കെ നോക്കിച്ച് അയാളെ വട്ടം കറക്കുന്നു. ദേഷ്യംവന്ന അയാൾ ഭാര്യയോട് കയർക്കുന്നു. അപ്പോൾ ഭാര്യ പറയുന്നു കണ്ണടയിരിക്കുന്ന സ്ഥലം എനി ക്കറിയാം. നിങ്ങൾ ചൂടായാൽ കണ്ണട കിട്ടാൻ പോണില്ല.

പെട്ടെന്നയാൾ എല്ലാ ഭർത്താക്കന്മാരേയും പോലെ കീഴടങ്ങൽ തന്ത്രം പ്രയോഗിച്ചു.

“ഡീ, എനിക്കോഫീസിൽ പോകേണ്ടതല്ലേ? നേരം പോണു, നീ പറ എന്റെ കണ്ണട എവിടെ വെച്ചു?”

“ആഹ്! അങ്ങിനെ വഴിക്കു വാ. ഒരു കാര്യം ചെയ്യ്, നിങ്ങൾ ആ കണ്ണാ ടിയിൽ ചെന്നു നോക്ക്”. “ഛെ! നീയെന്തൊരു മന്ദബുദ്ധിയാണ്! കണ്ണട കണ്ണാടിയിൽ നോക്കാൻ പറയുന്നോ? ദൈവം നിന്നെ എന്റെ തലേൽ തന്നെ വെച്ചല്ലോ.”

“ഹും! നിങ്ങളെപ്പോലെ ഒരു മനുഷനെ ഞാൻ കൊണ്ടു നടക്കുന്നില്ലേ? ഞാൻ പറയുന്നത് അനുസരിക്ക്. നിങ്ങൾ കണ്ണാടിയിൽ നോക്ക് കണ്ണട കിട്ടും.”

വേറെ നിവൃത്തിയില്ലാതെ അയാൾ കണ്ണാടിയിൽ നോക്കിയപ്പോൾ കണ്ടു ഉച്ചിയിലേക്ക് കയറ്റിവെച്ചിരിക്കുന്ന തന്റെ കണ്ണട.

എന്റെ കണ്ണടയെടുക്കാനായി ഷോപ്പിൽ നിന്ന് റൂമിലേക്ക് സൗദിയിലെ കട്ടിച്ചൂടിൽ അങ്ങോട്ടുമിങ്ങോട്ടും രണ്ടു കിലോമീറ്റർ നടന്നപ്പോൾ എനിക്കും ഈയബദ്ധം പറ്റിയത് ഞാനാരോടും മിണ്ടിയിട്ടില്ല. ഇനി മിണ്ടു കയുമില്ല.

ആഷർ സായിപ്പും തോമസ് സാറും

ബേപ്പൂർ സുൽത്താൻ വൈക്കം മുഹമ്മദ് ബഷീറിന്റെ കഥകൾ ഇംഗ്ലീഷിലേക്ക് ട്രാൻസ്ലേറ്റ് ചെയ്ത ഡോക്ടർ ആഷർ എന്ന സായിപ്പ് കേരളത്തിൽ വന്നപ്പോൾ, സുൽത്താന്റെ വിരുന്നിനിടയിൽ തിരുത മീൻകറി കഴിക്കുമ്പോൾ അതിലുണ്ടായിരുന്ന രണ്ട് പച്ചമുളകുകൾ സായിപ്പ് എടുത്തങ്ങ് ചവച്ചിറക്കാൻ തുടങ്ങി. അപ്പോൾ സുൽത്താന്റെ വായിൽ ഒരുരുള ചോറിരിക്കുന്ന നേരമായിരുന്നു. പെട്ടെന്ന് ഉരുള വിഴുങ്ങിയിട്ട് സുൽത്താൻ പറഞ്ഞു, "തുപ്പിക്കള."

സായിപ്പ്: എന്തിനു തുപ്പണം. എന്നിട്ടാ കുടംപുളികഷണങ്ങൾ കൂടി അകത്താക്കി. എരിവുകൂടി കണ്ണീർ ധാരയായി ഒഴുകിയ സായിപ്പിനെ കണ്ട് ഫാബി ഇത്തയും അടുക്കളയിലെ മറ്റു സുന്ദരികളും ചോദിച്ചത്രേ എന്തിനാ സായിപ്പ് കരയുന്നത്, മക്കളെയും ഭാര്യയെയും കാണാഞ്ഞിട്ടാണോ ?

സുൽത്താൻ: അതെ... ഭാര്യ പാചക വിദഗ്ദയാണ്, ചൈനീസ് വിഭവങ്ങൾ വരെ.

ഫാബി ഇത്ത: മക്കളെത്രയുണ്ട് ?

സുൽത്താൻ: രണ്ടു പേർ. മിഖയിലും ഡേവിഡും.

ഫാബി: സായിപ്പ് കരയുന്നത്?

സുൽത്താൻ: പച്ചമുളകു തിന്ന സന്തോഷം കൊണ്ട്. എരിവിന്റെ കരച്ചിൽ.

ഈ പേജ് വായിച്ചപ്പോൾ എം എസ്എം കാമ്പസിലൂടെ ഒരു എരിവോർമ്മ.

കോളേജിൽ അധ്യാപകരായി മൂന്നോ നാലോ തോമസുമാരുണ്ടായിരുന്നു. മലയാളിയുടെ ഐഡന്റിഫൈ നിഘണ്ടു ഇരട്ടപ്പേരുകൾ ഉള്ളതുകൊണ്ട് ഒരു തോമസ് തടിയൻതോമസ് എന്നറിയപ്പെട്ടു. നല്ല സ്നേഹമുള്ള തോമസ് സാർ എന്റെ കാന്റീനിലെ നല്ലൊരു കസ്റ്റമറായിരുന്നു.

നല്ല കട്ടൻ, എരിവുള്ള ഉണ്ടപ്പച്ചമുളകു ചേർത്ത മുളകുവട കാന്റീനിൽ ഉണ്ടായിരുന്നു. ആദ്യമായി ഈ വടയുണ്ടാക്കിയപ്പോൾ കാമ്പസിലാകെ നല്ല മണം. തോമസ് സാർ ഓടിയെത്തി. വളരെ ചെറിയ പലഹാരമായതിനാൽ പത്തോളം മുളകുവടയും ചായയും കഴിച്ചു. ഇതിനൊരു അപാര രുചിയാണെടോ എന്നൊരു കമന്റും പാസാക്കിപ്പോയ സാർ പിന്നീട് ഒരാഴ്ച കോളേജിൽ വന്നില്ല.

പിന്നൊരിക്കൽ കാന്റീനിൽ വന്നപ്പോ പത്തെണ്ണം കഴിച്ച കാശ് കിട്ടിയ പൊലിമയിൽ ഞാൻ പറഞ്ഞു, സാർ മുളകുവട തീർന്നുപോയി. നാളെയേ ഇനിയുണ്ടാക്കൂ.

"അയ്യോ ജലാലേ എനിക്കിനി അതു വേണ്ടാ. അന്ന് അത്രേം കഴിച്ചതു കൊണ്ട് ഞാൻ രണ്ടീസം ബാത്‌റൂമിൽ പെട്ട പാട്! അവസാനം ഒരു കൂട്ടു കാരൻ പറഞ്ഞു മുളകിന്റെ എരിവ് വയറ്റിൽ നിന്നു പോകാൻ ഒറ്റ മാർഗ്ഗം, ഒരു ഫാമിലി ഐസ്ക്രീം ഒറ്റയിരുപ്പിൽ കഴിച്ചാൽ മതി. അപ്പോ വയറൊന്ന് തണുക്കും. അങ്ങിനാടോ രക്ഷപെട്ടത്."

ഞാനുണ്ടാക്കിയിരുന്ന പോലൊത്തൊരു മുളകുവട ലോകത്തൊരി ടത്തും ഉണ്ടാകില്ല.

ആ പേരിൽ എന്തിരിക്കുന്നു?

പൊണ്ടാട്ടിയുമായി വീഡിയോ കോളിലൂടെ പലവിധ കാര്യങ്ങൾ ചർച്ച ചെയ്യുന്നതിനിടയിലാണ് സീനത്ത് എന്ന പേര് ഇടയിൽ കേറിവന്നത്. ആ പേരു പറഞ്ഞപ്പോൾ അവളുടെ കണ്ണുകളൊന്നു ചെറുതാകുകയും പൂച്ച മീൻ മണക്കുമ്പോളുണ്ടാകുന്ന മുഖഭാവത്തോടെ എന്നെ നിരീക്ഷിക്കുകയും ചെയ്തു. എന്റെ മുഖഭാവം അവളുടെ ശ്രദ്ധയിൽ നിന്നു മാറ്റാനായി ഞാനറിയാതെ തന്നെ കവിൾ മാത്രം അപ്പുറത്തു കാണുന്ന തരത്തിൽ ചെരിഞ്ഞു കൊണ്ട് ചോദിച്ചു, "അതിനെന്നാ ആ പേരിൽ എന്തിരിക്കുന്നു?"

"ഒന്നുമില്ലേ? നിങ്ങൾക്ക് വലിയ ഇഷ്ടമുള്ളൊരു പേരാണല്ലോ അത്."

ആ പേരുള്ള ബാല്യകാല സഖികളിൽ ഒരാളെ മനസ്സിൽ ധ്യാനിച്ചു കൊണ്ടു ഞാൻ മൊഴിഞ്ഞു. "അതു നല്ലൊരു പേരല്ലേ?"

"അതെ നല്ല പേരാണ്, അതുകൊണ്ടാണ് ഞാനത് ഓർമ്മിപ്പിച്ചത്."

ഞാൻ വെറുതെ വിദൂരതയിലേക്കു നോക്കി ഓർക്കാതെ നെടുവീർപ്പിട്ടു കൊണ്ടു പറഞ്ഞു, സീനാ എന്ന അറബി വാക്കിനർത്ഥം വൃത്തിയുള്ളത് എന്നാണ്. നാസറിക്കായുടെ ക്ളീനിങ് കമ്പനിയുടെ പേര് അതായിരുന്നു. നൗഷാദിന്റെ (രണ്ടുപേരും എന്റെ സഹോദരന്മാർ) ലോൺഡ്രിയുടെ പേരും അങ്ങിനെ തന്നെ.

ഒട്ടൊരു കുസൃതിയോടെയുള്ള മുഖവുമായി അവൾ വിടാൻ ഭാവമില്ലാതെ തുടർന്നു, "നിങ്ങൾ വിഷയം മാറ്റാൻ നോക്കുന്നു. സീനത്ത് എന്ന ആളെയാണ് ഞാനുദ്ദേശിച്ചത്."

"ഓഹ്...സീനത്ത് എന്നുവെച്ചാൽ വൃത്തിയുള്ള, സുന്ദരി എന്നൊക്കെ പറയാം."

"ഓഹ്...വേറെ ആർക്കും വൃത്തിയില്ലേ? സീനത്തിനു മാത്രേ വൃത്തിയുള്ളോ?"

"ആഹ്...സീനത്തിനെയൊക്കെ കാണാൻ നല്ല രസമാ. പക്ഷേ നിന്റത്രേം വരില്ല." കുടുംബ വിശേഷങ്ങളിലൂടേയും പുതിയ സംഭവവികാസങ്ങളിലൂടെയും ചർച്ചകൾ നീണ്ടപ്പോൾ സീനത്തും മറവിയിലേക്ക്.

ഒറ്റയ്ക്കായപ്പോൾ ചിന്തകൾ ബാല്യകാലം മുതലുള്ള കുറെയേറെ സീനത്തുമാരിലൂടെ തരളിതവും പ്രകമ്പനപരവുമായ ഓർമ്മകളിലേക്ക്.

പത്തു വയസുള്ളപ്പോൾ ആദ്യമായി പ്രണയ മണം പരത്തിയ സമപ്രായക്കാരിയായ വെള്ള പെറ്റിക്കോട്ടുകാരി സീനത്ത് തെളിമയുള്ള ഗ്രാമീണ ചിത്രമായി മനസ്സിലെത്തി.

പിന്നെയുമെത്രയോ സീനത്തുമാർ! ഈ പേരിനെന്തോ മാന്ത്രിക പരിവേഷമുണ്ടെന്ന് ഏതോ കഥയിൽ പണ്ടു വായിച്ചതോർക്കുന്നു.

"സീനത്തുള്ളൊരു പെണ്ണാണ്" എന്ന ഗാനം ഇന്ന് ആവശ്യപ്പെട്ടിരിക്കുന്നത് നജ്റാനിൽ നിന്നും ജലാൽ റഹ്മാൻ.

ഉമ്മായുടെ സാമീപ്യം

മണ്ണെണ്ണ വിളക്കിന്റെ തീയിൽ വിരൽകാട്ടി പൊള്ളുമോയെന്നു നോക്കിയ ആദ്യ പരീക്ഷണത്തിൽ, പൊള്ളിയ കൈവിരലുമായി അലറിക്കരഞ്ഞുകൊണ്ടു ഓടിച്ചെന്നത് ഉമ്മായുടെ അടുത്ത്.

ഉറുമ്പിൻകൂട്ടിൽ ചെന്നു നിന്ന് അവറ്റകൾ കടിക്കുമോ എന്നു നോക്കിയപ്പോളും സംഭവിച്ചത് അതുതന്നെ. ബാപ്പ നട്ട കപ്പക്കമ്പുകൾക്ക് വേരു വന്നോ എന്നറിയാൻ പൊക്കി നോക്കൽ സ്ഥിരമായപ്പോൾ ഓലയുടെ തുഞ്ചാണികൊണ്ടു കിട്ടിയ അടിയുടെ വേദന മാറ്റാനും ഉമ്മായുടെ ആ സാമീപ്യം തന്നെ.

എഴുപത്തിരണ്ടു വയസ്സാക്കെ ഉമ്മാക്കായി എന്നറിയുന്നത് പിറ്റേന്നു ഉമ്മായുടെ മരണ വാർത്ത പത്രത്തിൽ വായിച്ചപ്പോളാണ്. ഉമ്മായുടെ പ്രായത്തെക്കുറിച്ച് ഒരിക്കലും ചിന്തിക്കാത്ത ഒരു മകനാണു ഞാൻ.

“ഒരിക്കൽ ഞാൻ പെട്ടെന്നങ്ങ് പോകും കേട്ടാ...പടച്ചോൻ സഹായിച്ചാൽ ആരെയും ബുദ്ധിമുട്ടിക്കാൻ നിൽക്കില്ല. ആ ഒരു ദുആ എല്ലാ നിസ്കാരത്തിലും ചെയ്യുന്നുണ്ട്.”

“ഒന്നു മിണ്ടാതിരി ഉമ്മാ. ഉമ്മായാണോ അതൊക്കെ തീരുമാനിക്കുന്നത്? ഞാനൊക്കെ പോയിക്കഴിഞ്ഞേ അതുണ്ടാവൂ.”

“മിണ്ടല്ലെടാ, നീയൊക്കെ കൊച്ചു പിള്ളേര്.”

ഇസ്ലാമിക് കലണ്ടർ പ്രകാരം സഫർ എന്ന മാസത്തെ യാത്രകളുടെ മാസം എന്നാണ് വിവക്ഷിക്കുന്നത്. തുടർന്നുള്ള റബീഉൽ അവ്വൽ മാസത്തെ ഏറ്റവും പുണ്യ മാസവുമായി കരുതുന്നു. ഉമ്മായുടെ മരണം സഫർ മാസത്തിന്റെ അവസാന മണിക്കൂറുകളിലും അടക്കം റബീഉൽ അവ്വലിന്റെ ഇട മണിക്കൂറുകളിലും ആയിരുന്നുവെന്നത് ചില ആഗ്രഹങ്ങൾ പ്രാർത്ഥനയിലൂടെ നേടിയെടുക്കുന്നതിന്റെ വിസ്മയമായി തോന്നാറുണ്ട്.

ഉമ്മയെക്കുറിച്ച് എത്ര പറഞ്ഞാലാണ് മതിയാവുക, സങ്കടം അടക്കാനാവുക! സത്യമാണത്, കണ്ണുള്ളപ്പോൾ അതിന്റെ പ്രയോജനം ചിന്തിക്കുന്ന ആരാണുള്ളത്? ഉമ്മാ ഈ ലോകം വിട്ടു പോകുമ്പോൾ, പിന്നീട് പലപ്പോളും നാം അനാഥത്വം അനുഭവിക്കുമ്പോൾ ഓർമ്മിക്കുന്ന ചിലതുണ്ട്.

ആ മടിയിൽ കിടന്ന് അമ്മിഞ്ഞപ്പാൽ നുകരുമ്പോൾ നമുക്കു നിറഞ്ഞിട്ടില്ല എന്നറിഞ്ഞ് ഇടത്തേക്കും വലത്തേക്കും തിരിച്ച് മാറി മാറി മുലയൂട്ടുന്നതിനിടയിൽ, നെറ്റിയിൽ നൽകുന്ന ഉമ്മകളിൽ തുടങ്ങുന്ന ഓർമ്മകളെ പിടിച്ചുകെട്ടാൻ എങ്ങിനെ കഴിയും?

കമിഴ്ന്നു വീഴാനും നീന്താനും തുടങ്ങിയപ്പോൾ ആ മുഖത്തെ സന്തോഷം കൂടുതൽ നീന്താനും വേഗത്തിലെത്താനും കിലുക്കം ദൂരേക്ക് നീക്കിവെച്ച് എടുക്കാൻ പ്രോത്സാഹിപ്പിച്ചത്... പിച്ച വെച്ചപ്പോൾ ആദ്യം രണ്ട് കൈയിലും വിരൽ നൽകിയും പിന്നീട് ഒരു വിരൽ നൽകിയും പിന്നെ വടിപിടിച്ച് നടത്തിച്ചതും കമ്പും ചിരട്ടയും കയറും ചേർത്തു വെച്ച് കൊച്ചുമ്മയുമായി ചേർന്ന് മണ്ണിൽ പ്രത്യകതരം ചക്ക് മിഷ്യൻ ഉണ്ടാക്കി അതിൽ നടത്തിച്ചപ്പോൾ വീണു പോകുന്നതു കണ്ട് ചക്കിന്റെ സ്പീഡ് കുറയ്ക്കാൻ ഉപായം ചിന്തിച്ചതും...

കടുത്ത ദാരിദ്ര്യകാലത്തെ അതിജീവിക്കാൻ വിശക്കുന്ന മക്കളെ ആരുടേയും ദയാ കാരുണ്യം ഇഷ്ടപ്പെടാതെ പോറ്റാൻ സ്വന്തമായി വീട്ടിൽ തന്നെ കച്ചവടം ആരംഭിച്ച് സുഭിക്ഷമായിട്ടല്ലെങ്കിലും വിശപ്പിനുള്ള വലിയ ഇടവേളകൾ ഇല്ലാതാക്കിയ പൊന്നുമ്മാ... ജീവിതത്തിനായുള്ള പോരാട്ടവീര്യം കൊണ്ട് നാട്ടുകാരുടെ കണ്ണിലുണ്ണിയായ ആത്തിക്കാ ഇത്താ എന്ന എന്റുമ്മാ...നിലപാടുകളിലും കാരുണ്യ പൂർവ്വമുള്ള ഇടപെടലുകളിലും മുന്നിൽ നിന്ന ഉമ്മാ...

എന്തോ ആവശ്യത്തിനു വന്ന സംഘത്തിന് തെറ്റില്ലാത്ത തുക സംഭാവന കൊടുക്കുന്നതു കണ്ട് ഒരിക്കൽ ഞാൻ പരിഭവിച്ചു പറഞ്ഞു, ഞാനിവിടെ കാശൊന്നുമില്ലാതെ ഇരിക്കുന്ന കണ്ടിട്ട് ഒരനക്കവുമില്ല. അവർക്കു കൊടുത്തതിൽ നിന്നൊരു അഞ്ഞുറു രൂപ എനിക്കു തന്നൂടാരുന്നോ?

അതേയ്, പാവപ്പെട്ടൊരു പെണ്ണിനെ കെട്ടിക്കാനുള്ള പിരിവാണ്. നിനക്കത്ര വലിയ പ്രശ്നമൊന്നുമില്ലല്ലോ. പിന്നേയ്, ഞാൻ ദാനം കൊടുക്കുന്നതിനെ ചോദ്യം ചെയ്യാൻ നീ വരണ്ട. അതിന്റെയൊക്കെ ഗുണം നിങ്ങൾക്കു തന്നെ പടച്ചോൻ തരും. വല്ലപ്പോളും നീ തരുന്ന ഓളേമുക്കാൽ കാശിന്റെ വലിപ്പമൊന്നുമല്ല. എന്റെ നൗഷാദ് മോൻ എനിക്ക് വാരിക്കോരി തരുന്നുണ്ട്.

മിണ്ടാതെ മുഖം കുനിച്ചിരിക്കുമ്പോൾ കുറേ നേരം കഴിഞ്ഞ് പോക്കറ്റിലേക്കൊരു കൈ. നോക്കുമ്പോൾ ഈമാനുള്ള ചിരിയോടെ പറയുന്നു “ഇതു വെച്ചോ.”

“വേണ്ടുമ്മാ ഞാൻ ചുമ്മാ പറഞ്ഞതാ.”

“അതിരുന്നോട്ടെ, കോളേജിൽ സമരം ഒക്കെ ആയതുകൊണ്ട് കച്ചോടമില്ല. നിനക്കു വലിയ ബുദ്ധിമുട്ടാണെന്ന് എനിക്കറിയാം.”

ജീവിതകാലത്ത് കടമായി പലരോടും വാങ്ങിയിട്ടുണ്ടെങ്കിലും ഇപ്പോൾ എന്റുമ്മയുടെ അടുത്തൂന്നു കൂടി വാങ്ങിയിരിക്കുന്നു.

ബാപ്പയുടെ ആണ്ടുദിവസങ്ങളിൽ പതംപെറുക്കി കണ്ണീർ വീഴ്ത്തുന്ന

ഉമ്മയെ കാണാമായിരുന്നു. മരിച്ചു പോയവർ കയറിയിറങ്ങുന്ന വീടാണിത്. ഞാനെങ്ങോട്ടും വരുന്നില്ല എന്ന നിലപാട് എടുത്തിരുന്നു.

ബാപ്പ, എന്റെ പതിനഞ്ചു വയസ്സിലാണ് അള്ളാഹുവിലേക്ക് മടങ്ങിയത്. പക്ഷേ ഉമ്മാ മടങ്ങിയ ശേഷമുള്ള അനാഥത്വം മനസ്സിനെ അലട്ടുന്നു.

"ഉമ്മാന്റെ കാലടിപ്പാടിലാണ് സുബർക്കം എന്നോർത്തോളൂ" എന്ന ഗാനം ഒട്ടൊരു വ്യസനത്തോടെ ചിലതൊക്കെ ഓർമിപ്പിക്കുന്നു.

ഇച്ഛാശക്തികൾ

വീൽചെയറിലിരുന്ന് ജീവിതത്തെ നേരിടുന്നവരിൽ ആദ്യമെന്നെ സ്വാധീനിച്ചത് ഒരു കുഞ്ഞു പെൺകുട്ടിയാണ്. മദ്രസയിൽ പഠിക്കുമ്പോൾ സൈക്കിളിൽ മുന്നിലെ ചെറിയ സീറ്റിലിരുത്തി അവളുടെ ബാപ്പ കൊണ്ടാക്കുകയും തിരിയെ കൊണ്ടു പോകുകയും ചെയ്തിരുന്നു. ഈയിടെ അവളുടെ വീട്ടുവരാന്തയിൽ മനോഹരമായി ചിരിച്ചു കൊണ്ടിരിക്കുന്ന അൻപതിനു മുകളിൽ പ്രായമുള്ള അവളെ കണ്ടു.

പിന്നീട് എന്റെ പതിനാലാം വയസ്സിൽ കോട്ടയം ദീപികയിൽ ചായക്കച്ചവടജോലിക്കു നിൽക്കുമ്പോൾ അതു നടത്തിയ മുതലാളി രാജനാണ്. അദ്ദേഹത്തിന്റെ സഹോദരിയും കാലുകൾക്കു പകരം മാംസതുണ്ടങ്ങൾ മാത്രമുള്ളവളായിരുന്നു. അവൾ പറഞ്ഞൊരു വാക്ക് നിങ്ങളെന്തിന് സഹതാപം കാട്ടുന്നു, എനിക്ക് രണ്ട് എല്ലിന്റെ കുറവേയുള്ളൂ എന്നാണ്.

പിന്നീട് കായംകുളത്തെ ആദ്യകാല താമസ സ്ഥലത്തിനടുത്തുള്ള കൗമാരക്കാരി പെൺകുട്ടി രണ്ടു ഭാഗത്തും കുറേശ്ശെ മാത്രമുള്ള എല്ലുകളും മാംസവും കൊണ്ട് ചരിഞ്ഞും നിന്നും ഏന്തിയും കാൽമുട്ടിൽ കൈതാങ്ങിയും എംഎസ്എം സ്കൂളിലേക്കു പോയിരുന്ന സീനത്ത് എന്ന ആ പെൺകുട്ടിയും ഇച്ഛാശക്തി കാട്ടി മനസ്സിനെ സ്വാധീനിച്ചിട്ടുണ്ട്.

പിന്നൊരാൾ സജി ഇടിക്കുളയെന്ന റൂംമേറ്റായിരുന്നു. വിഎച്ച്എസ്സി എജുക്കേഷൻ ഡിപ്പാർട്മെന്റിൽ വലിയ ഉദ്യോഗസ്ഥനായിരുന്ന അദ്ദേഹം അടുത്തിടെ അന്തരിച്ചു.

ആലപ്പുഴ ബൈപ്പാസ് ഉദ്ഘാടനം നടന്ന ദിവസം ഞാനേറെ ശ്രദ്ധിച്ചത് വലിയ സന്തോഷത്തോടെ സി.പി.ഐ.യുടെ കൊടിയുമായി തലങ്ങും വിലങ്ങും കറങ്ങിയിരുന്ന നാല് വീൽചെയർകാരെ ആയിരുന്നു. അവരുടെ ആവേശം കൊടുംവെയിലിലെ എന്റെ കാത്തു നിൽപ്പിനെ അസ്വസ്ഥമാക്കാതെ ഒന്നൂടി സന്തോഷകരമാക്കി.

സാദിഖ് വേറൊരു ലെവലാണ്. ജീവിതത്തിന്റെ യൗവ്വന കാലത്ത് വീൽചെയറിൽ കയറേണ്ടി വന്ന എം.എസ്.എമ്മിലെ പ്രീഡിഗ്രിക്കാരൻ.

പിന്നീട് എപ്പോളും അദ്ദേഹം ഇച്ഛാശക്തിയുടെ പ്രതീകമായി കായംകുളം പ്രദേശത്തു നിറഞ്ഞു നിൽക്കുന്നു. എന്നെ ഒന്നു കാണണമെന്നു പറയാൻ കാത്തിരുന്നതു പോലെയാണ് കുടുംബസമേതം ഞാനോടിച്ചെന്ന് കുറേനേരം സംസാരിച്ചിരുന്നത്.

ജീവിതത്തിലെ തളർച്ചകൾ, വീഴ്ചകൾ മനസിനെ ബാധിച്ചിട്ടില്ല എന്നു സമർത്ഥിക്കാൻ ശ്രമിക്കുമ്പോളും ഒറ്റയ്ക്കായ ഒരാളുടെ വിഷമങ്ങൾ എന്തൊക്കെയാവും എന്നായിരുന്നു എന്റെ ചിന്ത.

പ്രണയക്കാഴ്ചകളും ദാമ്പത്യവും

എന്റെ പ്രണയങ്ങൾക്കെപ്പോളും മധുരമായിരുന്നു. ഒന്നും സഫലമാകാതിരുന്നതു കൊണ്ടാവാം. പ്രണയിനികളുടെ സാഹചര്യങ്ങൾക്കനുസൃതമായി ഞാനെപ്പോളും അഡ്ജസ്റ്റബിൾ ആയിരുന്നതു കൊണ്ടാവാം. എന്റെ പരിമിതികളെക്കുറിച്ച് ബോധ്യമുണ്ടായിരുന്നതു കൊണ്ടാവാം. പ്രണയങ്ങൾ കുടുംബങ്ങളിലുണ്ടാക്കുന്ന അസ്വാരസ്യങ്ങൾ ഒരുപാട് കണ്ടിട്ടുള്ളതു കൊണ്ടാവാം. ഞാനെഴുതി അവൾക്കു കൊടുത്ത പ്രണയലേഖനം പ്രണയിനിയുടെ ബാപ്പ എന്റെ നേരെ തിരിച്ചെറിഞ്ഞ ഭയം കൊണ്ടാവാം.

ഭർത്താവുമൊത്ത് നടന്നു പോകുമ്പോൾ എന്നെ കണ്ടാല് മുൻപൊരിക്കലും കണ്ടിട്ടില്ല എന്ന മട്ടിൽ നെവർ മൈൻഡിൽ കടന്നു പോകുന്ന മുൻകാല പ്രണയിനികളോട് ഒത്തിരി ബഹുമാനമാണ്.

പണ്ട് ബസ്സ്റ്റാന്റിൽ യാത്രയ്ക്കായി കാത്തു നിൽക്കുമ്പോൾ, കല്യാണം കഴിഞ്ഞ് പുതുമോടിയിൽ കെട്ട്യോനോടൊപ്പം യാത്രയ്ക്കായി വന്ന മുൻകാമുകി എന്നെ കണ്ടപ്പോൾ വലതു വശത്തേക്ക് ചിറി കോട്ടലും മുഖത്തെ പുച്ഛവും ഓർമ്മിക്കുന്നു.

അന്നൊക്കെ രാവിലെ ഉണരുന്നതു തന്നെ അവളെയൊന്ന് കണ്ടിരുന്നേൽ എന്നുള്ള മോഹവുമായാണ്. സ്കൂളിലേക്കുള്ള ഇടവഴി നുമ്മടെ വാടകവീടിന്റെ മുറ്റത്തു കൂടിയായതിനാൽ ഒൻപതേമുക്കാലിന്നു മുന്നേ മനംകുളിർക്കുന്ന സുന്ദര ചിരിയുമായി ഹഫ്സ മുറ്റം കടന്നു പോകും.

കോളേജിൽ ഷിഫ്റ്റ് സമ്പ്രദായം ആയതോണ്ട് എട്ടരയ്ക്കു തന്നെ ചായ റെഡിയാക്കി കോളേജിൽ എത്തേണ്ടതുണ്ട്. ദൂരെസ്ഥലങ്ങളിൽ നിന്നു വരുന്ന അദ്ധ്യാപകർ ചിലർ ചായ കുടിച്ചിട്ടേ ക്ലാസ്സിൽ പോകൂ. സ്വപ്നാടകനെ പോലെ യാന്ത്രികമായ ജോലി ചെയ്യലിൽ എങ്ങനേലും ഒൻപതര ആകാനുള്ള തത്രപ്പാടാണ്.

ആ സമയമായാൽ പിന്നൊന്നും നോക്കില്ല. സൈക്കിളെടുത്തു വേഗത്തിൽ വീടിന്റെ അരപ്ളേസിൽ സ്ഥാനമുറപ്പിക്കും. ഇരുപ്പുവരാതെ അടുക്കളയിലെ വെന്റിലേഷനിലൂടെ വഴി കാണാവുന്നിടം വരെ നോക്കും. അവൾ വരുന്നതു കാണുമ്പോൾ വീണ്ടും ഓടിവന്ന് അരപ്ളേസിൽ ഇരിക്കും. അവളും ഇടവും വലവുമായി കൂട്ടുകാരികളും മുറ്റത്തെത്തുമ്പോൾ ഞാനിങ്ങനെ പാടും “കടക്കണ്ണിൻ മുന കൊണ്ടെൻ ഇടനെഞ്ചിന്നകം വെട്ടിപിടിച്ചൊരു പെണ്ണാളേ...” സദാചാരക്കാരായ മ്മടെ ചങ്ക് അയൽക്കാർ കേൾക്കാതിരിക്കാൻ ഒച്ച തീരെയില്ലാതെയാണ് പാട്ട്.

സിനിമകളിൽ ശാലീന സൗന്ദര്യത്തെ കുറിച്ചുള്ള പാട്ടുകളും വർണ്ണമില്ലാത്ത നായികമാരും തിളങ്ങി നിന്ന അക്കാലത്ത് വെളുത്തു മെല്ലിച്ച പെണ്ണുങ്ങളെല്ലാം ശാരദാമ്മയെ പോലെ ശാലീന സുന്ദരികളിൽ പെടുത്തിയിരുന്നു.

നിഷ്കളങ്ക മുഖമുള്ള പത്താം ക്ലാസ്സുകാരിയായ അവൾ വല്ലാതെ മനസ്സിൽ കയറിപ്പറ്റിയിരുന്നു. ആദ്യമൊക്കെ ഒരു പുഞ്ചിരി നൽകിയാൽ പോലും മതിയാരുന്നു. മൂന്നാലു ദിവസത്തെ പാട്ടിനു ഫലമുണ്ടായി. മുറ്റത്തെത്തുമ്പോൾ അവൾ സ്ലോവായി മുഖം വിടരുകയും കണ്ണുകൾ എന്നിലേക്ക് മാത്രമാവുകയും പതിവായി. പാട്ടിന്റെ അടുത്ത വരിയിലേക്ക് കടക്കാനുള്ള സമയമായി എന്നെനിക്കു തോന്നി. പിറ്റേന്നത്തേക്കുള്ള പാട്ട് ഇങ്ങിനെയാക്കി. "അരയന്ന പിട പോലെ കുണുങ്ങി നീ നടക്കും അരളിപ്പൂമിഴി കൊണ്ട് കവിതകൾ കുറിക്കും അതു കണ്ടെൻ മനസ്സാകെ പതപത പതയ്ക്കും..." പാടിത്തുടങ്ങിയപ്പളേ എന്റെ നേരെ ഒരു കുറിമാനം എറിഞ്ഞിട്ടാണു പോയത്.

ചാടിയെടുത്ത് അത്യാവേശത്തോടെ അതു വായിച്ചു. അതിൽ ഇങ്ങിനെ എഴുതിയിരുന്നു, മാമയുടെ മോനുമായി കല്യാണം ഉറപ്പിച്ചിട്ടുണ്ട്. "പത്ത് കഴിഞ്ഞാലുടൻ ജയിച്ചാലും തോറ്റാലും കല്യാണമാണ്. കല്യാണം കഴിഞ്ഞാലുടൻ എന്നെ ഖത്തറിലേക്കു കൊണ്ടു പോകും. അതുകൊണ്ട് പാട്ടും പാടി നടന്നു മെനക്കെടെണ്ടാ."

ഉള്ള കാര്യം നേരത്തെ പറഞ്ഞ അവളോടിന്നും എനിക്ക് കടുത്ത ബഹുമാനമാണ്. എവിടെങ്കിലുമിരുന്ന് ഇത് വായിക്കുന്നുണ്ടെങ്കിൽ ഇൻബോക്സിലേക്ക് സ്വാഗതം ഹഫ്സാ. നിന്നെ കാണാൻ പിരാന്ത് പിടിച്ചോടിയ വകയിൽ കുറേ ചായക്കച്ചവടം നഷ്ടം വന്നതിനേക്കാൾ നേട്ടം ആ സുന്ദരമായ ചിരിയും നടത്തയുമായിരുന്നു.

തിരക്കിലെ സല്ലാപം

ഒരിക്കൽ എറണാകുളം വൈറ്റില ജംഗ്ഷനിൽ സിഗ്നൽ കാത്തു നിൽക്കുമ്പോൾ (മൂന്നു മിനിറ്റ് വരെ സിഗ്നൽ കാത്തു നില്ക്കണം) ഒരു യുവാവും പെൺകുട്ടിയും ഒരു ബൈക്കിൽ ഞങ്ങളുടെ മുന്നിലുള്ള നൂറുകണക്കിന് വാഹനങ്ങളോടൊപ്പം ഇടതു സൈഡ് ചേർന്ന് കാത്തുനിൽക്കുന്നു. മറ്റെല്ലാവരും തിരക്കിന്റെ സമ്മർദ്ദത്തിൽപ്പെട്ട് അക്ഷമരായപ്പോൾ ആ യുവാവും പെൺകുട്ടിയും ശരിക്കും ചിരിച്ചുല്ലസിക്കുന്നു. അവർ സദാചാര വിരുദ്ധത ഒന്നും കാട്ടുന്നില്ല. ചിരിച്ച് സംസാരിക്കുന്നു. പരിസരം മറന്ന് ആസ്വദിക്കുന്ന ആ ജോടികൾ ഒരുപക്ഷേ ആങ്ങള-പെങ്ങ

ളാവാം, കാമുകികാമുകന്മാരാവാം... വധൂവരന്മാർ ആയിക്കൂടെന്നുമില്ല. പക്ഷെ അടുത്തു നിൽക്കുന്ന മറ്റു വാഹനക്കാർക്ക് അവർ ഒരുമിച്ചു വന്നതല്ല, പല സ്ഥലങ്ങളിൽ നിന്നു വന്നവർ. ട്രാഫിക് ജാമിൽ പെട്ട കുറേ ആളുകൾ, ബൈക്കുകാരാണു കൂടുതലും. അതിൽ കൂടുതലും ചെത്തു പിള്ളാർ. അവരെല്ലാം, സന്തോഷത്തോടെ ഇടപഴകുന്ന ആ ജോടികളെ നോക്കുന്നുണ്ട്. അവരുടെ സന്തോഷം കണ്ടു നിൽക്കുന്നവർക്ക് അസഹനീയമാണെന്ന് ഓരോരുത്തരുടെയും മുഖം കണ്ടാലറിയാം.

ഞാനും ഭാര്യയും ഇതൊക്കെ ശ്രദ്ധിക്കുന്നുണ്ട്. ഞങ്ങളും ബൈക്കിൽ തന്നെ. മുന്നോട്ടു പോകണമെന്നു കരുതിയ ഞങ്ങൾ ഇടത്തേക്കു തിരിഞ്ഞു പോയി ഒരു ഷോപ്പിംഗ് പ്ലാനിട്ടു. അതിനു വേണ്ടി ബൈക്ക് തിരിക്കുമ്പോൾ ഈ ജോടികൾ ഞങ്ങൾക്ക് മാർഗ്ഗതടസ്സമായി വരും. ഞങ്ങൾ പുറകിൽ വിഷമിച്ചു നിൽക്കുന്നത് അവർ അറിയുന്നില്ല. ഹോണടിച്ചിട്ടും അവരുടെ ലോകത്ത് അവർ കിന്നാരം പറഞ്ഞ് ചിരിക്കുന്നുണ്ട്. ഇതെല്ലാം കണ്ടുനിന്ന അസൂയ ഫ്രീക്കന്മാർ എല്ലാരും ഒന്നിച്ച് "ഡാ, ഡാ, റോഡിന്റെ നടുക്കാണോടാ ശൃംഗാരം, വണ്ടിയെടുത്തു മാറ്റടാ..." പെട്ടെന്ന്, ഞെട്ടിയ ജോടികൾ വല്ലാതെ ചമ്മി. സത്യത്തിൽ സദാചാര പോലീസുകാരുടെ മാതാവ് അസൂയ ആണെന്ന് വെറും മൂന്നു മിനിറ്റിൽ നേരിട്ടു കണ്ട സംഭവം. അന്യന്റെ ഭാഗ്യത്തിൽ, സന്തോഷത്തിൽ അസൂയപ്പെടുന്ന ഭൂരിപക്ഷ മല്ലൂസിനോട് സഹതാപം തോന്നിയ നിമിഷം.

സംഗതി സീരിയസ്സാണ്

1978 കാലം. നല്ലവണ്ണം പഠിക്കുന്ന പതിനാലു വയസുള്ള പെൺകുട്ടിയുടെ പുറകെ നടക്കുന്ന, സ്വന്തം വീട്ടിൽ പോലും കലാപമുണ്ടാക്കിയിരുന്ന, ആരെയും വകവെക്കാത്ത നിഷേധി. (പേരുകൾ ഒഴിവാക്കുന്നു). ഒത്തിരി നടന്നു കഴിഞ്ഞപ്പോൾ പെണ്ണിനും മോഹമുണ്ടായിക്കാണും. സംഗതി സീരിയസ്സായി. പെണ്ണിന്റെ അമ്മാവൻ പല പ്രാവശ്യം താക്കീതു കൊടുത്തിട്ടും രക്ഷയില്ല. പെൺകുട്ടിയെ വെളിയിൽ വിടാതായി, പഠിത്തം നിന്നു. അമ്പലത്തിലെ ഉത്സവത്തിന് ബന്ധുക്കൾ ചെക്കനെ അടിച്ചു പതം വരുത്തി-കേസായി. ഒത്തുതീർപ്പ് ചർച്ച വന്നപ്പോൾ യുവാവ് പറഞ്ഞു, എനിക്ക് അയ്യായിരം രൂപ വേണം. കൂടാതെ പെണ്ണിന്റെ അമ്മാവനെ തല്ലുകയും വേണം. കാശുകൊണ്ട് ആയുർവേദ ചികിത്സ നടത്തണമത്രെ.

അന്ന് അത്രേം കാശിനു അമ്പതു സെന്റ് വസ്തുവെങ്കിലും ഞങ്ങടെ ഏരിയയിൽ കിട്ടും. ചർച്ച അലസി. മൂന്നുമാസം തികയുന്നേനു മുന്നേ അമ്മാവന്റെ തലയ്ക്കു ഇരുമ്പുവടികൊണ്ട് മാരകമായി പ്രഹരിച്ചു. തലയ്ക്ക് പൊട്ടലുണ്ടായ അദ്ദേഹം ഓടിക്കയറിയത് എന്റെ ഇക്കയുടെ

കടയിൽ. അദ്ദേഹം വന്ന സൈക്കിൾ അര മണിക്കൂറെടുത്ത് അടിച്ചു പൊട്ടിച്ചാണ് കാമുകൻ അരിശം തീർത്തത്. എന്തായാലും അതോടെ രണ്ടും രണ്ടു വഴിക്കായി. വെവ്വേറെ കല്യാണം കഴിച്ച് സുഖമായി കഴിയുന്നു. ഇപ്പോൾ അവരുടെ മക്കൾ ആ പ്രായം കഴിഞ്ഞു നിൽക്കുന്നു.

മുൻപിൽ നോക്കാതെ...

സുഖമില്ലാത്ത ഭാര്യയേയും മക്കളെയും പൊന്നുപോലെ നോക്കിയ നല്ല സമ്പത്തുള്ള പിതാവ് 16 വയസ്സുള്ള മകൾ ചേരാത്ത പ്രണയത്തിൽ കുരുങ്ങിയത് ഒഴിവാക്കാൻ ഒരുപാട് ശ്രമിച്ചു. മകൾ അവനോടൊപ്പം ഇറങ്ങിപ്പോയപ്പോൾ കുടുംബത്തെ അനാഥമാക്കി ഉറക്ക ഗുളികയിൽ ജീവിതം അവസാനിപ്പിച്ചു. ജീവിതത്തിൽ വളരെ നൊമ്പരമുണ്ടാക്കിയ ഒരു സംഭവം. കാരണം അയാൾ ജീവിച്ചത് മക്കൾക്കു വേണ്ടി മാത്രമായിരുന്നു.

21 വയസ്സുള്ള കാമുകനോടൊപ്പം ഇറങ്ങിപ്പോയ മറ്റൊരു പതിനേഴുകാരി ഒരുപാട് ബഹളങ്ങൾക്കു ശേഷം, മേലിൽ ഒരു ബന്ധവും ഇല്ലെന്ന നില പാടിൽ പിതാവ് നിക്കാഹ് കഴിച്ചുകൊടുത്തു. രണ്ടുമാസം തികയുന്നതിനു മുന്നേ പെണ്ണും ചെക്കനും ഇടിയായി. ഒരു രാത്രി മുഴുവൻ അയൽക്കാർക്ക് ഉറങ്ങാൻ പറ്റാത്തത്ര ബഹളം. നേരം വെളുത്തപ്പോൾ ചെക്കന്റെ ഉമ്മാ എങ്ങോട്ടോ പോയി. കുറേ കഴിഞ്ഞപ്പോൾ ചെക്കനും പോയി. പെണ്ണ് എല്ലാ വാതിലുകളും അടച്ചുപൂട്ടി അകത്തും. അയൽക്കാർക്ക് പേടി ഇടപെടാൻ. പിന്നീട് എന്തായോ എന്തോ!

സമർപ്പണം

സദാചാരം പെരുമ കൊട്ടിയ കാലത്തെ ചില മൗനപ്രണയങ്ങളുടെ ഓർമ്മകൾ ഒരു ബ്ലാക്ക് ആൻഡ് വൈറ്റ് കാലഘട്ടത്തിലേക്ക് കൊണ്ടു പോകുന്നുണ്ട്. സുൽത്താന്റെ ഭാഷ കടമെടുത്താൽ - ചില "കൂർത്ത നോട്ടങ്ങൾ" മനസ്സിനെ സ്തംഭനാവസ്ഥയിൽ ഉറക്കം കെടുത്തി. ഇടംകണ്ണിലെ കൃഷ്ണമണിയിലൂടെ ഇടതു വശത്തേക്കിറങ്ങി യാത്ര പറഞ്ഞു പോകുന്ന ചിരിമൗനങ്ങളും പ്രണയത്തിന്റെ മാസ്മരികതയായി മനസിനെ ചഞ്ചലമാക്കിയിരുന്നു. ഫീലിംഗ്... മണ്ണാങ്കട്ട...പാവപ്പെട്ടവനെ കൊതിപ്പിച്ച് എടങ്ങേറാക്കി, എവിടെയോ കളഞ്ഞു പോയ കൗമാരം!

പെൺകുട്ടികളുള്ള മാതാപിതാക്കളുടെ നെഞ്ചിലെ തീയാണ് പ്രണയം. കുട്ടികൾക്ക് പന്ത്രണ്ടു വയസ്സിൽ തുടങ്ങുന്ന പിരാന്താണ് പ്രണയം. സ്വന്തം ഭാവിയുടെ മേൽ കരിനിഴൽ വീഴാൻ കാരണമാകുന്നു പ്രണയം. എൺപതു ശതമാനം പെൺകുട്ടികളുടെയും വിദ്യാഭ്യാസം നിൽക്കാൻ കാരണം ഈ നശിച്ച പ്രണയമാണ്. കുടുംബത്തിലുള്ളവരുടെയെല്ലാം

സന്തോഷം കെടുത്തുന്നു, ഒരു ചെറിയ പ്രണയം പോലും.

മാതാപിതാക്കൾ കരഞ്ഞു നിലവിളിക്കാനാടയാക്കുന്നു പ്രണയം. സ്വന്തം കുഞ്ഞുങ്ങളെ ഉള്ളുരുകി പ്രാകാനിടയാക്കുന്നു പ്രണയം. സന്തോഷം നിറഞ്ഞൊരു വീട്ടിൽ പിന്നീടുള്ള കാലം മൗനവീടാക്കുന്നു പ്രണയം. സ്വന്തം മക്കളിലുള്ള വിശ്വാസം നഷ്ടപ്പെടുത്തുന്നു പ്രണയം. ചില കവികളുടെയും ചില എഴുത്തുകാരുടെയും ഒന്നാം തരം വിപണന തന്ത്രമാണു പ്രണയം.

ഇതിലെല്ലാമുപരി പ്രണയ വിവാഹങ്ങളിൽ കൂടുതലും പരാജയമാകുന്നു. ആറ്റുനോറ്റു വളർത്തിയ മാതാപിതാക്കളുടെ നൊമ്പരം എല്ലാ പ്രണയ വിവാഹങ്ങളെയും ഒരു തരത്തിൽ അല്ലങ്കിൽ മറ്റൊരു തരത്തിൽ പരാജയത്തിൽ എത്തിക്കുന്നു.

നമ്മുടെയെല്ലാം മക്കൾ നല്ല മക്കളാകാൻ പ്രാർത്ഥിച്ചു കൊണ്ട്, എല്ലാവർക്കും എന്നും മനസ്സമാധാനം നേർന്നു കൊണ്ട്, പ്രണയത്തെക്കുറിച്ചുള്ള എന്റെ കാഴ്ചപ്പാട് ചോദിച്ച പെൺസുഹൃത്തിന് ഈ പ്രണയവാക്യം സമർപ്പിക്കുന്നു.

ജീവിതം ഇങ്ങനെയാണ്

ജൂലൈ - 7, 1991-92. ദാമ്പത്യ ജീവിതത്തിലെ പ്രണയ സുവർണ്ണ സുരഭില സുന്ദര കാലം. 1992 മകളുടെ ജനനം. പരസ്പര സ്നേഹത്തിൽ നിന്ന് കാൽകിലോ മകൾക്കായി മാറ്റി.

1995 മകന്റെ ജനനം, കാൽ കിലോ കൂടി വിഭജിക്കപ്പെട്ടു. 1997 ൽ ഇളയ മകന്റെ ജനനം, വീണ്ടും കാൽ കിലോ കൂടി കുറഞ്ഞു.

ജീവിത പ്രാരബ്ധങ്ങളും കുന്നുകൂടിയ കടബാധ്യതകളും ഇനിയെന്ത് എന്ന എപ്പോഴുമുള്ള ചിന്തയും മൂകതയും ബാക്കിയുള്ള കാൽകിലോ പ്രണയത്തെ കൂടി തൊള്ള തൊടാതെ വിഴുങ്ങി.

അതേ...

അങ്ങിനെയാണ് ചിലരെ ഒടേതമ്പുരാൻ പരീക്ഷണങ്ങളിലൂടെ സമ്പുഷ്ടീകരിച്ചെടുക്കുന്നത്. ജീവിതത്തിലെ കഷ്ടപ്പാടുകളുടെ, കാശില്ലായ്മയുടെ ഓരോ നിമിഷവും ഞങ്ങൾക്ക് ഓരോ പാഠങ്ങളായി.

അസ്വസ്ഥകൾക്കിടയിലും ജീവിതം കരുപ്പിടിപ്പിക്കാൻ രണ്ടാളും ഒറ്റ മനസോടെ അദ്ധ്വാനിച്ചു. സത്യസന്ധമായ അധ്വാനഫലം പൂർണ്ണതയോടെ ഇന്നു കിട്ടിയില്ലെങ്കിലും പിന്നീടു കിട്ടിയേക്കാം എന്ന വിശുദ്ധവചനം അനുഭവസ്ഥരായവരാണു ഞങ്ങൾ.

മക്കളൊക്കെ സ്വയം പര്യാപ്തരായതോടെ 1991-92 കാലത്തെ ഒറ്റ കിലോ പ്രണയവും തിരിച്ചെത്തുന്ന ത്രില്ലിലാണ് ഞങ്ങളുടെ വിവാഹ വാർഷിക കാലം. എന്റെ ചില നിലപാടുകളിൽ എതിർപ്പുകളുണ്ടെങ്കിലും ഒപ്പം കൈപിടിച്ചു നടക്കുന്നവൾ.

ഒരു സത്യം പറയട്ടെ, ജീവിതം ഇങ്ങിനൊക്കെയാണ്. ഇങ്ങിനൊക്കെയുള്ള ജീവിതത്തിന്റെ മനസ്സുഖമുണ്ടല്ലോ, എങ്ങിനെ കൂട്ടിക്കിഴിച്ചാലും വമ്പൻ ലാഭമാണ് ചങ്കുകളേ.

സ്നേഹവാത്സല്യങ്ങളുടെ അടയാളം

ഉമ്മ.. ഉമ്മ... ഉമ്മ്

അമ്മ മക്കൾക്ക് കൊടുക്കുന്ന ഉമ്മ സ്നേഹത്തിന്റേത്, വാത്സല്യത്തിന്റേത്. അച്ഛൻ മക്കൾക്ക് കൊടുക്കുന്നതും അങ്ങിനെ തന്നെ. പക്ഷെ, മക്കൾക്ക് ഒരു പ്രത്യേക പ്രായമെത്തിയാൽ ഈ ഉമ്മ കൊടുക്കുമ്പോൾ അല്ലങ്കിൽ മക്കൾ വാങ്ങുമ്പോൾ പ്രകൃതിദത്തമായ ചില നിയന്ത്രണങ്ങൾ ഉണ്ടാകുന്നു. ഉമ്മ കൊടുക്കുകയും സ്വീകരിക്കുകയും ചെയ്യുന്നതിൽ മാറ്റമുണ്ടാകുന്നു.

പ്രായപൂർത്തിയായ എന്റെ ആൺമക്കൾ സ്കൂളിൽ പോകാൻ നേരം എന്റെയും ഭാര്യയുടെയും കവിളിലും നെറ്റിയിലും ഉമ്മ തരാറുണ്ടായിരുന്നു. അവർ നഴ്സറിയിൽ പഠിക്കുന്ന പ്രായത്തിൽ ഇതോടൊപ്പം ചുണ്ടിലും കിട്ടുമായിരുന്നു. മകൾക്ക് നെറ്റിയിലാണ് ഞാൻ ഉമ്മ കൊടുക്കുന്നത്. മകളുടെ കുഞ്ഞിന് എവിടൊക്കെ ഉമ്മ വക്കാമോ അവിടൊക്കെ. എന്നാലും എനിക്കും അവനും ബാക്കിയുള്ളതു പോലെ തോന്നാറുണ്ട്. എന്റെ ഉമ്മായെ കെട്ടിപിടിച്ച് കവിളിൽ ഉമ്മ വെക്കാറുണ്ട്. അത് എന്റെ പൊന്നുമ്മയാണ്, ഉമ്മായുടെയും. പെങ്ങൾക്ക് നെറ്റിയിലാണ് അന്നും ഇന്നും ഉമ്മ കൊടുക്കാറ്. പ്രിയതമയ്ക്ക് എയർപോർട്ടിൽ വെച്ച് മാത്രം പരസ്യമായി നെറ്റിയിൽ ഉമ്മ വെക്കാറുണ്ട്.

സൗദിയിൽ ഓരോ ലീവ് കഴിഞ്ഞ് തിരിച്ചെത്തുമ്പോളും ഒരാഴ്ച സൗദിപൗരന്മാർ പരസ്യമായി മൂക്കും നെറ്റിയും മുട്ടിച്ച് പരസ്പരം കവിളുകൾ ചേർത്തും സ്നേഹം പ്രകടിപ്പിക്കാറുണ്ട്.

ഇപ്പറഞ്ഞതൊക്കെ എല്ലാവരുടെയും ജീവിതത്തിലുള്ള കാര്യം തന്നെ. വേണ്ടിടത്ത് വേണ്ടതു മറയ്ക്കാൻ മലയാളിക്കറിയാം. വെറുതെ വിവാദങ്ങളുണ്ടാക്കാനും പേരെടുക്കാനും ചിലർ കാട്ടക്കൂട്ടുന്ന വിക്രിയ അല്ലാതെ വേറെന്താ ഈ ഉമ്മ വിവാദം. വിവേകം വരുമ്പോൾ ചിന്തിക്കേണ്ടത് ലോകത്തെല്ലായിടത്തും ഭാഷാ വ്യത്യാസമില്ലാതെ പിഞ്ചു പൈതങ്ങളോട് മാതാവ് ചോദിക്കുന്നത് പ്രത്യേക ശബ്ദഭാഷയിൽ മ്മ്മ്മ താ എന്നാണ്.

പടനിലത്തു മുക്കും മുണ്ടകക്കണ്ടവും

പോറ്റമ്മയുടെ റോൾ നൽകിയ കായംകുളത്തെ പടനിലം ജംഗ്ഷൻ. പതിനെട്ടാമത്തെ വയസ്സിൽ ഈ ജംഗ്ഷനിലുള്ള ഉമ്മർകോയാക്കായുടെ രണ്ടുമുറിയും അടുക്കളയുമുള്ളൊരു വാടകവീട്ടിലേക്ക് എന്റെ മാമാ ഷാഹുലിനും കൂട്ടുകാരൻ ഹക്കിമിനുമൊപ്പം കയറിച്ചെല്ലുന്നത് ഒരു സന്ധ്യാ നേരത്താണ്.

വിശാലമായ നാല്പതു സെന്റ് പുരയിടവും ചിരിയോ ചിരി സിനിമയിലെ രാജേന്ദ്രമാൻഷൻ പോലൊരു ഓടിട്ട, ചുമർ പരുക്കനായി കുമ്മായം തേച്ച, പെയിന്റടിക്കാത്ത, തറയിൽ ഒഴുക്കൻ സിമന്റ് പൂശിയ, നല്ലൊരു തിണ്ണയും അര പ്ലേസുമുള്ള, മുറ്റത്ത്, നല്ല രുചിയുള്ള വെള്ളമുള്ളൊരു കിണറുള്ള, നിറയെ തെങ്ങുകളുള്ള, വലിയൊരു പുളിമരവും കിടിലൻ വരിക്കപ്ലാവു മുള്ള ഉയർന്ന പറമ്പ്. മണ്ണെണ്ണ റാന്തൽവിളക്കിന് മനോഹര സൗന്ദര്യമു ണ്ടെന്ന് ഇപ്പോളും ഓർക്കാറുള്ളത് രാത്രികളിലെ ആ മുറ്റത്തിന്റെ തെളിച്ചത്തിലാണ്. ഞാനപ്പോൾ തന്നെ വീടിന് ആ പേരു വിളിച്ചു "രാജേ ന്ദ്രമാൻഷൻ."

ഫ്ളാസ്ക് കെറ്റിലിൽ ചായ നിറച്ചു കൊണ്ടുപോകുവാനും എരുമയെ വളർത്തുവാനും ഒക്കെ കോളേജിൽ നിന്ന് അല്പം മാത്രം ദൂരമുള്ള ആ വീട് ഞങ്ങൾക്ക് വളരെ സൗകര്യപ്രദം. അയൽക്കാരൊക്കെ ഞങ്ങളുടെ ചങ്ക്സ്. നോമ്പുകാല വൈകുന്നേരങ്ങളിൽ ഖുർആൻ പാരായണഭക്തി നിറഞ്ഞാടുമ്പോൾ പ്രിയപ്പെട്ട സിനിമാഗാനങ്ങൾ ഞാൻ ഉച്ചത്തിൽ പാടുമായിരുന്നു. യുവത്വകാലത്തെ സുന്ദരമായ ഓർമ്മകളുടെ പറുദീ സയായി ഞങ്ങൾക്കാ വീട്! അവിടെ വെച്ചാണ് ആദ്യമായി ഞാനൊരു മിനിക്കഥ എഴുതിയത് "മിനിസ്റ്ററുടെ ബീഡി". അതെഴുതാൻ കാരണം പട നിലത്തുമുക്ക് എന്ന ആ ജംഗ്ഷനിൽ ഇപ്പോളും കട നടത്തുന്ന ഇബ്രാ ഹിംകുട്ടി ഇക്കായുടെ കടയുടെ ചരിപ്പിലിരുന്ന് ബീഡി തെറുക്കുന്ന, വളരെ അവധാനതയോടെ മറ്റുള്ളവരുമായി സമകാലിക രാഷ്ട്രീയചർച്ച നടത്തുന്ന മിനിസ്റ്റർ ഇബ്രാഹിം കുട്ടീക്കാ എന്ന കടുത്ത കമ്മ്യൂണിസ്റ്റായിരുന്നു.

എപ്പോളും ജനനിബിഢമായ പടനിലത്തുമുക്ക് കവർ ചെയ്യാതെ ഞങ്ങളുടെ വീട്ടുമുറ്റത്തൂടെ അപ്പുറത്തെ റോഡിലിറങ്ങാൻ സ്കൂൾ കുട്ടികൾക്കും വീട്ടമ്മമാർക്കും എളുപ്പമായിരുന്നു. അതുകൊണ്ടു തന്നെ മിക്കവാറും ആളുകൾക്കും ഞങ്ങളെ അറിയുമായിരുന്നു.

വികൃതിക്കുട്ടന്മാർ പുളി മരത്തിൽ കല്ലെറിയുകയും വീടിന്റെ ഓട് പൊട്ടലും സ്ഥിരമായപ്പോൾ വീട് അടച്ചിട്ട് അകത്തിരുന്നതും പുളി എറി

ഞ്ഞവനെ കയ്യോടെ പിടിച്ചതും അവൻ നിക്കറിൽ മുള്ളിപ്പോയതു കണ്ട് ഞാൻ പേടിച്ചതും ഓർക്കുന്നു.

തൊഴിൽരഹിതരുടെ ഭാവി പ്രതീക്ഷയായിരുന്ന എംപ്ലോയ്മെന്റ് ഓഫീസ് ഞങ്ങളുടെ വീടിന്റെ പുറകിലായിരുന്നു. സർക്കാരിന്റെ നൂറു രൂപ തൊഴിലില്ലായ്മ വേതനം വാങ്ങാനും മറ്റു റെജിസ്റ്റർ ആവശ്യങ്ങൾക്കുമായി രാവിലെ മുതൽ യുവതീയുവാക്കളുടെ നീണ്ടനിര കാണാം. ഇസ്മായിലിക്കയുടെ ചായക്കടയിൽ എപ്പോളും അതിഭയങ്കര തിരക്കായിരുന്നു. പിന്നീട് ബഷീറിക്കയും ഹോട്ടൽ തുടങ്ങി. റഹീമിക്കയുടെയും സോഷ്യൽ ഇബ്രാഹിം കുട്ടിക്കയുടെയും മമ്മൂട്ടിക്കയുടെയും സ്റ്റേഷനറി, സർബത്ത് കടകളിൽ കച്ചവടം പൊടിപൊടിക്കും. ഇവർക്കും ഞങ്ങൾക്കും നാട്ടുകാർക്കും നൂർദീനിക്കാ പലചരക്കു സാധനങ്ങൾ ലോഭമില്ലാതെ കടം തന്നിരുന്നു.

എന്റെ പുസ്തകത്തിന്റെ ഒന്നാം ഭാഗത്തിൽ പറയുന്ന കള്ളൻ മുരളി ഈ ജംഗ്ഷനിൽ കുറേനാൾ താമസിച്ചിരുന്നു. അവിടുന്നാണ് അവനെ പോലീസ് പൊക്കിയത്.

വീടിനപ്പുറം മുണ്ടകക്കണ്ടവും തോടും ഉള്ളതിനാൽ കോളേജ് അവധി ദിനങ്ങളിൽ എരുമകളെ തീറ്റാനും കുളിപ്പിക്കാനുമൊക്കെ അവിടെ കൊണ്ടുപോയിരുന്നു. ഏതെങ്കിലും ഒരു വാരികയോ പുസ്തകമോ വായിച്ചു തീരുംവരെയുള്ള മൂന്നുമണിക്കൂർ അവറ്റകളെ പുല്ല് തിന്നാൻ വിടും. ശേഷം കുളിപ്പിച്ച് വീട്ടിലേക്ക് എത്തുമ്പോൾ ഉച്ചക്കറവയുടെ നേരമായിരിക്കും. കുറച്ചു പേർ പാൽ വാങ്ങാനുണ്ടാവും.

പടനിലത്ത് പുത്തൻവീട് എന്ന അഡ്രസിൽ കത്തുകൾ വന്നിരുന്ന കാലം. നിസ്സാരമായ 50 രൂപ വാടക വാങ്ങിക്കൊണ്ട് ഉമ്മർകോയക്കായുടെ കളീക്കൽ കുടുംബം വർഷങ്ങളോളം ഞങ്ങളെ താമസിപ്പിച്ചിരുന്നു. പിന്നീട് മകൻ കാസിം കോയാക്കാക്ക് വീടുവെക്കാൻ ആ പഴയ വീട് പൊളിച്ചു മാറ്റേണ്ടി വന്നതു കൊണ്ടാണ് വിഷമത്തോടെ അവർ ഞങ്ങളോടു മാറാൻ ആവശ്യപ്പെട്ടത്. പിന്നീട് പല വീടുകളിൽ താമസിച്ചെങ്കിലും ഇന്നുമെന്നും ആ വീടിനെ ചുറ്റിപ്പറ്റിയാണ് ഓർമ്മകൾ. ജന്മനാടായ പള്ളിബസാർ കഴിഞ്ഞാൽ വളരെ ഇഷ്ടപ്പെട്ട ജംഗ്ഷനും.

അന്നൊക്കെ മിക്കവാറും സന്ധ്യകളിൽ എന്തെങ്കിലും യോഗങ്ങളോ മതപ്രസംഗ സദസ്സുകളോ ഒക്കെക്കൊണ്ട് ജംഗ്ഷൻ മുഖരിതമായിരുന്നു. അവിടെത്തന്നെ വീടുള്ള ഇർഷാദ് എന്ന കൊച്ചു ബാലന്റെ മിമിക്രി കാണാൻ നല്ല ആൾകൂട്ടമായിരുന്നു. 38 വർഷത്തിനിപ്പുറവും പടനിലത്തുമുക്കിലെ മൺ മറഞ്ഞതും അല്ലാത്തവരുമായ ആളുകളും അവരുടെ ഇടപെടലുകളും മറവിയിലേക്കു പോകുന്നില്ല. ഗൃഹാതുര ഓർമ്മകൾ മനസ് നിറയ്ക്കുന്നു.

എല്ലാം ഒരു വിശ്വാസം

ആറു മാസത്തോളം നാട്ടിൽ നിന്നിട്ട് തിരിച്ചെത്തിയ സുഹൃത്ത്, പ്രതിസന്ധികളെക്കുറിച്ച് വാചാലനാകുമ്പോൾ ഞാൻ ചോദിച്ചു. "നിനക്ക് നാട്ടിൽ തന്നെ എന്തേലും ചെയ്തു നിന്നൂടാരുന്നോ." കാശേ കാശേന്നുള്ള ആക്രാന്തനാകുമ്പോളാണ് ആവശ്യത്തിനു കാശുണ്ടാക്കിയവനും പ്രവാസത്തെ പ്രണയിച്ചു പോകുന്നത്.

"ഓഹ്! അതു ശരിയാ. ജലാലിക്കായും അഞ്ചുവർഷം കൊണ്ട് പ്രവാസം നിർത്തുവാണെന്നു സ്ഥിരമായി പറയുന്നതിന്റെ പൊരുൾ ഇപ്പളാ മനസ്സിലായത്."

ഒന്നു ചൂളിയെങ്കിലും ഞാൻ വിട്ടുകൊടുക്കാൻ തയ്യാറായില്ല. "അതിപ്പോ മക്കളൊന്നു സ്വയം പര്യാപ്തരായാലുടൻ ഞാൻ ഖുറൂജ് അടിക്കും, ബാക്കിയെല്ലാം ഖല്ലിവല്ലി."

അതിപ്പോ ഞാനും അങ്ങിനെ തന്നെ പറയുന്നു. ഒന്നൂടി സുരക്ഷിതനാകാനുണ്ടെനിക്ക്.

നിനക്ക് എന്നെപ്പോലല്ലല്ലോ കോടികളുടെ ആസ്തിയില്ലേ? ഒരു പ്രോപ്പർട്ടി അങ്ങോട്ട് വിൽക്കണം. എന്നിട്ട് അതുകൊണ്ടു കച്ചോടം ചെയ്യണം.

ഇക്കാ ഞാനിത്തവണ ഒരു ആക്രിക്കച്ചവടത്തിനു പ്ലാനിട്ടു. അതേക്കുറിച്ചൊക്കെ നന്നായി റിസർച്ച് ചെയ്തു. അതൊക്കെ സ്റ്റോർ ചെയ്യാനുള്ള സ്ഥലവുമുണ്ട്. പൈസയും സംഘടിപ്പിച്ചു. ഐശ്വര്യമായി തുടക്കം കുറിക്കാനുള്ള ദിവസവും നോക്കിച്ചു വെച്ചു.

അങ്ങനിരിക്കുമ്പോൾ ഒരാൾ പറഞ്ഞു, ഇന്നടത്തു കുറെ ആക്രിയുണ്ട്, ചെന്നു നോക്കി വില പറഞ്ഞിങ്ങെടുക്ക്. ഉസ്താദ് സമയം പറഞ്ഞ ദിവസം വരെ കാത്തിരുന്ന് ആക്രി കിടക്കുന്ന വീട്ടിലെത്തിയപ്പോൾ സന്ധ്യാസമയമായി. ബെല്ല് കേട്ട് ഗേറ്റ് തുറന്ന അമ്മച്ചിയോട് ആക്രി നോക്കാൻ വന്നതാണെന്ന് ആഗമനോദ്ദേശ്യം അറിയിച്ചയുടനെ അമ്മച്ചി ചോദിച്ചു. "സന്ധ്യാ വിളക്ക് വെക്കുന്ന നേരത്താണോ ഒരു വീട്ടിൽ വന്ന് ആക്രി ചോദിക്കുന്നത്? അങ്ങിനെ ചോദിച്ചാൽ എവിടെങ്കിലും എതേലും വീട്ടുകാര് തരുമോ? നിങ്ങൾ കണ്ണും പകലും ഉള്ളപ്പോൾ വരൂ."

"അല്ലമ്മച്ചീ സാധനം ഒന്നു നോക്കി മതിപ്പുവില പറഞ്ഞിട്ട് പോകാം. ഞാനും കച്ചോടത്തിന് ഉചിത സമയം നോക്കി വന്നതാണ്."

"ഇപ്പോ നടക്കില്ല, നിങ്ങൾ നാളെ വന്നോളൂ..." അമ്മച്ചി സ്കൂട്ടായി.

പിന്നീടൊരു നാലഞ്ചു പ്രാവശ്യം ചെന്നെങ്കിലും ഓരോരോ കാരണങ്ങൾ കൊണ്ട് ആക്രി നോക്കൽ നടന്നില്ല. ചുരുക്കത്തിൽ ലീവ് തീരുന്ന സമയമായപ്പോൾ ഞാനിങ്ങു കേറിപ്പോന്നു.

"അതല്ല ഇക്കാ, ഇതേ ആവശ്യവുമായി ഞാനാ പ്ലാൻ വരയ്ക്കുന്നവന്റെ വീട്ടിൽ ചെന്നപ്പോൾ അവന്റെ കസേരയും മേശയും ഇട്ടേക്കുന്നതു കണ്ടെന്റെ കുരു പൊട്ടി. ആളുകള് കേറിച്ചെല്ലുന്നത് അവന്റെ പൃഷ്ഠ ഭാഗവും കണ്ടോണ്ടാണ്. തന്നേമല്ല ആ മേശയുടെ അടുത്തിട്ടിരിക്കുന്ന കസേരയിൽ ഇരിക്കുന്നവർക്ക് അവന്റെ ബെഡ്റൂം വരെ കാണാം."

"അതിന് നിനക്കെന്താ? അവന്റെ വീട്, ഓഫീസ്, ബെഡ്റൂം... നീയവിടെ ലക്ഷണ ശാസ്ത്രം പ്രയോഗിക്കുന്നതെന്തിനാ?"

"ഇക്കാ അവനെന്റെയൊരു ബന്ധുവാണ്. തന്നെയുമല്ല മിടുക്കനും. നടക്കാത്ത പല നൂലാമാലകളും അഴിച്ചെടുക്കുമവൻ. കസേര ഇന്നയിടത്തേക്കിടാൻ ഉപദേശിച്ചാണ് ഞാൻ പോന്നത്. പിറ്റേന്നവൻ ഫോണിൽ വിളിച്ചു പറഞ്ഞു നിങ്ങളിന്നലെ മനുഷ്യനെ ഉറക്കിയില്ല. ഓരോരോ അഭിപ്രായോം കൊണ്ട് ഓരോരുത്തര് വന്നോളും. എന്തായാലും ഞാൻ മേശ മാറ്റിയിട്ടുണ്ട് കേട്ടോ."

ഞാൻ ചോദിച്ചു "സത്യത്തിൽ നീ ഒരു മന്ത്രവാദ ഓഫീസ് തുടങ്ങിയാൽ മതിയാരുന്നില്ലേ? അതായിരുന്നു നിനക്ക് നല്ലതെന്ന് എനിക്കു തോന്നുന്നു."

"ഹോ! അതൊക്കെ എനിക്ക് എപ്പോൾ വേണേലും തുടങ്ങാം. ഓർമ്മ വെച്ച നാൾമുതൽ ഓരോ വിഷയത്തിനും ലവര് (മന്ത്രവാദികൾ) തന്നിട്ടുള്ള കുറിപ്പടികൾ ഇപ്പോളും എനിക്ക് മനഃപാഠമാണ്."

വിശ്വാസം എപ്പോളും നല്ലതല്ല

ഒരു ജന്മി കുറേ നിലം ഒരാൾക്ക് പാട്ടത്തിനു കൊടുത്തു. ഒട്ടുമിക്ക കൃഷികളും സ്വന്തമായുള്ള ജന്മി, പാട്ടത്തിനു കൊടുത്തപ്പോൾ ഒരു എഗ്രിമെന്റ് വെച്ചു. വെണ്ടക്കായ മാത്രമേ കൃഷി ചെയ്യാവൂ. ജീവിക്കാൻ വേറെ മാർഗ്ഗമില്ലാതിരുന്ന കൃഷിക്കാരൻ സമ്മതിച്ചു.

ആധാരമെഴുതുന്ന ആളോട് കൃഷിക്കാരൻ ഈ വിവരം രഹസ്യമായി പറയുകേം ചെയ്തു. "എനിക്ക് വെണ്ടക്കായ കൃഷി ചെയ്താൽ ലാഭം കിട്ടില്ല. അതുകൊണ്ടാണ് ജന്മി ഇങ്ങിനെ പറഞ്ഞു തന്നത്. അയാൾ വെണ്ടക്കായ കൃഷി ചെയ്യാത്തതും അതുകൊണ്ടാ. എന്താ ചെയ്യാ!"

തന്ത്രശാലിയായ ആധാരമെഴുത്തുകാരൻ പറഞ്ഞു, "ഞാനൊന്നു നോക്കട്ടെ വല്ലതും ചെയ്യാൻ പറ്റുമോന്ന്. ഒത്താൽ കൃഷിലാഭത്തിന്റെ

പത്തു ശതമാനം എനിക്ക്."

പാട്ടആധാരം എഴുതിയപ്പോൾ എഴുത്തുകാരൻ വെണ്ടക്കൃഷി എന്ന ഭാഗത്ത് "വേണ്ട" കൃഷി എന്നെഴുതി. അത് ശ്രദ്ധിക്കാതെ ജന്മി ഒപ്പിട്ടു നൽകി.

ആധാരങ്ങൾ ശ്രദ്ധിക്കുക, വിശ്വാസം എപ്പോളും നല്ലതല്ല.

ആധാരമെഴുത്തുകാർ ഈ കുറിപ്പ് കാണാതെ പോട്ടെ.

അപ്പോൾ... അതാണു പ്രശ്നം!

എന്നെ കണ്ടിട്ടും മനസിലായില്ല എന്നു തോന്നിയ പഴയ പരിചയക്കാരന്റെ അടുത്തേക്ക് ചെന്ന് ഞാൻ ചോദിച്ചു.

“പഹയാ എന്തുണ്ട് വിശേഷം? എത്ര നാളായി കണ്ടിട്ട്?”

ഒട്ടൊരു പുച്ഛത്തോടെ എന്നെ നോക്കിയ അവൻ മനസിലായില്ല എന്ന മട്ടിൽ വിദൂരതയിലേക്ക് നോക്കി നിന്നു.

നീയിങ്ങനെ ദുനിയാവിലോട്ടും നോക്കി നിന്നാൽ ഞാൻ സന്തോഷത്തോടെ ഓടി വന്നത് ഒരു ചമ്മലായി മാറില്ലേ എന്നു ചോദിക്കാൻ തോന്നി. പക്ഷേ ചോദിച്ചില്ല.

സുഖമല്ലേ, ഇപ്പോ എന്തു ചെയ്യുന്നു, കുടുംബം ഒക്കെ എങ്ങിനെ, മക്കൾ എത്ര പേർ, ഇപ്പോ എവിടാ താമസം എന്നിങ്ങനെയൊക്കെയുള്ള യൂസ്‌ലെസ് ചോദ്യങ്ങൾ അവനോടു ചോദിച്ച് എന്റെ ആത്മാർത്ഥത തെളിയിക്കേണ്ട കാര്യമൊന്നുമില്ല എന്നവന്റെ മുഖത്തെ നീരസഭാവത്തിൽ നിന്നെനിക്കു തോന്നി. എങ്കിലും അവനെ ഒന്നുണർത്താൻ ശ്രമിച്ചു കൊണ്ട് ചോദിച്ചു.

“അന്നത്തെ കാമുകി സൽമയെ തന്നെയാണോ നീ കെട്ടിയത്?”

“അതെ, അവളെ കെട്ടി. അതിനു നിനക്കെന്തു വേണം?” മുഖത്തെ മസില് പിടിത്തം കുറയ്ക്കാതെ അവൻ പതുക്കെ പറഞ്ഞു.

“എനിക്കെന്താ... എനിക്കൊന്നുമില്ല. 30 വർഷങ്ങൾക്കു ശേഷം നിന്നെ കണ്ടപ്പോൾ സ്നേഹം പുതുക്കാൻ വന്ന എനിക്കിങ്ങനെ തന്നെ വേണം.” ഒട്ടൊരു വിഷമത്തോടെ ഞാനും ചുണ്ടനക്കി.

“ഓക്കേ ഓക്കേ ഞാൻ പോട്ടേ... ഇനി എന്നെങ്കിലും നിന്നെ കണ്ടാലും ഞാനോടി വരുകേല. ഇങ്ങനെ നിന്ദ അനുഭവിക്കേണ്ടി വരില്ലല്ലോ.”

എന്റെ വായ്ത്താരിയിൽ ആത്മാർത്ഥത ഉണ്ടെന്നു തോന്നിയതു കൊണ്ടാവാം തിരിഞ്ഞു നടക്കാനൊരുങ്ങിയ എന്റെ കയ്യിൽ അവൻ പിടുത്തമിട്ടു.

ഒട്ടൊരു സന്തോഷത്തോടെ ഞാൻ അവനെ കെട്ടിപ്പിടിച്ചുവെങ്കിലും എന്റെ ശരീരഭാഷ പോലെ ആയിരുന്നില്ല അവന്റേത്. നിർവികാരതയുടേതായിരുന്നു.

“എന്താടാ നിന്റെ സങ്കടം വിഷമം എന്താണേലും പറയ്.”

“ഓ... ഒന്നുമില്ല.”

"അതല്ല. നീ പറയെന്നേ."

"നീയിപ്പോൾ ഓൺലൈനിൽ നിറഞ്ഞു നിൽക്കുവല്ലേ?"

"ങ്ദാഹ്... എന്നെല്ലാരും പറയുന്നു. ഒക്കെ അള്ളാഹുവിന്റെ അനുഗ്രഹം." ഞാൻ വിനയകുനിതനായി.

"അതാണെന്റെ പ്രശ്നം."

"എന്റെ കാര്യത്തിൽ നീയെന്തിനാ വിഷമിക്കുന്നത്? നിന്നെ ഇതൊന്നും ബാധിക്കത്തില്ലല്ലോ."

"എന്നെ ബാധിക്കും. എന്റെ കുടുംബത്തിൽ കലഹമുണ്ടാകുന്നു."

"ങേഹ്! അതെന്തിന്? നമ്മൾ തമ്മിൽ കണ്ടിട്ട് എത്രയോ വർഷങ്ങളായി! പിന്നെങ്ങിനെയാ ഞാനതിൽ പെടുന്നത്?"

"അത് സൽമയ്ക്ക് ഫേസ് ബുക്കുണ്ട്. അതിലൂടെ അവളെല്ലാം അറിയുന്നു. എന്നോട് പറയുകേം ചെയ്യും. നിന്നെ എവിടേലും കണ്ടാൽ വീട്ടിൽ കൂട്ടിക്കൊണ്ട് ചെല്ലണമെന്നാ ഓർഡർ!"

"അത് നല്ല കാര്യം. അതു കൊണ്ട് നീയെന്നെ മുൻവിധിയോടെ വിലയിരുത്തിയല്ലോ. അതു പോട്ടെ, അപ്പോ നിനക്ക് ഫേസ്ബുക്ക് ഇല്ലേ? എന്തായാലും നിന്റെയീ സ്വഭാവത്തിന് ഞാൻ വീട്ടിലേക്കെങ്ങും വരുന്നില്ല."

"കുടുംബം നോക്കുന്ന നെട്ടോട്ടത്തിൽ ഞാൻ ടച്ച് ഫോൺ തന്നെ ഉപയോഗിക്കുന്നില്ല. പിന്നാ ആ കോപ്പൊക്കെ"

"അളിയാ അങ്ങിനെ പറയരുത്. ഇതൊക്കെ ടെക്നോളജിയുടെ ഭാഗമാണ്. നമ്മളും അതിനൊപ്പം നടക്കാൻ ശീലിക്കണം."

"ഹും! എനിക്കിതൊന്നും വേണ്ടാ. സ്വസ്ഥമായി ജീവിക്കണം അത്രേയുള്ളൂ."

"ങാ... അതു ശരിയാ ഇതൊന്നുമില്ലെങ്കിൽ ചില സ്വസ്ഥതകൾ ലഭ്യമാണ്. പക്ഷേ ഒരുപാട് സന്തോഷങ്ങൾ നഷ്ടമാകും. ഉദാഹരണം, ഫേസ്ബുക്ക് ഇല്ലായിരുന്നെങ്കിൽ എന്റെയൊരു പുസ്തകം ഇറങ്ങുമായിരുന്നോ എന്നും ആ പുസ്തകം ഇത്രയേറെ വിജയിക്കുമായിരുന്നോ എന്നും ആലോചിക്കാറുണ്ട്."

"അതാണെന്റെ അസ്വസ്ഥത. ഞാൻ പുറത്തേക്കിറങ്ങുമ്പോളൊക്കെ നിന്റെ പുസ്തകം കൂടി വാങ്ങിക്കൊണ്ടു വരണമെന്ന് സൽമ പുറകേ വിളിച്ചു പറയും."

"അതിനെന്താ ഒരെണ്ണം വാങ്ങിക്കൊടുത്തൂടെ?"

"പിന്നേ... എന്നിട്ടു വേണം നിങ്ങൾക്കിതു പോലെ എഴുതിയാൽ എന്താന്ന്

അവൾ എന്നോടു ചോദിക്കാൻ."

"ഹ... ഹ... അതു ശരിയാ. ഇതു പോലെ തന്നെ എന്റെ ഒരു ബന്ധുവിനോട് അവന്റെ ഭാര്യ ചോദിച്ചത്രേ. അതുകൊണ്ട് അവനും എന്നോട് മിണ്ടാൻ വലിയ മുഷ്കിലാണ്. ഇതെന്നല്ല ഒരൊറ്റ പുസ്തകവും വാങ്ങി കൊടുക്കരുത്. ഫോൺ വാങ്ങി കൊടുത്തതുതന്നെ നിന്റെ തെറ്റ്. നിന്റെ നിലപാടുകളാണു ശരി."

ഞാനൊന്ന് ആക്കിയതാണോ എന്നവൻ സംശയിക്കാനിടം കൊടുക്കാതെ ബൈക്കിന്റ ബാഗ് തുറന്നൊരു പുസ്തകം അവന്റെ കയ്യിൽ കൊടുത്തിട്ട് പറഞ്ഞു, "ഇത് സൽമാക്ക് കൊടുത്തേക്ക്. നീ വാങ്ങിയതാണെന്നു പറഞ്ഞാ മതി" എന്നു പറഞ്ഞ് ഞാൻ ബൈക്ക് സ്റ്റാർട്ടാക്കി.

വല്ലാത്തൊരു ഭാവത്തിൽ എന്നെ നോക്കി നിന്ന അവൻ ആ പുസ്തകം സൽമക്ക് കൊടുത്തു കാണുമോ എന്നാണ് രണ്ടീസമായിട്ട് എന്റെ ചിന്ത.

ബിരിയാണി

ഒരുപാടു നാളിനുശേഷം കണ്ടുമുട്ടിയ സുഹൃത്തുമായി ഏറെ നേരത്തെ കുശലത്തിനു ശേഷം ഞാൻ പറഞ്ഞു, "എന്തായാലും ഉച്ചയായില്ലേ, നമുക്ക് ഹോട്ടലിൽ നിന്നും ഊണു കഴിച്ചു പിരിയാം." അങ്ങോട്ടു നീങ്ങുമ്പോൾ യുവത്വത്തിലെ ആ കൂട്ടുകാരൻ കിരീടം സിനിമയിലെ കൊച്ചിൻ ഹനീഫയുടെ ബോഡിലാംഗ്വേജിലാണോ എന്നോടൊപ്പം നടക്കുന്നത് എന്നെനിക്കൊരു സംശയം തോന്നാതിരുന്നില്ല.

ഹോട്ടലിൽ സാമാന്യം തിരക്കുണ്ട്. കിട്ടിയ സീറ്റിൽ ആസനസ്ഥരായി രണ്ട് ബിരിയാണിക്ക് ഓർഡർ ചെയ്തു. മൊബൈൽ മേശമേൽ വെച്ചിട്ട്, കൈമുട്ടുകൾ മേശയിലുറപ്പിച്ച്, കൈപ്പത്തികളിൽ താടി ഉറപ്പിച്ചു കൊണ്ട് പഴയകാല ആഹ്ലാദത്തോടെ ഞാനവനോട് ഓരോരോ വിശേഷങ്ങൾ തിരക്കിക്കൊണ്ടിരുന്നു.

ഹോട്ടലിലെ ഒച്ചയും ബഹളത്തിനുമിടയിൽ കിച്ചനിലേക്ക് ഞങ്ങൾക്കുള്ള ബിരിയാണി വരുന്നുണ്ടോ എന്നു നോക്കി. അവിടെ ഒരാൾ വലിയ കത്തികൊണ്ട് കോഴിയിറച്ചി കണ്ടംമുണ്ടം വെട്ടി മാറ്റുന്നുണ്ട്. വേറൊരാൾ ബിരിയാണിച്ചോറ് പ്ലേറ്റിലാക്കുന്നുണ്ട്. അടുത്തയാൾ വലിയ തിരക്കിൽ അങ്ങോട്ടുമിങ്ങോട്ടും ഓരോന്നും എടുത്തു വെക്കുന്നു.

ഞാൻ വീണ്ടും കൂട്ടുകാരനെ നോക്കി ജോലിയൊക്കെ എന്തായിരുന്നു എന്നു ചോദിച്ചു. മറുപടി പറയാതെ അവൻ വേറെ എതോ ലോകത്തെന്ന പോലെ കുനിഞ്ഞിരിപ്പുണ്ട്.

ബിരിയാണി കഴിച്ചുകൊണ്ടിരിക്കെ പെട്ടെന്നൊരലർച്ച. ആർത്തിയോടെ തിന്നോണ്ടിരുന്ന ഞാൻ ഞെട്ടിത്തരിച്ചു. എന്റെ കൂട്ടുകാരന്റെ വായിൽ നിന്ന് തന്നെയാണ് ആ വർത്താനം ഉണ്ടായിരിക്കുന്നത് എന്നുറപ്പിച്ചു. "ഇതെന്തൊരു ബിരിയാണി ആണെടെ?"

എല്ലാവരും ഞങ്ങളെ നോക്കുന്നുണ്ട്. ഞാനാകെ വിയർത്തു.

സപ്ലൈക്കാരൻ ചോദിച്ചു, "ഉം എന്തെ ബിരിയാണിക്ക് കുഴപ്പം? ഇന്നിവിടെ നിന്ന് അമ്പതോളം പേര് കഴിച്ചു. ആർക്കുമൊരു പരാതിയുമില്ല, പിന്നെ ഇയാൾക്കെന്താ നെഗളിപ്പ്?"

"ഞാനും ഹോട്ടലൊക്കെ നടത്തിയിരുന്നതാ ഇതെന്തോന്ന് ബിരിയാണി?" കൂട്ടുകാരൻ വിടാൻ ഭാവമില്ല.

"ഓഹോ ഇയാള് പണ്ട് വല്യ പൂനേലെ ആളാണെന്നു ഈ ഇരിക്കുന്നവരെ അറിയിക്കണം, അതാണല്ലേ കാര്യം? ഞങ്ങളിങ്ങനെ കൊറേ

എണ്ണത്തിനെ കാണാറുണ്ട്." പിന്നെ സൗണ്ട് കുറച്ച് ഏതോ ജില്ലക്കാരുടെ സ്പെഷൽ തെറി കാച്ചി.

സംഗതി അത്ര ശുഭകരമാവില്ല എന്നെനിക്കു തോന്നി. ഞാൻ മേശപ്പുറത്തു നിന്നും മൊബൈൽ കയ്യിലെടുത്തു. എഴുന്നേറ്റ് പാന്റിന്റെ പോക്കറ്റിൽ നിന്നും കുറച്ചു രൂപയും. അപ്പോളേക്കും ഇറച്ചി വെട്ടിക്കൊണ്ടിരുന്നവൻ വലിയൊരു കത്തിയുമായി കീരിക്കാടൻ ജോസിനെ പോലെ ഞങ്ങളുടെ അടുത്തേക്ക് നടന്നു വന്നു.

പാതി തിന്ന ബിരിയാണിയുള്ള പാത്രത്തിൽ ഒട്ടൊരു സങ്കടത്തോടെ നോക്കിക്കൊണ്ട് ഞാനെഴുന്നേറ്റ് പുറത്തേക്ക് ഓടുന്നതിനിടയിൽ കൗണ്ടറിലേക്ക് പൈസ എറിഞ്ഞു കൊണ്ട് ഞാൻ പറഞ്ഞു "അവനെ ഒന്നും ചെയ്യരുത്".

വേഗത്തിൽ രക്ഷപെടുന്നതിനിടയിൽ ഞാനോർത്തു, അവനെന്തായിരുന്നു ജോലി എന്ന് അന്നേരം ചോദിക്കേണ്ടിയിരുന്നില്ല.

ഒരുവട്ടംകൂടി

എട്ടാം ക്ളാസിലെ ഓണപ്പരീക്ഷ പൂർത്തിയാക്കാനാവാതെ ആലപ്പുഴ ആര്യാട് ഗവണ്മെന്റ് ഹൈസ്കൂളിൽ നിന്നും പടിയിറങ്ങുമ്പോൾ മനസ് വല്ലാതങ്ങ് കലങ്ങിയിരുന്നു.

ഞാൻ പഠിച്ചിരുന്ന കാലത്ത് രണ്ടായിരത്തി അഞ്ഞൂറോളം വിദ്യാർഥികളുണ്ടെന്ന് അസംബ്ലികളിൽ പറയുന്നതു കേട്ടിട്ടുണ്ട്. 80-90 കളിലെ സ്വകാര്യവിദ്യാഭ്യാസ സ്ഥാപനങ്ങളുടെ കടന്നുകയറ്റം സർക്കാർ സ്ഥാപനങ്ങളെ ശ്വാസം മുട്ടിച്ചപ്പോൾ ഞങ്ങളുടെ ആര്യാട് സ്കൂൾ ബീയെഡ് ട്രെയിനിങ് സെന്ററും വിഎച്ച്എസ്സിയും പ്ലസ്ടു വുമായി നൂറു ശതമാനം വിജയമുള്ള ഏറ്റവും മികച്ച സ്കൂളായി മാറി.

സംസ്ഥാനത്തെ ഏതൊരു സ്കൂളിലും ഇവിടെ ബി.എഡ്. ചെയ്ത ഒരു അദ്ധ്യാപകനോ അദ്ധ്യാപികയോ എങ്കിലും ഉള്ള കാലമാണിപ്പോൾ. പരിചയപ്പെടലുകളിൽ ആര്യാട് സ്കൂൾ പഠനകാലം ഓർത്തെടുക്കാറുണ്ട്.

പിന്നീടുള്ള ജീവിത വഴികളിൽ എന്റെ സ്കൂളിൽ എനിക്കായി ഇങ്ങിനെയൊരു ടേണിങ് പോയന്റ് ഉണ്ടാകുമെന്ന് ഒരിക്കൽ പോലും പ്രതീക്ഷിച്ചിട്ടില്ല. നമ്മിൽ ഒരാൾക്കായി കാലം കരുതി വെക്കുന്ന ഇത്തരം അതിമഹത്തരമായ പദവികൾ ഏതുവിധേനയും അയാളെ തേടിയെത്തുക തന്നെ ചെയ്യും.

ഞാനേറെ സന്തോഷവാനാണ്. അംഗീകാരമെന്ന വലിയൊരു കിരീടം എന്റെ സ്കൂൾ അധികൃതർ നൽകുന്നു. എന്റെ സ്കൂളിലെ ഹയർസെക്കണ്ടറി വിദ്യാർത്ഥികളുമായി സംവദിക്കാൻ സ്കൂളിൽ നിന്ന് ക്ഷണം കിട്ടി. എട്ടാം ക്ലാസ്സിൽ പഠനം മുടക്കി ജീവിത മാർഗ്ഗം തേടി പോകേണ്ടി വന്ന ഞാൻ പതിറ്റാണ്ടുകൾ കഴിഞ്ഞ് ഒരു എഴുത്തുകാരനായി മടങ്ങിച്ചെല്ലുമ്പോൾ പുതിയ തലമുറയിലെ കുട്ടികൾക്ക് അതൊരു കൗതുകമായിരുന്നു. സ്കൂൾ കാലഘട്ടത്തിലെ ഒരോർമ്മ ആ കുട്ടികളുമായി പങ്കുവെച്ചു. അവർക്ക് ഒരിക്കലും പരിചയമില്ലാത്ത ഒരു കാര്യം.

ഒരു ഉന്തുവണ്ടിയിൽ ചെറിയൊരു കൂര പോലെയുണ്ടാക്കി അതിൽ നാലുഭാഗത്തും സിനിമാ പോസ്റ്ററുകൾ ഒട്ടിച്ച് അതിനുള്ളിൽ ഒരാളിരുന്ന് ചെണ്ട കൊട്ടും. പ്രധാന പാതകളിലും ചെറിയ ഇടറോഡുകളിലുമൊക്കെ, സിനിമ റിലീസാകുന്ന സമയത്തും മറ്റും ഈ വണ്ടികൾ ഉണ്ടാവാറുണ്ട്. പാട്ടുവണ്ടി എന്നാണതിനു പേര്.

നമ്മുടെ നിശ്ശബ്ദ ഗ്രാമങ്ങളിൽ കിലോമീറ്ററുകളോളം ഈ ചെണ്ടയുടെ ശബ്ദം എത്തിയിരുന്നു. അതു കേട്ട് ആളുകളും കുട്ടികളും ഈ വണ്ടിയുടെ അടുത്ത് ഓടിയെത്തും. അപ്പോൾ സിനിമയുടെ കഥയുടെ കണ്ടന്റ് ചെറുതായി വിവരിക്കുന്ന വാക്യങ്ങളോടെ നടന്മാരുടെയും നടികളുടെയും പേരും ഫോട്ടോയുമുള്ള നോട്ടീസുകൾ കിളിവാതിലിലൂടെ എറിഞ്ഞു തരും.

ഞങ്ങൾ കുട്ടികളിൽ ആരിൽ എത്ര നോട്ടീസ് കൂടുതൽ കിട്ടുന്നോ, അവനാണ് അന്നത്തെ താരം. വണ്ടിക്ക് പുറകെ ഓടാത്ത പെൺകുട്ടികൾക്ക് ഈ നോട്ടീസ് കൊടുക്കുമ്പോളുള്ള ഒരു ആരാധനാ നോട്ടമുണ്ട്. അതുകൊണ്ടുതന്നെ പാട്ടുവണ്ടിയുടെ പുറകെ തലവടി മുതൽ കൊറ്റം കുളങ്ങര സ്കൂൾ വരെ ഓടിയിരുന്നു. ചാടിപ്പിടിക്കുന്ന നോട്ടീസുകൾ ഒരു ഹരം തന്നെയായിരുന്നു.

പരസ്യങ്ങൾ അതിന്റെ ഏറ്റവും നൂതന ടെക്നോളജിയുടെ കാലത്താണ് നാമിപ്പോൾ. അക്കാലത്തും ഇക്കാലത്തും ജീവിക്കാൻ കഴിഞ്ഞ നമ്മൾ ഭാഗ്യവാന്മാർ തന്നെ.

സ്റ്റൗ റിപ്പയർ

പമ്പിംഗ് മണ്ണെണ്ണ സ്റ്റൗ വ്യാപകമായി ഉപയോഗിച്ചിരുന്ന 80-90 കളിൽ അതിന്റെ ലൊട്ടുലൊടുക്ക് റിപ്പയറിങ് പണികൾ ചെയ്തിരുന്നു. കാന്റീനിലെ സ്റ്റൗകൾക്ക് മിക്കവാറും റിപ്പയർ വേണ്ടിവരുമായിരുന്നു. റിപ്പയറിന് വർക്ക്ഷോപ്പിൽ കൊണ്ടുപോകുന്ന പാടോർത്ത് ഞാൻ തനിയെ പഠിച്ചതാണ്. എനിക്ക് റിപ്പയർ അറിയാമെന്ന് അറിയുന്ന ചിലരൊക്കെ എന്നെ അവരുടെ വീട്ടിൽ കൊണ്ടുപോയി സ്റ്റൗ ശരിയാക്കിച്ചിരുന്നു.

അവിടെ ചെല്ലുമ്പോൾ ഇതൊക്കെ പഠിക്കാൻ താല്പര്യമുള്ളവരോട്, നിസ്സാര പണികളാണെന്നും ഈ നോബ് അഴിച്ചു ക്ളീൻ ചെയ്ത് ഇടുകയോ നോബിന്റെ ഓട്ടയിൽ പിൻ കൊണ്ട് കുത്തുകയോ ഒക്കെ ചെയ്താൽ തീരാവുന്ന പ്രശ്നങ്ങളേ ഉള്ളുവെന്നും ആർക്കും ചെയ്യാവുന്നതേയുള്ളുവെന്നുമുള്ള തിയറിയും പ്രാക്ടിക്കലുമായുള്ള ക്ളാസുകൾ കൊടുത്തിരുന്നു.

അങ്ങിനൊരു കാലത്താണ് അയൽ വീട്ടിലെ സ്റ്റൗ കേടായത്. അത് നന്നാക്കുമ്പോൾ ചുറ്റിലും മൂന്നാല് പെണ്ണുങ്ങളും കുട്ടികളും കൂടിനിൽക്കുന്നുണ്ട്. അക്കൂട്ടത്തിൽ വികൃതി മാത്രം പഠിച്ചിട്ടുള്ള ഒരു പതിനഞ്ചുകാരനും ഉണ്ടായിരുന്നു. ഞാൻ ചെക്ക് ചെയ്യാനായി കത്തിച്ച സ്റ്റൗവ്വിന്റെ ബർണർക്യാപ് തീയോടെ പ്ലെയർ കൊണ്ടെടുത്തു മണ്ണിലേക്ക് വെച്ചു. അടുത്ത നിമിഷം കിങ്ങിണി എന്ന് ഓമനിച്ചു വിളിക്കുന്ന മൂന്നുവയസുള്ള കുട്ടി അത് കൈയ്യിലെടുത്ത്, എറിഞ്ഞിട്ട് ഒരൊറ്റക്കരച്ചിൽ. ഞാൻ നോക്കുമ്പോൾ വികൃതി ചെക്കൻ ഒറ്റയോട്ടം. കൂടിനിന്നവർ അപ്പളേ പറഞ്ഞു അവനെന്തോ ഒപ്പിച്ചകൊണ്ടാണ് ഓടിക്കളഞ്ഞത്.

അപ്പോൾ കിങ്ങിണിയുടെ മൂത്തകുട്ടി പറഞ്ഞു, കിങ്ങിണിയോട് ദേഹത്ത് തോണ്ടിക്കൊണ്ട് അതെടുക്ക് അതെടുക്ക് എന്നു പറഞ്ഞാരുന്നു. ഈ കഥയ്ക്ക് യുദ്ധത്തിലേക്ക് നടന്നടുത്ത റഷ്യയുയും ഉക്രൈനും അമേരിക്കയുമായി ഒരു ബന്ധവുമില്ല എന്നറിയിച്ചുകൊള്ളുന്നു

മുക്രി ഉസ്താദ്

ഉസ്താദ് ഉംറയ്ക്കു പോകുന്നെന്ന് ഉമ്മാ പറഞ്ഞപ്പോൾ ഞാനദ്ദേഹത്തെ ഫോണിൽ വിളിച്ചു. പിന്നീട് ഉമ്മയെ വിളിച്ചു ചോദിച്ചു, ഉസ്താദിന് എന്താണുമ്മാ കൊടുക്കേണ്ടത്?

"അത്... നിനക്കിഷ്ടമുള്ളത്. എന്നാലും നീ ഫോൺകട നടത്തുന്നതു കൊണ്ട് ഒരു ഫോൺ കൊടുത്താൽ നന്നായിരിക്കും."

അക്കാലത്തെ നോക്കിയ ഫോൺ സൗദി സിം സഹിതം എത്തിച്ചപ്പോൾ പറഞ്ഞത്രേ എനിക്കിതൊന്നും ഉപയോഗിക്കാൻ അറിയില്ല. എന്നാലും അവൻ തന്നതല്ലേ.

പിന്നീടെപ്പോൾ കാണുമ്പോളും ആ ഫോൺ ഉണ്ട് കേട്ടാടാ എന്നൊരു പറച്ചിൽ. എന്റെ ഉമ്മായ്ക്കു ശേഷമുള്ള വേർപാടുകളിൽ ഏറ്റവും ദുഖിപ്പിച്ച വിടപറയൽ മുക്രി ഉസ്താദ് ആയിരുന്നു. എന്നെപ്പോലെ പലരിലും അങ്ങിനെയാണെന്ന് ഉറപ്പ്.

ശിഷ്യരുടെ മനസ്സിൽ ചേക്കേറാൻ കഴിയുക അതൊരു വലിയ നിയോഗമാണ്. അത് ഒരാൾക്ക് അല്ലാഹു നൽകുന്ന തറജ(പദവി)യാണ്. തന്റെ ഇസ്ലാമിക ജീവിതം കൊണ്ട് മുക്രി ഉസ്താദ് അതു നേടി.

മദ്രസകളിലെ മൈനസ് ഇഫെക്റ്റുകളിൽ നിന്ന് എക്കാലവും നമ്മുടെ മദ്രസയെ വേറിട്ടു നിർത്തിയത് അദ്ദേഹത്തിന്റെ കാലങ്ങളിൽ ജോലി ചെയ്ത സഹകാരികളിലും ഇമാമുകളിലും അദ്ദേഹത്തിന്റെ കർശന നിരീക്ഷണം ഉണ്ടായിരുന്നതു കൊണ്ടാണെന്നു വിചാരിക്കുന്നു.

നമ്മുടെ തെക്കനാര്യാട് അഭിമാനപൂർവ്വം തലയുയർത്തി നിൽക്കുന്നു. അതിനു ഞാനെന്നും സ്മരിക്കുന്നത് മുക്രി ഉസ്താദ് എന്ന പ്രിയ പണ്ഡിതനെയാണ്. അദ്ദേഹത്തിനൊപ്പം സ്വർഗ്ഗത്തിൽ നമ്മെയും ചേർക്കട്ടെ... ആമീൻ...

ഇരട്ടകൾ - ഒരു നർമ്മ കിഡ്നാപ്പ് കഥ

"നിന്നെ ഞങ്ങൾ കിഡ്നാപ്പ് ചെയ്യുവാനാണ് ശ്രമിക്കുന്നത്."

"കൂട്ടു പ്രതികൾ ആരൊക്കെയാണ്?"

"അത് നീയെന്തിനറിയണം?"

"അല്ലാ നിങ്ങൾ എന്നെ കൊണ്ടു പോയിക്കഴിയുമ്പോൾ ആഖ്യയില്ലാത്ത പുസ്തകമെഴുതിയ കാന്റീൻകാരനെ കണ്ടെത്താൻ പോലീസ് പരക്കംപായുമല്ലോ. എന്നിട്ടെന്നെ ഏതെങ്കിലും ജോസ്പ്രകാശ് ഗുഹയിൽ നിന്നും കണ്ടെത്തുമല്ലോ. അപ്പോ പൊലീസിന് നജീമിനെ കൂടാതെയുള്ള കൂട്ട പ്രതികളുടെ പേരു പറഞ്ഞു കൊടുക്കണ്ടേ? അതിനാ."

"അവരെല്ലാരും 80-95കളിൽ എം.എസ്. എം.കോളേജിൽ പഠിച്ചവരാ. എല്ലാവരും പറ്റുകാശ് തരാനുള്ളവർ. എല്ലാവർക്കും മാസ്ക്കുണ്ട്. ആരൊക്കെയെന്ന് നീ കണ്ടു പിടിക്കാമെങ്കിൽ കണ്ടുപിടിക്ക്. പണ്ടത്തെ നെല്ലിക്കോട് ഭാസ്കരൻ മോഡൽ മാസ്ക്കല്ല മോനെ ഇത്."

"ആട്ടെ എന്നെ തട്ടികൊണ്ടു പോയിട്ടെന്തിനാ? എനിക്കു വേണ്ടി ഇനാം തരാൻ ഇരുപ്പു സമ്പത്തൊന്നുമില്ല. പൈസ കൂട്ടി വെക്കണ സ്വഭാവവും ഇല്ല. ഞാനിപ്പോളും പഴയ ചായക്കാരൻ മാത്രം."

ആരു പറഞ്ഞു നീയിപ്പോൾ ഒരു പുസ്തകമൊക്കെ ഇറക്കിയ സാഹിത്യകാരനാണ്. ഈ ഇലക്ഷൻ കാലത്തു നിന്നെ വെച്ചൊരു കളി കളിക്കണം.

85 മുതൽ രാഷ്ട്രീയക്കളികളിൽ മാസ്റ്റർ ഡിഗ്രിയെടുത്ത എച്ച്. നജീബാണു പറയുന്നത്. കളി കാര്യമാവുകയാണോ പ്രപഞ്ച നാഥാ..!

"അത് എംടിയുൾപ്പെടെ മറ്റു സാഹിത്യകാരന്മാരെല്ലാവരും കൂടി സുൽത്താൻ ബഷീറിക്കാക്ക് ദിവ്യശക്തിയുണ്ടെന്ന് പ്രഖ്യാപിക്കുകയും ജാറം പണിഞ്ഞ് നേർച്ച നടത്തുകയും ചെയ്യണമെന്ന് ഉത്തരവിട്ടതു കേട്ട് പുള്ളിക്കാരൻ കുട അവിടെ വെച്ചിട്ട് ഓടി രക്ഷപ്പെട്ടതും വീട്ടിലെ പൂച്ച ആൺപൂച്ച ആണെന്നുറപ്പിച്ചപ്പോൾ ഫാബി ദീദിയും അയൽക്കാരി പെണ്ണുങ്ങളും ചുട്ടനോട്ടങ്ങൾ നോക്കുകയും ചെയ്തപോലൊരു സംശയം മാത്രമെയുള്ളൂ പൊതുജനത്തിന്. ഞാനൊരു വിശ്വസാഹിത്യകാരനല്ല ചുമ്മാ കുറിപ്പുകൾ ചേർത്തു വെച്ചൊരു പുസ്തകമുണ്ടാക്കി അത്രയും തെറ്റേ ചെയ്തിട്ടുള്ളൂ ഇനി ആവർത്തിക്കില്ല..."

ഇതെല്ലാം നടന്നത് കായംകുളം പുല്ലുകുളങ്ങരയിൽ എൻഎസ്എസ് ഹാളിൽ ശ്രീ. അയ്യപ്പൻപിള്ള താമരശ്ശേരിയുടെ മകളുടെ കല്യാണ നിശ്ചയം

കഴിഞ്ഞ് അവരോടൊപ്പമുള്ള ഗ്രൂപ്പ് ഫോട്ടോയ്ക്ക് പോസ് ചെയ്ത് ക്യാമറമാൻ കൂടിയായ അദ്ധ്യാപകൻ അനുഗ്രഹ അനിൽബോസിന്റെ സ്പെഷ്യൽ ക്ലിക്കും കഴിഞ്ഞ് സദ്യയും മിണുങ്ങി ഞാൻ വെളിയിലേക്കിറങ്ങുമ്പോളായിരുന്നു. എന്നത്തേയും ചങ്കായ എച്ച്.നജീം ആയിരുന്നു സംഘത്തലവൻ. കാമ്പസിലെ ചില കുട്ടികളെങ്കിലും ഞങ്ങളെ ഇരട്ടകൾ എന്നു വിളിച്ചിരുന്നു. ആ നജീം ആണ് ഇപ്പോളത്തെ കിഡ്നാപ്പിന്റെ സൂത്രധാരൻ! ഞാനാകെ കൺഫ്യൂസ്ഡ്.

രക്ഷപെടാനുള്ള ബുദ്ധി സ്കാൻ ചെയ്ത് ഞാനുടനെ ഒരു പുസ്തമെടുത്തു പേജ് മറിച്ചു നജീമിനെപ്പറ്റി എഴുതിയത് കാണിച്ചുകൊടുത്തു.

“ഡാ ഗോപി സാർ ഇങ്ങിനെ പറഞ്ഞത് സത്യമാണോ” എന്നു ചോദിച്ച് പുള്ളിക്കാരനും കൂട്ടരും അന്തംവിട്ടു നിൽക്കുന്നതിനിടയിൽ ഞാൻ ഓടി രക്ഷപെട്ടു. നജീം നന്നായി വായിക്കുന്നവനാണ്. ഒരു അദ്ധ്യാപകനോ മറ്റോ ആകേണ്ടവൻ. പക്ഷേ ആയിത്തീർന്നത് രാഷ്ട്രീയക്കാരൻ. അതായിരുന്നു നജീമിനെക്കുറിച്ചുള്ള വരികൾ.

നോമ്പുകഞ്ഞി

എന്റെ ഓർമ്മയിൽ ആദ്യം മൈദീൻകുട്ടി ഇക്കാ ആയിരുന്നു കഞ്ഞി തയ്യാറാക്കിയിരുന്നത്.

നോമ്പു കാലവുമ്പോൾ ഒരുവലിയ അലുമിനിയം കലത്തിലായിരുന്നു കഞ്ഞി തയ്യാറാക്കിയിരുന്നത്. ഒന്നര കിലോ അരിയുടെ കഞ്ഞി പള്ളിക്കമ്മിറ്റിയുടെ വക. അതിനു വേണ്ട മറ്റു സാധനങ്ങളും. അതു തന്നെ സംഘടിപ്പിക്കാൻ കമ്മിറ്റിക്കാർ വല്ലാതെ ബദ്ധപ്പെട്ടിരുന്നു.

തേനായി മാമ, പൊന്നേഴത്ത് ആറ്റ ഇക്കാ, പുളിവേലി മാമ, ചായക്കട യുസുഫിക്കാ, ഹസനിക്കാ, മൂരിക്കുളം മാമ, അബ്ദുറഹിക്കാ, അലിക്കുഞ്ഞിക്കാ മറവിയിലേക്കു പോയ വേറെയും കുറേ ദീനി സ്നേഹികൾ തുടങ്ങിയുള്ളവർ മഹല്ലാ അംഗങ്ങളായ പലരോടും പല പ്രാവശ്യം ആവശ്യപ്പെട്ടാണ് ഇതു സംഘടിപ്പിച്ചിരുന്നത് എന്നോർക്കുന്നു.

പള്ളിയിലെ തേങ്ങാ ലേലത്തിൽ പോകുമ്പോൾ തിരിവു വരുന്ന തേങ്ങാ കൂടുതലായി അരച്ചു ചേർത്ത് കഞ്ഞിക്ക് നീളം കൂട്ടിയിരുന്നു. അരിക്ക് ഏറ്റവും ക്ഷാമമുള്ള അക്കാലത്ത് നോമ്പുതുറ എങ്ങനേലും ഒപ്പിക്കാൻ വലിയ പാടായിരുന്നു. നോമ്പു തുറയ്ക്ക് ഈ കഞ്ഞി മാത്രം.

വീടുകളിൽ നിന്നും ചെറിയ പാത്രങ്ങൾ കൊണ്ടു വന്ന് ഞങ്ങളൊക്കെ നിരന്നിരിക്കും. ഓരോ തവി കഞ്ഞി എല്ലാവർക്കും കിട്ടും.

ഇപ്പോൾ ഇവിടെ എല്ലാരും ബഞ്ചിലിരുന്ന് കഞ്ഞി കുടിക്കുന്ന പന്തൽ നിൽക്കുന്ന കുളക്കടവിലാണ് കഞ്ഞി വേവിക്കുന്നത്. കുളത്തിന്റെ പടിയിലായിരുന്നു മൂന്നു കല്ലുള്ള അടുപ്പ് കൂട്ടിയിരുന്നത്. ഒരിക്കൽ ചൂട് കൂടി സിമന്റ് തറ പൊട്ടിത്തെറിച്ച് മൈതീൻ കുട്ടിക്കായുടെ നെറ്റിയിൽ വലിയ മുറിവുണ്ടായത് ഓർക്കുന്നു. പിന്നീട് കൊച്ചുചെറുക്കനിക്കാ ആയിരുന്നു ഏറെക്കാലം കഞ്ഞി വെച്ചിരുന്നത്.

കഞ്ഞിക്കു വേണ്ട നല്ല വെള്ളം പള്ളിവീട്ടിൽ നിന്നാണ് കൊണ്ടു വന്നിരുന്നത്. അക്കാലത്ത് ഖബർസ്ഥാനിലൂടെ ഒരു വഴി ഇപ്പോളത്തെ പുതിയ മദ്രസയുടെ മുന്നിലൂടെ ഉണ്ടായിരുന്നു. കുടങ്ങളിൽ വെള്ളം കൊണ്ടുവരുന്ന ആരോഗ്യമുള്ള ചിലർക്ക് തടിയാപിള്ള സലാമിനെ പോലുള്ളവർക്ക് കഞ്ഞി കൂടുതൽ. പിന്നെയും കുറേക്കാലം കഴിഞ്ഞാണ് ഇപ്പോൾ വെള്ളം കിട്ടുന്ന സർക്കാർ പൈപ്പ് റോഡിൽ വന്നത്.

ഇതൊക്കെയൊണെങ്കിലും പനക്കൻമാമയുടെ കഞ്ഞിയുടെ ദിവസം ധാരാളം കഞ്ഞിയും കപ്പകുഴയും ഉണ്ടാകുമായിരുന്നു. അതുപോലെ

നബിദിന ദിവസം പനക്കൻമാമ രണ്ട് ചെമ്പു നിറയെ ഇറച്ചിക്കറിയും വലിയൊരു തവിയുമായി പള്ളിപ്പുരയുടെ പുറകിൽ ഒരു കസേരയിൽ ഇരിക്കുമായിരുന്നു. കമ്മിറ്റിയംഗങ്ങൾ പള്ളിപ്പുരയുടെ ഉള്ളിൽ. പായയിൽ കൂട്ടിയിട്ട നെയ്ച്ചോർ! നല്ല മണവും രുചിയുമുള്ള കറി! ആവശ്യമില്ലാത്ത ചോറ് കുട്ടയിലോ പാത്രത്തിലോ വാങ്ങി (മിക്കവാറും മുരിക്കുളം ഹമീദ് മാമ ആണ് കൃത്യമായ അളവിൽ ചോറ് വിളമ്പിയിരുന്നത്) പള്ളിപ്പുരയുടെ പുറകിലെ വാതിലിലൂടെ പുറത്തിറങ്ങുമ്പോൾ പനയ്ക്കൽ സുലൈമാൻ മാമ എന്ന ആജാനബാഹുവായ മനുഷ്യൻ മനസ്സു നിറവോടെ ഒരു വലിയ തവി രുചികരമായ പോത്തിറച്ചിക്കറി ചോറിലൊഴിക്കുകയോ ചോറ്റുപാത്ര ത്തിലൊഴിച്ചു തരുകയോ ചെയ്യുമായിരുന്നു.

മാമയുടെ മാത്രം ചെലവിൽ നൽകിയിരുന്നതായിരുന്ന ആ കറി, മാമ ഇഹലോകം വെടിഞ്ഞ ശേഷം ഇന്നുവരെ അത്രയും നല്ല കറി പള്ളിയിൽ വിളമ്പിയതായി കണ്ടിട്ടില്ല. അതിനായി ഒരു മാസം നേരത്തെ തന്നെ രണ്ടു പോത്തുകളെ മദ്രസ പറമ്പിൽ കൊണ്ടുക്കെട്ടുമായിരുന്നു. അവയ്ക്ക് പുല്ല് പറിച്ചു കൊടുക്കുന്നത് നേർച്ചയായി ഞങ്ങൾ കുട്ടികൾ കരുതി യിരുന്നു. മാമയുയുടെ ആ ഇരിപ്പും വിളമ്പലും കണ്ണിൽ നിന്ന് മായാതെ ഇപ്പോളുമുണ്ട്.

കഞ്ഞിയെ കുറിച്ചാണ് പറഞ്ഞു വന്നത്. പനക്കൻ മാമയുടെ കൂടാതെ പുളിവേലി, മുരിക്കുളം, റേഷൻകട ഹസനിക്കാ, കൊല്ലമ്പറമ്പൻ മാമ, ഇര ഞ്ഞാട്ട് മാമ തുടങ്ങിയവരുടെ കഞ്ഞി ദിവസങ്ങളിലും കഞ്ഞി കൂടുതൽ ഉണ്ടാവുമായിരുന്നു. രണ്ടും മൂന്നും ചട്ടി കഞ്ഞി വരെ കുട്ടികൾക്ക് കിട്ടി യിരുന്നു. ആ ദിവസങ്ങളിൽ കഞ്ഞി വാങ്ങാൻ വരുന്നവരുടെ പാത്രങ്ങൾ നിറച്ചും മുക്കാൽ ഭാഗമാക്കിയും തൃപ്തിപ്പെടുത്തിയിരുന്നു

പുരാതനമായ ഒരുപാട് തടിക്കോളുള്ള അകത്തെപ്പോളും നല്ല തണു പ്പുള്ള പള്ളിയായിരുന്നു. വുളു എടുക്കാൻ പള്ളിക്കുളം മാത്രമേ ഉണ്ടാ യിരുന്നുള്ളു. കാലു കഴുകാനുള്ള വെള്ളം ശേഖരിക്കുന്ന പടിഞ്ഞാറു വശത്തെ ടാങ്ക് ഇപ്പോൾ ഉള്ളതിന്റെ നേരെ എതിർ വശത്തായിരുന്നു. കുള ത്തിൽ നിന്നും വെള്ളം കോരി നിറയ്ക്കുകയായിരുന്നു പതിവ്.

ആദ്യമൊക്കെ പിഞ്ഞാണി വസ്തി കോപ്പയിലായിരുന്നു കഞ്ഞി വിള മ്പിയിരുന്നത്. (പിന്നീട് മൺചട്ടികൾ) അതിൽ അരഭാഗം കഞ്ഞിയൊഴിച്ചു കുളത്തിന്റെ മേലെ പടിയിൽ വെക്കും. വുളു എടുത്ത് പള്ളിയിൽ നിസ്കരിക്കാൻ കാത്തിരിക്കുന്ന 20-30 ആളുകൾ നോമ്പ് മുറിക്കുന്നത് ഈ കഞ്ഞിയിൽ മാത്രം. ഈത്തപ്പഴമൊക്കെ അപൂർവ്വമായിരുന്നു. സത്യ ത്തിൽ നോമ്പു തുറയ്ക്ക് ചായപോലുമില്ലായിരുന്നു.

ചട്ടി കഴുകി കമിഴ്ത്തി വെക്കുന്ന ഞങ്ങൾ കുട്ടികൾക്കായി ഒരല്പം കഞ്ഞിയും കലത്തിന്റെ അടിയിൽ പിടിക്കുന്ന രുചിയുള്ള കക്കനും കൊച്ചു ചെറുക്കൻ ഇക്കാ ഞങ്ങൾക്കായി കരുതി വെക്കുമായിരുന്നു. ഭക്ഷണ ക്ഷാമം രൂക്ഷമായ അക്കാലത്തു കക്കനിലുള്ള മണ്ണും കട്ടയും ഒന്നും അരുചി അല്ലായിരുന്നു.

അതൊക്കെ ഒരു സുന്ദര കാലം. കടുത്ത ദാരിദ്ര്യത്തിന്റെ അക്കാലങ്ങളിലും സുഭിക്ഷമായ ഇക്കാലങ്ങളിലും ജീവിക്കാൻ, കാണാൻ, അനുഭവിക്കാൻ ജീവിതം സന്തോഷകരമാക്കിയ അള്ളാഹുവിന് നിറഞ്ഞ ഹൃദയത്തോടെ സ്തുതി.

മുപ്പത്തിയഞ്ചു വർഷത്തെ പ്രവാസത്തിനു ശേഷമുള്ള ഒരു റമളാൻ നോമ്പുകാലം ജന്മനാട്ടിൽ തന്നെ സന്തോഷ നിറവിൽ ആത്മീയമായി ആസ്വദിക്കുമ്പോൾ, ബാല്യകാലത്തെ കഞ്ഞിവിശേഷങ്ങൾ ഓർക്കാതെ വയ്യ. ബാല്യത്തിൽ ഈ കഞ്ഞി എത്രത്തോളം വിശപ്പടക്കിയിരുന്നു എന്നതും ജീവിതയാത്രയിൽ ഇവിടം വിട്ടുനിന്നപ്പോൾ ഈ രുചി എന്നും മനസ്സിൽ നൊസ്റ്റാൾജിയ ആയി ഭ്രമിപ്പിക്കുന്ന ഓർമ്മകളായി മനസ്സിൽ അടക്കി വെച്ചിരുന്നു.

എന്റെ ഓർമ്മക്കാലം മുതലേ നാനാജാതിമതസ്ഥരും നോമ്പായാൽ വൈകിട്ട് അഞ്ചുമണിയാവുമ്പോൾ ഒരു പാത്രവുമായി വരിയായി നിന്ന് കഞ്ഞി വാങ്ങിക്കൊണ്ട് വീട്ടിലേക്കു പോകും. അഞ്ചേകാൽ മണി മുതൽ ഒരു മണിക്കൂർ രണ്ടുപേർ ഇടവേളയില്ലാതെ പാത്രങ്ങൾ നിറച്ചു കൊടുത്തു കൊണ്ടേയിരിക്കും. രണ്ടു വലിയ അണ്ടാവു നിറയെ കഞ്ഞി റെഡിയാക്കി വെച്ചിരിക്കുന്നത് കാണാൻ തന്നെ നല്ല ഇഷ്ടമാണെനിക്ക്. അഞ്ചുമണിക്കു മുന്നേ അണ്ടാവിന്റെ അടപ്പു തുറന്നു ഞാൻ നോക്കും. എനിക്കതൊരു രസമാണ്. മുതിർന്നപ്പോഴും എന്റെ വീട്ടിലേക്ക് കഞ്ഞി വാങ്ങാൻ ഞാൻ തന്നെയാണു പോകുന്നത്. അപ്പോളൊക്കെ ബാല്യത്തിൽ ഒരു ചെറിയ അലുമിനിയം ചോറ്റുപാത്രവുമായി കഞ്ഞിക്കു പോയിരുന്ന എട്ടു വയസ്സുകാരനാവുന്നു.

ചില നന്മകൾ ഇവിടെ തുടർച്ചയാകാറുണ്ട്. അതിലൊന്നാണ് പത്തോ പതിനഞ്ചോ വരുന്ന കുറച്ചു യുവാക്കൾ. പള്ളിയിൽ മഗിരിബിന് മുന്നൂറോളം വരുന്ന വിശ്വാസികൾക്ക് നോമ്പുതുറ വിഭവങ്ങൾ സ്വന്തം ചെലവിൽ ഒരുക്കി എല്ലാവരുടെയും വയർ നിറക്കുന്ന യുവാക്കൾ. അവർക്കെന്റെ പ്രാർത്ഥനയും ബിഗ്സല്യൂട്ടും.

കാലത്തിന്റെ മാറ്റത്തിൽ എണ്ണപ്പലഹാരങ്ങളും ഇറച്ചിയുമില്ലാത്ത നോമ്പുതുറകൾ അന്യമായി. അന്നൊന്നും ഇത്രയധികം ആഹാരങ്ങളില്ലായി

രുന്നു. പലഹാരത്തിന് കറികളുണ്ടായതൊക്കെ നാല്പതു വർഷങ്ങൾക്കിപ്പുറത്തുള്ള കാലത്താണെന്നു പറഞ്ഞാൽ ന്യൂജെൻസ്കൾ ഞങ്ങളെ പുരാതൻസ് എന്നു വിളിച്ചേക്കും. അരിയൊറോട്ടി - തേങ്ങാപ്പാൽ അല്ലെങ്കിൽ അപ്പം - കട്ടൻചായയും കൂട്ടി കടിച്ചുതിന്നും. പാത്രവും വേണ്ട, വേസ്റ്റുമില്ല. ഓ... അതൊരു സുവർണ്ണകാലം. ഇന്നത്തെ സമൂസയിലുള്ള എണ്ണ കാരണം ആശുപത്രിക്കാർക്ക് നല്ല കോള്! ഛർദ്ദി, വയറിളക്കമൊക്കെ വരുന്നതേ, നമ്മുടെ ശരീരം അമിതമായ ഒന്നും സ്വീകരിക്കാതെ പുറത്തേക്കു തള്ളുന്നതാ കേട്ടോ കൂട്ടരേ.

പകൽ മാത്രം പ്രവർത്തിച്ചിരുന്ന ഇവിടെ അടുത്തുള്ള ക്ലിനിക്, നോമ്പ് സീസനായപ്പോൾ ഫുൾ ടൈമാക്കി. ഡോക്ടർ പറഞ്ഞത്, നോമ്പല്ലേ ഇപ്പോൾ സീസൻ ആണേ...

ഈയൊരു മാസക്കാലം എല്ലാവിധ തിരക്കുകളിൽ നിന്നും മാറി പള്ളിയിൽ ഭക്ഷണമുണ്ടാക്കലും വിതരണം ചെയ്യലും വൃത്തിയാക്കലുകളും നടത്തുന്ന ഒട്ടേറെപ്പേരെ കാണാം. ഇക്കൂട്ടർ തന്നെയാണ് ഓരോ മസ്ജിദ്ന്റെയും പവിത്രത കാക്കുന്നവർ.

അൽഹംദുലില്ലാഹ്! കഴിഞ്ഞ നോമ്പിന് എന്നും കഞ്ഞി വാങ്ങാൻ പോയിരുന്നത് ഞാനും മകളുടെ മകനുമായിട്ടാണ്. അത് നാല്പതു വർഷത്തിനു ശേഷമുള്ള സംഭവമായതോണ്ട് വലിയ സന്തോഷം തന്നെയായിരുന്നു.

ബാല്യത്തിലെ ഓർമ്മകൾ പുതുക്കി, കഴിഞ്ഞ റമളാൻ അക്ഷരാർത്ഥത്തിൽ ഹൃദ്യമായ ഓർമ്മകൾ, സൗഹൃദങ്ങൾ, സേവനങ്ങളൊക്കെ നൽകി. ആലപ്പുഴ തെക്കനാര്യാട് മസ്ജിദിലെ പ്രധാനികളായ കോയാക്കയും ഹസ്സൻകുഞ്ഞിക്കയും മറ്റു സഹകാരികളും ചേർന്നൊരുക്കുന്ന നോമ്പ് കഞ്ഞിയുടെ കൊതിപ്പിക്കുന്ന മണം ഇങ്ങു സൗദി അറേബ്യയിലും എത്തുന്നതായി തോന്നുന്നു.

പള്ളിക്കുളത്തിലെ മീനുകളുടെ അസർനു ശേഷമുള്ള സമയത്തെ ആഹ്ലാദം നോക്കി നില്ക്കുന്നത് എനിക്കു വലിയ ഇഷ്ടമായിരുന്നു. മാതാപിതാക്കളുടെയും ഗുരുവര്യൻ മുക്രി ഉസ്താദിന്റെയും ഖബർ സിയാറത്തുകൾ വലിയ മാനസിക അനുഭൂതി നൽകിയിരുന്നു.

പണ്ടൊക്കെ ഉമ്മാ തേങ്ങാപ്പാലിൽ ശർക്കരയും പാളയൻകോടൻ പഴവും ഏലക്കയും വേറൊന്തോക്കെയോ ചേർത്ത് ഒരു നോമ്പുപാൽ തരുമാരുന്നു. ഹോ! അതിന്റെ ഒരു മണമേ... രുചിയേ...ഹെന്റെമ്പോ!

ഇപ്പോൾ പലപ്പോളും അതേ സാധനങ്ങൾ ചേർത്ത് അതുണ്ടാക്കിയാൽ പോലും അത്രേം അങ്ങട് ശരിയാവണില്യാ.

പരദൂഷണം

മൂന്നു പേർ കൂടിനിന്നു സംസാരിക്കുന്നിടത്ത് മറ്റെയാൾ കാൺകെ ഒരാളുടെ ചെവിയിൽ പറയുന്ന വർത്തമാനവും ഒരാൾ കാണുന്നില്ല എന്ന മട്ടില് അയാളെ ഉദ്ദേശിച്ചു കണ്ണു കാണിക്കുന്നതും പ്രിയപ്പെട്ടവരാണെങ്കിൽ അതിൽ നിന്നൊരാളെ മാറ്റിനിർത്തി രഹസ്യം പറയുന്നതും മൂന്നാലു പേര് നടന്നുപോകുമ്പോൾ രണ്ടുപേര് സ്ലോവടിച്ച് കുണുകുണാ പറഞ്ഞു നടക്കുന്നതും പരദൂഷണ വിദഗ്ധനെ/വിദഗ്ധയെ എപ്പോളും കാത്തിരിക്കുന്നതും പറഞ്ഞു തീരാത്ത വർത്താനങ്ങളുമൊക്കെ പരദൂഷണഗണത്തിൽ പെടുന്നു.

ഒരു സിനിമയിൽ ഇന്നസെന്റ് പറയുന്ന ഡയലോഗ്: ഒരാൾക്കെതിരെ കൂടോത്രം ചെയ്യുന്നവനെതിരെ കേസെടുക്കാൻ ഇന്ത്യൻ നിയമത്തിൽ വകുപ്പില്ല എന്നു പറഞ്ഞതു പോലെ അപരൻ കേൾക്കാതെ പരദൂഷണം പറയുന്നവർക്കുമെതിരെ കേസെടുക്കാൻ വകുപ്പുണ്ടെന്നു തോന്നുന്നില്ല.

ഒരിക്കൽ എന്റെ കൂടെ ഒരിടത്തു വന്നിട്ട് മൂന്നാമനെ കണ്ട് സംസാരിക്കുന്നതിനിടയിൽ കണ്ണുകൊണ്ട് എന്നെ കളിയാക്കി. നാക്ക്, മുഖ ആംഗ്യങ്ങൾ കാട്ടുകയും ചെയ്ത അവന്റെ പ്രവൃത്തികൾ എതിർവശത്തെ കണ്ണാടിയിലൂടെ ഞാൻ കണ്ടത് അവനറിഞ്ഞില്ല. എന്റെ തൊട്ടടുത്തു നിന്ന അവനോട് അടങ്ങാത്ത കലിയാണ് അപ്പോൾ തോന്നിയത്.

പരദൂഷണത്തിന്റെ കെടുതികൾ അതിഭീകരമാണ്. ചുമ്മാ രസത്തിനു പറഞ്ഞു തുടങ്ങി ആത്മഹത്യയിലും കൊലപാതകങ്ങളിലും ഹൈടെക് ലൈംഗിക പീഡനങ്ങളിൽ വരെ എത്തി നിൽക്കുന്നു ഇന്നത്തെ പരദൂഷണ അവസ്ഥ.

കാലത്തിനനുസരിച്ച് പരദൂഷണത്തിന്റെ രീതിയും പുരോഗമിച്ചിട്ടുണ്ട്. പക്ഷേ പെണ്ണുങ്ങൾ പലപ്പോളും അന്യന്റെ കുടുംബത്തിൽ കലഹം ഉണ്ടാക്കാനാണ് ഈ സവിശേഷ എടപാടിനെ ഉപയോഗിക്കുന്നത് എന്ന അനുഭവങ്ങളുണ്ട്. സീരിയലുകളും മറ്റും കഥ മുന്നോട്ടു കൊണ്ടുപോകുന്നത് പരദൂഷണത്തിന്റെ ചുവടു പിടിച്ചാണ്.

ഇപ്പോൾ വാട്സാപ്പ് ഗ്രൂപ്പുകളിലാണ് ഏറ്റവും കൂടുതൽ പരദൂഷണം. ഒരു ചർച്ചയുടെ ചുവടു പിടിച്ചു തുടങ്ങുന്ന കുറ്റംപറച്ചിൽ വിവിധ മേഖലകളിലൂടെ സഞ്ചരിച്ച് പലതരം പച്ചയിറച്ചികൾ ശാപ്പിട്ട് അവസാനം മത്തടിച്ച് ചിലരൊക്കെ എക്സിറ്റായി പോകും.

ഇതൊക്കെയാണെങ്കിലും ഭാര്യയും ഭർത്താവും കൂടി അതിദൂഷ്യമില്ലാത്ത അല്പം പരദൂഷണം പങ്കുവെക്കുന്നത് ദൃഢമായ ദാമ്പത്യത്തിന് അത്യന്താപേക്ഷിതമാണെന്നും തോന്നാറുണ്ട്.

കേരളസമൂഹം ഇന്ന് കടന്നുപോകുന്നത് അതി വിപത്തു വിതയ്ക്കുന്ന പരദൂഷണത്തിന്റെ അനന്തര ഫലങ്ങളിലൂടെയാണ്.

എല്ലാവർക്കും പരദൂഷണമില്ലാത്ത നല്ല ദിനങ്ങൾ നേരുന്നു.

മറുകുപുരാണം

ശരീരത്തെ പല ഭാഗങ്ങളിലും മറുകില്ലാത്തവരുണ്ടോ എന്നു സംശയമാണ്. പഴയ കാലങ്ങളിൽ സർക്കാർ രേഖകളിലും പാസ്പോർട്ട് ഐഡന്റിറ്റിയിലും മറുകിന് അവിഭാജ്യമായ സ്ഥാനം ഉണ്ടായിരുന്നു.

എന്നെ സ്കൂളിൽ ചേർക്കാൻ കൊണ്ടുപോയപ്പോൾ പൂരിപ്പിച്ച ഫാറത്തിൽ അടയാളമായി വെച്ചത് വലത്തേ കൈമുട്ടിനു താഴെ ഒരു കറുത്ത മറുക് എന്നാണോർമ്മ.

അപ്പർ പ്രൈമറിയിലേക്കു മാറ്റിച്ചേർത്തപ്പോൾ അത് അച്ചു കുത്തിയ പാടിലേക്കു മാറ്റി. അന്നൊക്കെ ഏതോ പ്രതിരോധ വാക്സിനെടുക്കാൻ ഇടതു കൈയുടെ മുകളിൽ മസില് ഭാഗത്തൊരു ഇഞ്ചക്ഷൻ. അത് പഴുത്തുപൊങ്ങി പൊട്ടി പാട് വരണം. അതൊരു നിയമമായിരുന്നു. ഇപ്പോൾ അതൊക്കെ മാറ്റി. എങ്കിലും വട്ടത്തിൽ തിളങ്ങി നിൽക്കുന്നൊരു പാട് ഇപ്പോളും എന്റെ പ്രായത്തിലുള്ളവർക്കൊക്കെ ഉണ്ടാവും. ആ അടയാളത്തെക്കുറിച്ച് ഓർക്കുമ്പോൾ, കാറിക്കൂവി ഓടിയപ്പോൾ ബലമായി പിടിച്ച് ഇഞ്ചക്ഷനെടുത്തൊരു നുള്ളുന്ന വേദനയും.

പലർക്കും മറുകുകൾ പലതരം ഭാഗ്യങ്ങൾ കൊണ്ടുവരുന്നു എന്നാണ് പൂർവ്വികരായ ലക്ഷണശാസ്ത്ര വിദഗ്ധർ അഭിപ്രായപ്പെടുന്നത്.

കൈനോട്ടക്കാരുടെയും കാക്കാലത്തികളുടെയും ജ്യോൽസ്യ മന്ത്രവാദ സൂത്ര നിരീക്ഷകരുടെയും ഇഷ്ടമുള്ള അടയാളമായി മറുകുകൾ മാറുന്നത് പലപ്പോളും അനുഭവപ്പെട്ടിട്ടുണ്ട്.

“നിങ്ങളുടെ അരയ്ക്കും മുട്ടിനും ഇടയ്ക്ക് ഇന്ന ഭാഗത്തൊരു ദിത്രോം വട്ടമുള്ളൊരു മറുകുണ്ട്. അത് എവിടാണെന്നു കാണിച്ചുതരാം. അതിന്റെ പ്രയോജനങ്ങളും വിവരിക്കാം. അഞ്ചുരൂപാ കൂടി ദക്ഷിണ വെയ്ക്ക്” എന്ന് കടാക്ഷപൂർവ്വം പറഞ്ഞിട്ടുള്ള കോട്ടയം തെരുവോരത്തെ ഹസ്തരേഖക്കാരനെ ഓർക്കുന്നു.

കല്യാണം കഴിഞ്ഞയിടയ്ക്ക് ഒരിക്കൽ ഭാര്യവീട്ടിലേക്കു കയറിച്ചെല്ലുമ്പോൾ വട്ടമിട്ടിരുന്നുള്ള കാക്കാത്തിയുടെ വാക്കുകൾക്ക് ചെവിയോർക്കുന്ന ഭൈമിയോട് കാക്കാത്തി പറയുന്നു, ഈ നെറ്റിയുടെ മുകൾഭാഗത്തു കാണുന്ന ഈ മറുകിന്റെ നേരെപുറകില് പിടലിക്ക് തൊട്ടുമുകളില് ഒരു മറുകുണ്ടാവും. അത് സൂചിപ്പിക്കുന്നത് വിദശയാത്രാ ഭാഗ്യമുണ്ടെന്നാണ് (അന്നൊക്കെ വലിയ മോഹിപ്പിക്കൽ ഇതായിരുന്നു) അനിയത്തിമാർ ഉടനെ മുടി മാറ്റി തപ്പിനോക്കി. മറുക് കണ്ടെങ്കിലും ഇതുവരെ പാവത്തിന്

വിദേശയാത്ര തരപ്പെട്ടിട്ടില്ല. പല പ്രാവശ്യം ഞാൻ ഗൾഫിൽ കൊണ്ടുപോകാൻ ഒരുങ്ങിയെങ്കിലും നടന്നിട്ടില്ല.

പദവിയുള്ള ഒട്ടുമിക്ക രാഷ്ട്രീയനേതാക്കളുടെയും സയന്റിസ്റ്റുകളുടെയും ഉന്നത ഉദ്യോഗസ്ഥരുടെയും മേൽച്ചുണ്ടിനു മേലേ വലത്തേ അറ്റത്ത് മുകൾ ഭാഗത്ത് തവിട്ടു നിറത്തിലോ കറുപ്പ് നിറത്തിലോ മറുക് കാണാം. മറുക് വലുതാകുന്നതു പോലെ പ്രശസ്തിയും വർദ്ധിക്കുമെന്നാണ് പൊതു വിശ്വാസം.

ഇടതുവശത്ത് മറുകുള്ളവരും കുണ്ഠിതപ്പെടേണ്ടതില്ല. അവർക്കും കുറെ താമസിച്ചാണെങ്കിലും പ്രശസ്തി കൈവരുമെന്ന് ഈയുള്ളവൻ സാക്ഷി.

ഈയിടെ മൂക്കിനു താഴെ മറുകുള്ളൊരു ഫേസ് ബുക്കിയോട് ഞാനൊരു ബുദ്ധിജീവി നിരീക്ഷകനാണെന്നറിയിക്കാൻ ആവേശത്തോടെ പറഞ്ഞു, “ആഹാ... ങ്ങൾക്ക് ഈ മറുകിന്റെ പ്രശസ്തിയാണ് ഈ കാണുന്നതൊക്കെ. ങ്ങള് ബല്യ ഫേമസല്ലേ?”

സരസയായ ആ ലേഡി മറുപടി പറഞ്ഞത്, “ഇക്കാ, മൂക്കിന് താഴെ മറുകു വന്നാൽ പേരുദോഷം കേൾക്കും എന്നൊരു ചൊല്ലു കൂടിയുണ്ട്” എന്നാണ്.

ചില വിദ്വാന്മാരെങ്കിലും മുൻ കാമുകിയോടുള്ള വിരോധം തീർക്കാൻ ഈ മറുകുകളെ പരാമർശിച്ചു മറ്റുള്ളവരോടു സംസാരിക്കാറുണ്ട്. അതു കൊണ്ട് കാമുകിമാർ ജാഗ്രതൈ. വേറൊന്തൊക്കെപ്പറഞ്ഞാലും എവിടൊക്കെ മറുകുണ്ടെന്ന് കാമുകന്മാരോട് പറയാതിരിക്കുക.

കോളേജിൽ കാന്റീൻ നടത്തുന്ന കാലത്തെ കാമുകിയോട് ഈയിടെ ചോദിച്ചു: “നിനക്കന്ന് ഈ മറുക് ഇത്രേമില്ലാരുന്നല്ലോ. ഇപ്പോ നാലണ വട്ടത്തിൽ വളർന്നല്ലോ. എന്നെ കെട്ടാഞ്ഞത് ഭാഗ്യമോ നിർഭാഗ്യമോ?”

“ഓ... ഭാഗ്യവും മോശവും ഒന്നുമല്ല. ഇത് പണ്ടെനിക്ക് കണ്ണു കിട്ടാതിരിക്കാൻ വീട്ടുകാർ കണ്മഷിക്കുത്തിടുമാരുന്നു. ഞാൻ വലുതായപ്പോൾ അതൊരു മറുകായി മാറിയതാ. ഒരു ദോഷം എന്താച്ചാൽ ആ മറുകിന് ചുറ്റും രോമം കിളിർക്കും. അത് ഇല്ലാതാക്കാൻ വല്യ പാടാ.”

മലയാള സിനിമയുടെ പ്രിയപ്പെട്ട ഹാസ്യതാരമായ എന്റെ കുടുംബ സുഹൃത്തായ രശ്മി അനിലിന്റെ മൂക്കിന്റെ തുമ്പിലാണ് മറുക്. ഞാൻ ചോദിച്ചു “എന്തേലും ഭാഗ്യം ഉണ്ടോ ഈ മറുകിന്?”

“ആ... ഇക്കാ, എന്നെയും മണ്ഡോദരിയെയും തമ്മിൽ ചിലർക്ക് തിരിച്ചറിയാൻ ഈ മറുക് ഉപകരിക്കാറുണ്ട്” എന്നായിരുന്നു മറുപടി.

എന്തായാലും എല്ലാവർക്കും ഭാഗ്യമറുകുകൾ ചുമ്മാ ചുമ്മാ ഉണ്ടാവട്ടെ എന്നാശംസിച്ചു കൊണ്ട് മറുക് പുരാണം തത്കാലം നിർത്തുന്നു. ഈ കുറിപ്പ് വായിച്ച് തന്റെ മറുകും അതിന്റെ സ്ഥാനവും വലിപ്പവും നോട്ടു ചെയ്തവർ എത്ര പേർ?

വാരഫലം

ഈ വാക്ക് മലയാളി നെഞ്ചേറ്റിയത് കലാകൗമുദിയിലെ എം. കൃഷ്ണൻനായർ എന്ന മഹാമേരുവിന്റെ സാഹിത്യവാരഫലം തന്നെയാവും. കാരണം അന്നതു വായിച്ചാൽ രണ്ടുമൂന്നു പുസ്തകങ്ങൾ എങ്ങിനുണ്ടെന്നറിയാം. ചില എഴുത്തുകാരുടെ നെഞ്ചിലെ പടപടപ്പ് കൂടിയായിരുന്നു ആ പംക്തി.

ടൗണിൽ പോയി സിനിമ കണ്ടിട്ടു വരുന്നവരുടെ പൊടിപ്പും തൊങ്ങലും ചേർത്ത സിനിമാക്കഥ കേൾക്കാൻ കാതുകൂർപ്പിച്ച് കാത്തിരുന്ന കാലം. യാതൊരു എന്റർടൈൻമെന്റും കൈവെള്ളയിലോ മിനി സ്ക്രീനിലോ അപ്രാപ്യം.

വായന മാത്രമാണൊരു അനുഭൂതി. ഓസിനു കിട്ടിയാലും കാശുകൊടുത്തു വാങ്ങിയാലും മാസികയും ദ്വൈവാരികയും വാരികകളും ഒരക്ഷരം വിടാതെ മടുക്കുംവരെ വായിക്കും. അക്കൂട്ടത്തിലുള്ള ഒന്നാണ് വിവിധ ജ്യോൽസ്യൻമാരുടെ വാരഫലവും ഈയാഴ്ച്ച നിങ്ങൾക്ക് എന്നൊക്കെയുമുള്ള പംക്തികൾ.

ബാല്യത്തിൽ ഇതു വായിക്കുമ്പോൾ എനിക്കു വലിയ ഇൻട്രസ്റ്റ് ഒന്നും തോന്നില്ലെങ്കിലും എന്നെക്കൊണ്ടു വായിച്ചു കേൾക്കുന്ന ചിലരുടെ പരസ്പര ചർച്ചകളും പ്രതീക്ഷകളും വിശ്വാസവും അത്ഭുതപ്പെടുത്തുമായിരുന്നു. ജോലി ലഭിക്കും, വിദേശയാത്രാ യോഗമുണ്ട്, പ്രണയിനിയുടെ കുറിമാനമെത്തും, ശാരീരിക അസ്വാസ്ഥ്യങ്ങൾക്കു സാധ്യത കാണുന്നു തുടങ്ങിയ പ്രവചനങ്ങൾ...

വാരികകളിലെ പേജിസ്റ്റായ ജ്യോൽസ്യൻമാർ തങ്ങളുടെ ആരാധകരായ വായനക്കാരെ സുഖിപ്പിച്ചും മനസ്സമാധാനം കെടുത്തിയും പ്രതീക്ഷ നൽകിയും ഉത്തേജനം നൽകി ജീവിപ്പിച്ചിരുന്ന കാലം.

പ്രേമലേഖനം ലഭിക്കും എന്നാണ് വാരഫലമെങ്കിൽ സ്ഥിരമായി കാണുന്ന എല്ലാ പെൺകുട്ടികളെയും മനസ്സിലോർക്കും. ആരായിരിക്കും ഈയാഴ്ച കത്ത് തരുക എന്ന ആകാംക്ഷ അതേ വാരികയിലെ അടുത്ത വാരഫലം വായിക്കും വരെ തുടരും.

മനുഷ്യന്റെ സ്വപ്നവും ചിന്തകളും കണക്കുകൂട്ടലുകളും ഒക്കെ ഇത്തരം വാരഫലത്തെയും ജോത്സ്യ പ്രവചനങ്ങളെയും ആധാരമാക്കിയിരുന്ന പ്രതീക്ഷയുടെ കാലം. ഇപ്പോളും ഇതൊക്കെ ഉണ്ടെങ്കിലും കുറേ ആളുകളെങ്കിലും കടുത്ത അന്ധവിശ്വാസങ്ങളിൽ നിന്നു പുറത്തു വന്നിട്ടുണ്ട്.

മോണിംഗ് വാക്ക്

മോർണിംഗ് വാക്കിനിടയിൽ ചില കാഴ്ചകളും കേൾവികളും രസകരമാണ്.

നിന്നെക്കാണാൻ എന്നെക്കാളും ചന്തം തോന്നും കുഞ്ഞിപ്പെണ്ണേ... ഇത്തരം പാട്ടുകൾ മൊബൈലിലൂടെ സ്ഥിരമായി കേട്ടുകൊണ്ട് അലസമായി നടന്നുപോകുന്ന ഒരാൾ.

നല്ല വേഗതയിൽ കൈവീശി നടക്കുന്നൊരാളെ കാട്ടി സാജിത പറയാറുണ്ട് ആറുമാസം മുന്നേ അയാൾക്ക് ഭയങ്കര വണ്ണമായിരുന്നുട്ടോ. ഞങ്ങൾക്കൊപ്പം സ്ഥിരമായി നടക്കുന്ന ശരീഫിക്കയെ ഞാൻ ഇങ്ങനെ ഉണർത്താറുണ്ട്. ഇക്കാക്ക് ഇക്കയുടെ മാതാപിതാക്കൾ എന്തുദ്ദേശത്തിലാണ് ഈ പേരിട്ടത്? അതിന്റെ അർത്ഥം ഇക്കാക്കറിയാമോ?

സ്ഥിരമായ എന്റെ ചോദ്യത്തിൽ അസഹിഷ്ണുവായ ഇക്കയുടെ മറുപടി: "ആ... അതൊന്നും എനിക്കറിയില്ല, നിങ്ങൾ തന്നെ പറയണം."

"ഷെരീഫ് എന്നാൽ തെളിമയുള്ളവൻ/സുഭഗൻ/പ്രകാശമുള്ളവൻ/ എന്നൊക്കെയാണുദ്ദേശിക്കുന്നത്. അതുകൊണ്ടാണോ ഇക്കാ സ്ഥിരമായി വെള്ളയും വെള്ളയും വസ്ത്രം യൂസ് ചെയ്യുന്നത്?"

"ഉം...ഉം... ഒന്നു മിണ്ടാതെ വേഗത്തിൽ നടന്നോ എങ്കിലേ കൊഴുപ്പ് കുറയൂ."

വാക്കിംഗ് മതിയാക്കി അവരുടെ വീട്ടിലേക്ക് തിരിയുന്ന ഇരങ്ങാട്ട് റോഡിലാണ് നാഗപ്പൻ സാറിനെയും ഖമറിനെയും കാണാറുള്ളത്. വെളുക്കെ ചിരിച്ചു കൊണ്ട് നിങ്ങളെന്നും താമസിച്ചാണല്ലോ എന്നൊരു ഡയലോഗിൽ അവരും വീട്ടിലേക്ക്.

കൊറോണക്കാലം ആയതു കൊണ്ടാവാം സുബഹി നിസ്ക്കാരത്തിനായി ആര്യാട് പള്ളിയിലേക്ക് കയറിപ്പോകുന്നവരുടെ എണ്ണത്തിൽ കുറവുണ്ട്.

തീരെ പതിയെ സൈക്കിളിൽ പോകുന്ന ഒരാളുടെ മൊബൈലിൽ നിന്നും കുടജാദ്രിയിൽ കുടി കൊള്ളും മഹേശ്വരി ഗുണദായിനി എന്ന ഗാനം കേൾക്കുന്നുണ്ട്.

പള്ളിമുക്കിലെ കടത്തിണ്ണയിൽ കോഴിക്കട തുറക്കുന്നതും കാത്തു കിടന്നുറങ്ങുന്ന തെരുവുനായകൾ.

വർഷങ്ങളായി വാക്കിംഗ് നടത്തുന്ന രാധാകൃഷ്ണൻ സാറിനു പറയാനുള്ളത് ചെരുപ്പില്ലാതെ നടന്നാലേ ശരീരത്തിന് ശരിയായ ആയാസം കിട്ടൂ എന്നാണ്.

കൊറ്റംകുളങ്ങര ക്ഷേത്രത്തിലേക്കു പോകുന്ന ഐശ്വര്യമുഖമുള്ള നോർത്തിന്ത്യൻ അമ്മൂമ്മ മൊബൈലിൽ നോക്കി രാമായണപാരായണം നടത്തിയാണ് നീങ്ങുന്നത്.

റോഡ് സൈഡിലെ വീട്ടിൽ, ഇന്നെന്താ താമസിച്ചത് എന്ന് സാജിതയോട് ചോദിക്കുന്ന, അമ്പലത്തിലേക്ക് പൂജയ്ക്കായി തെച്ചിപ്പൂ പറിക്കുന്ന ചേച്ചിയുണ്ട്. ഇപ്പോൾ ഞങ്ങൾക്ക് സുബഹി നിസ്കാരം അഞ്ചരക്കാണ്. നിസ്കാരം കഴിഞ്ഞേ ഞങ്ങൾ നടക്കാനിറങ്ങൂ എന്ന് സാജിതയുടെ മറുപടി.

ഈ കൊറ്റംകുളങ്ങര സ്കൂളും അമ്പലവും കുളവും അതിനു മുന്നിലെ വെളിയും ബാല്യത്തിലെ സുന്ദരമായ ഓർമ്മകളിൽ മുന്നിട്ടു നിൽക്കുന്നു. അമ്പല ഭാഗമൊഴികെ എല്ലായിടത്തും ഞങ്ങൾ ഓടിക്കളിക്കുമായിരുന്നു. ബാലെയും നാടകവും കഥാ പ്രസംഗങ്ങളും അരങ്ങേറ്റങ്ങളും മൈതാനത്തെ സമ്പുഷ്ടമാക്കിയിരുന്നു.

അമ്പലത്തിനു മുന്നിൽ നിന്നും നോക്കുമ്പോൾ അമ്പലക്കുളക്കരയിലൂടെ വളഞ്ഞു നീങ്ങുന്ന പുന്നമട റോഡ് മനോഹരമായ ദൃശ്യമാണ്. ബാല്യത്തിൽ അമ്പല മുറ്റത്തൂടെ ഒറ്റ മിനിറ്റിൽ ഓടിയെത്തുന്ന സൊസൈറ്റിക്കു മുന്നിലെ റോഡിപ്പോൾ വലിയ ദൂരമായി തോന്നുന്നുവെന്ന് ഷെരീഫിക്കയോടു പതം പറയാറുണ്ട്.

ആ വളവു തിരിയുമ്പോളാണ് എക്സ്പ്രസ് സ്പീഡിൽ പോകുന്ന അയൽക്കാരായ കൊച്ചുമോളെയും റുക്സാനയെയും കാണാറുള്ളത്. നിങ്ങളിങ്ങനെ നടന്നാൽ എങ്ങുമെത്തില്ല എന്നൊരു കളിയാക്കലോടെ അവരും ഞങ്ങളെ മറികടക്കും.

65 ലും ചില വീടുകളിൽ മുറ്റം തൂത്തു ജീവിതം കഴിക്കുന്ന സരോജിനി ചേച്ചി സാജിതയെ പിടിച്ചു നിർത്തി കുശലം പറയുന്നു. തെരുവുനായകളെ ഭയമുള്ളതു കൊണ്ട് ഞങ്ങളുടെ ഒപ്പമെത്താൻ അവരെ ഒഴിവാക്കി സ്പീഡ് കൂട്ടി പുറകെ സാജിതയുണ്ട്.

കൂട്ടയോട്ടം നടത്തുന്ന കായിക താരങ്ങളായ വിദ്യാർത്ഥികൾ ഞങ്ങളെ കടന്നുപോയി.

പുന്നമടയിലേക്കെത്തുമ്പോൾ ശാലേം ചർച്ചിൽ പ്രാർത്ഥന നടക്കുന്നതു കാണാം. അതിനപ്പുറം ശ്രീനാരായണ ഗുരുസ്വാമി മന്ദിരത്തിൽ

നിന്നും ഹൃദ്യമായ ഗാനങ്ങൾ കേൾക്കാം. പരിസരങ്ങളിൽ ഉള്ള പേപാർക്കുകളിൽ ഹൗസ്ബോട്ടുകളിൽ രാത്രികാല ഉല്ലാസത്തിനു പോയവരുടെ വാഹനങ്ങളുടെ നീണ്ട നിരയുണ്ട്.

പുന്നമട ജെട്ടിയിലെ കായലിലേക്കിറക്കിയ സിമന്റ് തറയിൽ അഞ്ചു മിനിറ്റ് ഇരിക്കുമ്പോൾ കായലിന് അന്നുമിന്നും സുഖദമായ ഒരു ഉളുമ്പ് മണമുണ്ടല്ലോ എന്നും. പണ്ട് കോട്ടയത്തു നിന്നും 1 രൂപാ 15 പൈസ നിരക്കിൽ ആലപ്പുഴയ്ക്ക് ബോട്ടുയാത്ര ചെയ്ത ബാല്യകാലവും ഓർത്തു. ഈ മനോഹര തീരത്തു തരുമോ ഇനിയൊരു ജന്മം കൂടി!

ഉത്തമനായ ഭർത്താവ്

"അള്ളോ! എന്റെ കമ്മൽ ഊരിപ്പോയെന്നാ തോന്നണേ."

ഭൈമിയുടെ സ്വരം കുറഞ്ഞ നിലവിളി കേട്ടുകൊണ്ടാണ് മൊബൈലിൽ നിന്നും വൈമനസ്യത്തോടെ കണ്ണ് പറിച്ചത്.

നീ എവിടൊക്കെ പോയി എന്നു ചോദിച്ചുകൊണ്ട് കിടക്കയും ബെഡ് ഷീറ്റുമെല്ലാം ഒന്നു കുടഞ്ഞു. തറയിൽ വീഴുന്ന സൗണ്ട് കേൾക്കുന്നുണ്ടോ?

പിന്നേ... സൗണ്ട് കേൾക്കാൻ 50 ഗ്രാം തൂക്കമുള്ള കമ്മലല്ലേ ? ശ്ശോ! എത്ര വർഷമായി സൂക്ഷിക്കുന്ന ഇഷ്ടമുള്ളൊരു കമ്മലാരുന്നു. ഇനിയെവിടെ തപ്പും? പതം പറച്ചിൽ തുടരുകയാണ്.

ഈ ദുഖിത സാഹചര്യത്തിൽ ഞാനെന്റെ നാവിനെ പൂട്ടിയിടുകയും അവളോടൊപ്പം കമ്മൽ തപ്പുകയും ചെയ്യുന്നതാണ് ഉചിതമെങ്കിലും മനസ്സ് എങ്ങോട്ടൊക്കെയോ പാഞ്ഞു.

ലേ സമയം കുടിയനായ ഒരാളുടെ വീട്ടിൽ കമ്മൽ കളഞ്ഞു പോകുന്നു.

ഭാര്യ: ദൈവമേ എന്റെ കമ്മൽ കാണുന്നില്ല. അങ്ങേരുടെ കയ്യിൽ കിട്ടിയാൽ അതു കൊണ്ടു പോയി വിറ്റ് കള്ള് കുടിക്കും. അതുകൊണ്ട് ഉച്ചത്തിൽ പറയണ്ടാ, തപ്പി നടക്കാം.

ഭർത്താവിന്റെ കുടുംബവീട്ടിൽ കമ്മൽ കളഞ്ഞു പോകുന്നു.

മരുമകൾ ആത്മഗതം: ഇനിയീ കമ്മൽ പോയ കാര്യം അമ്മായിയും നാത്തൂനും അറിഞ്ഞാൽ അക്കാര്യം പറഞ്ഞ് തലപറിക്കാൻ വരും. ഒരു ചാൻസ് കിട്ടാൻ കാത്തിരിക്കയാ അവര്. കമ്മല് പോയാലും വേണ്ടില്ലാ മിണ്ടണ്ടാ.

കമ്മല് പോയ സ്കൂൾ കുട്ടി: അമ്മേച്ചീ എന്റെ കമ്മല് പോയി.

എവിടെ കൊണ്ടോയി കളഞ്ഞെടീ? നിനക്കത്രക്ക് സൂക്ഷിക്കാൻ വയ്യേ? എവിടാ കളഞ്ഞേ? വാ നോക്കാം. കിട്ടിയില്ലേൽ നിന്നെ ഞാൻ ശരിയാക്കും.

ഭൈമി: നിങ്ങളെന്തുവാ കമ്മല് തപ്പാതെ ആലോചിക്കുന്നത്?

തപ്പുന്നില്ലന്ന് ആരു പറഞ്ഞു ? ഞാൻ തപ്പി കുഴഞ്ഞു. നീയിനി മുറ്റത്തൊക്കെ തപ്പ്. എനിക്കു തപ്പാനൊന്നും വയ്യ. അടുത്ത പ്രാവശ്യം വരുമ്പോള് ഒരു ജോഡി കമ്മല് മേടിച്ചോണ്ടു തരാം.

അങ്ങനാണേൽ കമ്മല് ഞാൻ മേടിച്ചോളാം. നിങ്ങൾക്ക് നല്ല മോഡലൊന്നും വാങ്ങാനറീല്ല. ഒരു ജോഡി വള വാങ്ങിക്കൊണ്ടു വന്നാൽ മതി.

അപ്പോ അതിനു മോഡലൊന്നും വേണ്ടല്ലേ?

ജ്വല്ലറിയിൽ പോകുമ്പോ അതന്നേരം വാട്സാപ്പിൽ ഫോട്ടോ അയച്ചാൽ മതി. ഞാൻ സെലക്റ്റ് ചെയ്യാം.

കമ്മലിനും അങ്ങിനെ പറ്റൂലേ? വളയ്ക്കൊക്കെ ഒത്തിരി കാശ് വേണ്ടേ എന്നൊക്കെ ചോദിച്ച് കരച്ചിലും പതംപറച്ചിലും ഉച്ചത്തിലാക്കണ്ടാ എന്ന് ഉത്തമനായ ഭർത്താവായ ഞാൻ തീരുമാനിച്ചു.

അയൽക്കാർ

ഒരു മുസൽമാന്റെ വീടിന് വശങ്ങളിൽ താമസിക്കുന്ന 40 വീടുകൾ വീതം തന്റെ സ്വന്തം കുടുംബംപോലെ പരിഗണിക്കണം എന്നാണ് നബി വചനം. തൊട്ടയലത്തുള്ള എല്ലാവരെയും തന്റെ എകാന്തതയിൽ എപ്പോളും ഓർക്കുന്ന പ്രവാസികൾ, ആ ഓർമ്മകൾക്കു ശേഷം ഒന്നു നാട്ടിൽ പോയി വന്ന അനുഭൂതി നുണയാറുണ്ട്.

പടിഞ്ഞാറേ വീട്ടിൽ താമസിക്കുന്നത് ശ്രീ റെജിയും അച്ഛനുമമ്മയും ഭാര്യയും മകളും. റെജി പഞ്ചായത്ത് ഓഫീസറാണ്. അതിലുപരി നാടക രചയിതാവ്, അഭിനേതാവ്. നല്ലൊരു സാമൂഹികപ്രവർത്തകനും എഴുത്തുകാരനുമൊക്കെയാണ്. ഹൃദയപൂർവ്വം "ജലാലിക്കാ" എന്നുള്ള വിളിയിൽ എന്നും സ്നേഹ നിറവാണ്. റെജിയുടെ അച്ഛന്റെയും അമ്മയുടെയും മനോഹരമായ ചിരിയോളം വേറെന്തുണ്ട് എന്നോർക്കാറുണ്ട്.

അതിനപ്പുറം സ്കൂളിലെ സഹപാഠി ചന്ദ്രന്റെയും അനിയന്റെയും കുടുംബമാണ്. ബാല്യകാലം ഓർമിപ്പിക്കുന്ന മുഖങ്ങളിൽ പ്രധാനിയാണ് ചന്ദ്രൻ.

അതിനപ്പുറം ധാരാളം പേർ ജോലി ചെയ്യുന്ന സിംല ബേക്കറിയുടെ ബോർമ്മയും തൊട്ടടുത്ത വീട്ടിൽ ഉടമ മമ്മൂഞ്ഞും കുടുംബവും.

അതിനു പുറകിൽ ബാല്യത്തിൽ ഞങ്ങൾ എഴുത്ത് പഠിച്ച ആശാട്ടി പള്ളിക്കൂടം. അമ്പലമായി മാറിയപ്പോൾ അയൽ ദേശങ്ങളിൽ നിന്നു പോലും ധാരാളം ഭക്തരെ ആകർഷിക്കുന്നു.

അതിനു പുറകിൽ അപ്പു ജോത്സ്യരുടെ കുടുംബ വീടുണ്ട്. അവിടുത്തെ അമ്മ ഞങ്ങളുടെ ഉമ്മയുടെ അയൽക്കാരായ സുഹൃത്തുക്കളിൽ വളരെ പ്രിയപ്പെട്ട കൂട്ടുകാരി ആയിരുന്നു.

സുലു സൈക്കിൾ മമ്മൂഞ്ഞിക്കയുടെ മകനും കുടുംബവും ഹമീദ് ഇക്കായുടെ കുടുംബവും ബാല്യകാല സഹപാഠി റുക്കുവിന്റെയും കൊല്ലമ്പറമ്പിൽ അലിക്കുഞ്ഞിക്കയുടെയും നൂർദ്ദീനിക്കയുടെയും കുടുംബങ്ങളും നേരെ എതിർവശം വെട്ടുവഴിയിൽ ഹംസ ഇക്കയും. കുടുംബങ്ങൾ എല്ലാവരും സ്വന്തക്കാരാണ്. കൊല്ലമ്പറമ്പിൽ വീട്ടിൽ നിന്ന് നേരെ പടിഞ്ഞാട്ടു നോക്കിയാൽ വേളിയാകുളത്തിന്റെ പടിഞ്ഞാറേ കടവിനോടു ചേർന്ന് ഗൃഹാതുര ഓർമ്മകളുടെ കേദാരമായ എന്റെ കുടുംബവീടാണ്. അവിടെയാണ് അനിയൻ നൗഷാദും കുടുംബവും. വൈകുന്നേരങ്ങളിൽ

ആ കുളക്കടവിൽ ഇരിക്കുമ്പോൾ കിട്ടുന്ന അനുഭൂതി വേറെ ഏത് യൂറോപ്യൻ രാജ്യങ്ങളിൽ പോയാലും കിട്ടില്ലാന്നുറപ്പ്.

സിംലാ മമ്മൂഞ്ഞിന്റെ വീടിനു മുന്നിൽ താഴ്ചയിൽവീട്ടിൽ വാവച്ചിയുടെ കടയും വീടുമാണ്. അതിനു പടിഞ്ഞാറേ വീട് പണ്ട് കുഞ്ഞിമുത്ത് തങ്ങൾ എന്ന വളരെ നന്മയുള്ള ആളിന്റെയും മക്കളുടെയും വീടായിരുന്നു. കൂടുതൽ പെൺമക്കളും ആൺ മക്കളുമുള്ള കുടുംബം. പശു വളർത്തലുള്ള നൊസ്റ്റാൾജിക് ഓർമ്മ നൽകുന്ന വീട്. പിൽക്കാലത്ത് അന്യം നിന്നുപോയ വീട് നിന്നിടം കാണുമ്പോൾ മനസ്സിനൊരു നൊമ്പരം. കുഞ്ഞിമുത്ത് തങ്ങളുടെ മൂത്ത മകൻ ആരോടും മുഖം കറുത്ത് സംസാരിക്കാത്ത, ആര്യാടുകാരുടെ മനം കവർന്ന കോയാപ്പൂ തങ്ങൾ ഇക്കാ പത്തു വർഷം മുന്നെയാണ് തന്റെ ഓഹരിയും വീടും വിറ്റ് ടൗണിലേക്കു പോയത്. തൊട്ടുപുറകിൽ കബീറിന്റെ കുടുംബമുണ്ട്. ബാല്യകാല ഓർമ്മകളിൽ നിറഞ്ഞു നിൽക്കുന്നു കബീറിന്റെ വീടും ഉമ്മയും ബാപ്പയും സഹോദരങ്ങളും.

അന്ന്, രണ്ടുമൂന്നു പശുക്കളുണ്ടായിരുന്ന ആ വീട്ടിൽ നിന്നായിരുന്നു ഞങ്ങൾ പാൽ വാങ്ങിയിരുന്നത്. പാൽ വാങ്ങാൻ ചെല്ലുമ്പോൾ ഏഴു വയസ്സുകാരനായ എനിക്ക് സ്റ്റീൽ ഗ്ലാസിൽ അരഗ്ലാസ് ചായ ഐശ്വര്യ മുഖമുള്ള ആ ഉമ്മാ തന്നിരുന്നു.

എന്റെ വീടിനു മുന്നിലെ റോഡിന് എതിർവശം മൂരിക്കുളം ഹമീദ് കുഞ്ഞു വൈദ്യർ മാമയുടെ മകൻ ഉക്കാഷിന്റെയും മകൻ തായിഫിന്റെയും ഷോപ്പ് ആണ്. എനിക്ക് സഹോദര തുല്യരായ ഉക്കാഷും സിനാനും ബിലാലും നുഹ്മാനും കുടുംബക്കാർ കൂടിയാണ്. ഞങ്ങളവിടെ താമസം വന്നപ്പോൾ മുതലുള്ള എന്റെ കുടുംബത്തോടുള്ള ഉക്കാഷിന്റെ കരുതലും സൂക്ഷ്മതയും ഹൃദ്യമാണ്.

തൊട്ടപ്പുറത്ത് ചങ്ക് ബിലാലിന്റെ വീടാണ്. ഞങ്ങൾ രണ്ടും പ്രവാസികളായതുകൊണ്ട് എപ്പോഴും വാട്സാപ്പിലും ഫോണിലും അവൈലബിളാണ്.

നേരെ കിഴക്കു വശത്ത് ഇപ്പോൾ ബിലാലിന്റെ ആക്രിക്കടയുണ്ട്. അതിനു പിന്നിൽ തങ്കപ്പൻ ചേട്ടനും ഭാര്യയും മകൻ ശ്രുതീഷും ഭാര്യയും കുടുംബവും.

തങ്കപ്പൻ ചേട്ടൻ വലിയ കലാകാരനാണ്. തബലിസ്റ്റായ അദ്ദേഹം വിവിധ വാദ്യോപകരണങ്ങൾ നിഷ്പ്രയാസം കൈകാര്യം ചെയ്യുന്നു. ഞങ്ങളുടെ ബാല്യത്തിൽ ആ വീട്ടിൽ നിന്നും എപ്പോഴും സംഗീതത്തിന്റെ അലയൊലികൾ കേൾക്കാമായിരുന്നു. അദ്ദേഹത്തിന് “സൃഷ്ടി” എന്ന പേരിൽ ഒരു ഗാനമേള ട്രൂപ്പ് ഉണ്ടായിരുന്നു. ഒരിക്കൽ എം.എസ്.എം കോളേജിലും

പ്രോഗ്രാമിന് ഈ ട്രൂപ്പ് എത്തി. കാന്റീൻകാരനായ എന്നെ കണ്ട് കുറേനേരം കുശലം പറഞ്ഞിട്ടാണ് നാട്ടുകാരനായ തങ്കപ്പൻ ചേട്ടൻ പോയത്. പിന്നീട് ഇരുപതു വർഷത്തിനു ശേഷം ഞാനാണ് അയലത്തെ വസ്തു വാങ്ങിയ തെന്നറിഞ്ഞപ്പോൾ സന്തോഷത്തോടെ ഓടിയെത്തി. കോളേജിൽ വെച്ച് ഞാനന്നു പറഞ്ഞത് ഇപ്പോൾ സാധിച്ചല്ലോ എന്ന് പറഞ്ഞ് സന്തോഷം പ്രകടിപ്പിച്ചു.

തൊട്ടപ്പുറത്തു മുരളിയണ്ണന്റെ കുടുംബമുണ്ട്. പുള്ളിയുടെ പ്രത്യേകത എന്താച്ചാൽ നല്ല കിടിലൻ പാട്ടുകളുടെ കലവറയാണദ്ദേഹം. തെങ്ങു കയ റാനായി ഇല്ലിമുള കൊണ്ടുള്ള പതിനഞ്ചടി നീളമുള്ള ഏതാണ്ട് അൻപതു വർഷമെങ്കിലും പഴക്കമുള്ള ഒരു ഏണി പുള്ളിക്ക് ഇപ്പോളുമുണ്ട്. അത് തോളത്തു വെച്ചുകൊണ്ട് കൈ ഏണിയിൽ പിടിക്കാതെ തന്റെ പഴയ ഹെർക്കുലീസിൽ ഉള്ള സവാരി കാണേണ്ടതു തന്നെ. പുള്ളി പാട്ട് തുട ങ്ങിയാൽ ഞാനോടിച്ചെന്ന് അടുക്കളയിൽ വെച്ചിരിക്കുന്ന റേഡിയോ ഓഫാക്കാറുണ്ട്. അത്രയ്ക്ക് ഹൃദ്യമാണ് ആ പാട്ടുകൾ.

അതിനു പുറകിലെ വീട്ടിൽ ഉദ്യോഗസ്ഥരായ ദമ്പതികൾ ശർമ്മ സാറും ഭാര്യയും ഉണ്ട്.

അതിനപ്പുറത്തുള്ള വീട് പരീദ് വക്കീലിന്റേതും മക്കളായ ഹൈക്കോടതി വക്കീലന്മാരുടെയും കുടുംബത്തിന്റേതുമാണ്.

എന്റെ തൊട്ടു പുറകിലെ വീട്, പാക്കരൻ ചേട്ടന്റെയും ഭാര്യ വിശാലയു ടേതുമാണ്. ഞങ്ങൾ ഒരു വീടു പോലെയാണെപ്പോളും. പാക്കരൻ ചേട്ടൻ കറങ്ങാനിറങ്ങുമ്പോൾ ഞാൻ ഉമ്മറത്തുണ്ടെങ്കിൽ എങ്ങും പോകാതെ ഞാനുമായി സൊറ പറഞ്ഞിരിക്കും.

എന്റെ വീടിന് നാല് വീടിനപ്പുറത്താണ് അറബി എന്ന് വിളിക്കുന്ന അബ്ദുറഹ്മാൻ ഇക്കായുടെ വീട്. അവിടെയാണ് മകളുടെ ഭർത്താവ് നസീബ് മോനും അനിയൻ നൈസാമും ഉമ്മയും ഉള്ളത്. ആ വീട്ടിലാണ് എന്റെ മകളെ നസീബിന് വിവാഹം കഴിച്ചു കൊടുത്തത്.

അതിന് പുറകിൽ പണ്ടു കാലത്തെ ഹീറോ ആയിരുന്ന, പുസ്തക ത്തിലെ കഥാപാത്രം കൊച്ചാമുഞ്ഞ് ഇക്കയും ഇത്തയും. മകൻ നൗഫലും അതിനു പുറകിൽ ഏറെ പ്രിയപ്പെട്ട ചങ്ക് അജ്മലും ഉമ്മായുമുണ്ട്. അവരുടെ കിഴക്കു വശം താലൂക്ക് ഓഫീസർ ഗിരീശനും വിദ്യാഭ്യാസ വകു പ്പിൽ ജോലിയുള്ള സഹധർമ്മിണിയും മക്കളും ഉണ്ട്.

മകളുടെ വീടിന് എതിർവശം മുന്നിലാണ് ആര്യാട്ടെ പഴയകാല അദ്ധ്യാപകൻ സുലൈമാൻ സാറും ടീച്ചറും വില്ലേജ് ആഫീസറായ മകൻ ഫൈസലും കുടുംബവും.

അതിനപ്പുറത്ത് ബാല്യകാല സഖനും സഹപാഠിയും അക്കാലത്ത് കൊറ്റൻകുളങ്ങര സ്കൂളിൽ നിന്നും എസ്.എസ്.എൽ.സിക്ക് ഏറ്റവും കൂടുതൽ മാർക്ക് വാങ്ങി വിജയിച്ച ഇലക്ട്രിസിറ്റി ബോർഡിലെ ഉദ്യോഗസ്ഥനായ തട്ടേഴത്ത് ഷംസുദ്ധീനും വിദ്യാഭ്യാസ വകുപ്പിൽ ജോലിക്കാരിയായ ഭാര്യയുമുണ്ട്.

അതിനപ്പുറത്ത് ആര്യാട്ടെ നാട്ടുകാരുടെ പ്രിയപ്പെട്ട റേഷൻകട ഹസനിക്കയുടെ മക്കളും ചെറു മക്കളുമുണ്ട്. അതിനപ്പുറം സലീമിക്കയും കുടുംബവും മകൻ ഡോക്ടർ സുബിനുമുണ്ട്. അതിനു മുന്നിൽ ഇരങ്ങാട്ട് വീട്. അവിടെ ജമാലിക്കയും ഇത്തയും മക്കളുമുണ്ട്.

അങ്ങിനെ പ്രിയപ്പെട്ട അയൽക്കാരാൽ സമ്പന്നമാണ് ഞാനുമെന്റെ കുടുംബവും.

ചർച്ച

മോർണിംഗ് വാക്ക് കഴിഞ്ഞ് ഒരുമിച്ചിരുന്നുള്ള ഒറ്റച്ചായ കുടിയിൽ ഞായർ ദിവസത്തെ ഞങ്ങളുടെ ചർച്ച ഇതൊക്കെയാണ്.

ഇന്നെത്ര കല്യാണം, പാലുകാച്ചൽ, വയറു കാണൽ, രോഗിയായി കിടക്കുന്ന ബന്ധു വീട് സന്ദർശിക്കൽ ഇത്യാദി ചർച്ചകളിലും ബഡ്ജറ്റിലെ കമ്മി വരുത്തുന്ന അസാധാരണ സാമ്പത്തിക ഞെരുക്കത്തെ എങ്ങിനെ തരണം ചെയ്യാം എന്നൊക്കെയുള്ള അതി ഗംഭീരമായ വാദപ്രതിവാദങ്ങളും വേണ്ടാത്ത ചെലവുകളെ നിഷ്കരുണം ഉപേക്ഷിക്കേണ്ടതിന്റെ ആവശ്യകതയും ഊന്നിയൂന്നി ചർച്ച നടക്കുമ്പോളാണ് പ്രണയ പരവശതയോടെ ഭൈമിയുടെ നിസാരമായ ചെലവില്ലാത്ത ഒരാവശ്യം വന്നത്.

“ഇന്ന് വൈകിട്ട് നമുക്കൊന്ന് ബീച്ചിൽ പോകാം.”

“ഞാൻ കുറേനാളായി പറയുന്നത് നീ ഇന്ന് ഇങ്ങോട്ട് പറഞ്ഞല്ലോ... ഞാൻ റെഡി... നമുക്ക് പോകാം. ഇമ്മിണി നേരം അവിടിരുന്ന് പുതിയ പോസ്റ്റിനുള്ള വല്ല കഥകളും കിട്ടുമോന്ന് നോക്കാം.”

പെട്ടെന്ന് മൊബൈലിൽ “കിണിം ശബ്ദം! സംസാര രസം പോയ ഭൈമി മൊബൈൽ എടുത്തുമാറ്റി പറഞ്ഞു,

“ഞാൻ പറഞ്ഞിട്ടുണ്ട്, ഈ പത്തു മിനിറ്റ് നേരമെങ്കിലും മൊബൈൽ അകത്ത് വെച്ചേക്കണെമെന്ന്.”

“അത്... ഇന്നു കയ്യിലിരുന്നപ്പോളല്ലേ നീ ചായയും കൊണ്ടു വന്നത്? അതു പോട്ടെ, അതൊന്നും നോക്കണ്ട... ഇതു പറ. അവിടെത്തെ വീട്ടുകൂടലിന് എന്തു കൊടുക്കണം?”

“അതെന്തെങ്കിലും കൊടുക്ക്... ഈ സൂസൻ ആരാ?”

“ഏതു സൂസൻ? എനിക്കൊരു സുസനേം അറിയില്ല.”

ഉള്ളിലെ ഞെട്ടൽ വിദഗ്ദമായി മറച്ചു കൊണ്ടാണ് പറഞ്ഞൊപ്പിച്ചത്.

“അറിയാഞ്ഞിട്ടാണോ നിങ്ങൾ മെസേജ് അയക്കാൻ അവൾ ആവശ്യപ്പെടുന്നത്?”

ശ്ശെടാ! ഫേസ് ബുക്കിലേയും മെസെഞ്ചറിലേയും വാട്സിലെയും മെസേജുകളും നോട്ടികളും ഹൈഡാക്കി വെച്ചിരുന്നതാണല്ലോ. പിന്നിവൾ എങ്ങിനെ കണ്ടു പിടിച്ചു എന്ന് പിറുപിറുത്തു കൊണ്ടാണ് മൊബൈൽ ചോദിച്ചത്.

“ഇതിന്റെ ലോക്ക് നമ്പർ പറ.” (ജെപിജി ഗംഗ മാടമ്പള്ളി)

“അതൊക്കെ വേണോ നിനക്ക്? ടെൻഷനായാലോ?”

“ങാഹ്! ഈ ടെൻഷൻ ഞാൻ സഹിച്ചോളാം.”

“ഉറപ്പാണല്ലോ?”

“പിന്നല്ലേ? കേരളം തന്നെ ഉറപ്പിലാണ്”.

“ഇക്കാര്യത്തിൽ നീ ഉറപ്പ് പാലിക്കാൻ ഞാൻ സാധ്യത കാണുന്നില്ല.”

“ലോക്ക് പറ.”

സൂസൻ എന്നൊരാള് മെസേജിൽ വരാറില്ല എന്ന് സ്കാനിങ്ങിൽ ഓർത്തു കൊണ്ട് മൊബൈൽ വാങ്ങി. അപ്പോളെ കണ്ടു ഇൻസ്റ്റായിൽ ഏതോ ഉഡായിപ്പ് വെള്ളക്കാരി അയച്ച മെസേജ്. നോട്ടി... ഈ പണ്ടാരക്കാലിക്ക് ഒന്നും ഒരു പണിയുമില്ലേ എന്ന് ഉച്ചത്തിൽ തന്നെ സ്വയം ചോദിച്ചു.

“ഹി...ഹി... ഞാൻ കണ്ടതു കൊണ്ട് പണ്ടാരക്കാലി. അല്ലങ്കിൽ പ്രേമഭാജനം ഈ മൻസന്റെ ഒരു കാര്യം!”

ആ സ്വരത്തിലും ചിരിയിലും പരിഹാസമൊന്നും ദർശിക്കാതിരുന്ന ഞാൻ അത്ഭുതത്തോടെ ചോദിച്ചു.

“നീയും എല്ലാം മനസ്സിലാക്കുന്നു അല്ലേ? നിന്റെയീ പ്രിയതമനെയും ആ ബെടക്ക് സൂസനെയും.”

“ങാഹ് എനിക്കറിയില്ലേ നിങ്ങളോടിയാൽ, ല്ലെ മതില് വരെ. അല്ലാതെ വിടെ പോകാൻ?”

സ്വന്തമായൊരു വീട്

എല്ലാ ജീവജാലങ്ങൾക്കും ഒരു വീടുണ്ടാവും. അവർക്കത് സ്വർഗ്ഗമാണ്. മനുഷ്യരെ സംബന്ധിച്ച് കുടുംബമായി കഴിഞ്ഞാൽ സ്വന്തമായി ഒരു വീട് ഏറ്റവും വലിയ സ്വപ്നമായി മനസ്സിൽ അടിയുറച്ചു കിടക്കും. ധാരാളം പണം കയ്യിലുണ്ടെന്ന് കരുതി ആഗ്രഹിക്കുന്ന തരത്തിലുള്ള വീടോ അതിനുള്ളിൽ കൂടെ കഴിയുന്നവരോ തന്റെ സ്വപ്നത്തോളം വരാറില്ല എന്നതാണ് സത്യം. വീടിനെ വൃത്തിയായി ചിട്ടയോടെ സംരക്ഷിക്കാൻ സ്നേഹമതിയും ത്യാഗമതിയുമായ വീട്ടുകാരിക്കല്ലാതെ ആർക്കാണ് കഴിയുക?

വീട്ടുകാരികൾക്കാണ് വീടെന്നത് തന്റെ വലിയ സാമ്രാജ്യമായി അനുഭവപ്പെടുന്നത്. അവരുടെ സന്തോഷത്തിന് ആക്കം കൂട്ടാനായി തന്റെ പരിമിതിക്കനുസരിച്ചുള്ള ബോധം ഉപേക്ഷിച്ച് കടം വാങ്ങിയും കൂടുകൂട്ടാൻ വീട്ടുകാരൻ തയ്യാറാവുന്നു.

ലോകത്തിന്റെ ഓരോ പ്രദേശത്തുമുള്ള ഭവനങ്ങൾ ശ്രദ്ധിച്ചാൽ ചിലത് മനസ്സിലാക്കാം. കേരളത്തിൽ പൊതുവേ വീടിന്റെ പുറംമോടിയിൽ പണം മുടക്കുമ്പോൾ അറബ് വംശജർ പൊതുവേ അകത്തെ ഫർണിഷിംഗിനാണ് പണമെറിയുന്നത്. യൂറോപ്യന്മാർ അകവും പുറവും മനോഹരവും എനെർജറ്റിക്കുമാക്കുന്നു.

വീട് ഇല്ലാത്തവനറിയാം അതിന്റെ ദണ്ണം. കല്യാണം കഴിഞ്ഞ നാൾ തൊട്ട് ഒരുപാട് വാടക വീടുകളിൽ മാറി മാറി കഴിയേണ്ടി വന്നിട്ടുള്ള എന്നെയും സാജിതയെയും പോലുള്ള ദമ്പതികൾക്ക് സ്വന്തം വീട് ഭൂമിയിലെ സ്വർഗ്ഗം തന്നെയാണ്. ഒരു വീട് കൂട്ടാനുള്ള തത്രപ്പാട് വളരെ കുഞ്ഞിലേ കണ്ടു വളർന്നതാണ് ഞാൻ. ജനിച്ചതൊരു ഓല മേഞ്ഞ വീട്ടിലായിരുന്നു. ഓല കൊണ്ടു തന്നെ മറച്ച ചുറ്റുഭാഗവും. താഴെ മണ്ണിലാണ് പായ വിരിച്ചുറങ്ങിയിരുന്നത്. മക്കൾക്ക് മണ്ണിലെ ചെള്ള് കടിയിൽ നിന്ന് മോചനം കിട്ടുക എന്നതായിരുന്നു അന്നൊക്കെ ഉമ്മയുടെയും ബാപ്പയുടെയും വലിയ പ്രാർത്ഥന. സിമന്റ് ഒക്കെ വ്യാപകമായി തുടങ്ങിയ കാലത്ത് പരുക്കൻ സിമന്റ് പൂശിയ തറയിലെ തണുപ്പ് അനുഭവിച്ചു കിടക്കുമ്പോൾ നല്ല രസമായിരുന്നു.

പകൽ ജോലി കഴിഞ്ഞ് വന്ന ശേഷം ഒറ്റയ്ക്ക് അദ്ധ്വാനിച്ച് പലപ്പോളായി ഓരോ വശം വീതം പലക കൊണ്ട് മറച്ചും ഡവലപ്പ് ചെയ്ത് പിന്നീട് രണ്ട് മുറിയും അടുക്കളയും വരാന്തയുമുള്ള വീടാക്കി ബാപ്പ മാറ്റി. അവിടെ കറണ്ട് കിട്ടിയപ്പോൾ ഉള്ള സന്തോഷമൊക്കെ നൊസ്റ്റാൾജിയ ആകുന്നു.

ഓടിട്ട ഒരു വീട് ആയിരുന്നു വാപ്പയുടെ പിന്നീടുള്ള സ്വപ്നം. ബന്ധുവുമായി വസ്തു തർക്കത്തിൽ നിലനിന്ന കേസ് പലപ്പോളും വാപ്പയുടെ ആഗ്രഹത്തിനു മേൽ ഡമൊക്ലീസിന്റെ വാൾ ആയി തൂങ്ങി നിന്നു.

ഞാൻ ജനിക്കും മുന്നേയൊക്കെ തുടങ്ങിയ കോടതി വ്യവഹാരം വാപ്പയുടെ അദ്ധ്വാനം മുഴുവൻ വൃഥാവിലാക്കി. എനിക്ക് എട്ടോ പത്തോ വയസ്സുള്ളപ്പോളാണ് കോടതി ആമീൻ വന്ന് അളവ് ചങ്ങല പിടിച്ച് കോടതി വിധി. രണ്ടാൾക്കും പപ്പാതി വീതം എന്ന വിധി. അതോടെ ബാപ്പ ഉർജ്ജസ്വലനായി.

വീടെന്ന സ്വപ്നത്തിന്റെ അടിത്തറ കെട്ടാനായി ആദ്യം ഇറക്കിയ ചെങ്കല്ലിന്റെ എണ്ണം മുന്നൂറ് എന്നു പറഞ്ഞു കേട്ടത് ഇപ്പോളും ഓർമ്മയിലുണ്ട്. ആ കല്ലുകൾ കുട്ടികളായ ഞങ്ങൾ സഹോദരങ്ങൾ തന്നെയാണ് റോഡിൽ നിന്നും ചാക്കിൽ വെച്ച് വലിച്ച് വീട്ടിൽ എത്തിച്ചത്.

അതങ്ങിനെയിരുന്ന് കുറേ നാൾ കഴിഞ്ഞപ്പോൾ ഉത്തരം നിർമ്മിക്കാനുള്ള തെങ്ങിൻ തടികൾ അറുത്ത് മഴ നനയാതെ തിണ്ണയിൽ കൊണ്ടുവെച്ചു. പിന്നെയും കുറേ നാൾ കഴിഞ്ഞപ്പോൾ വാതിലുകൾക്കും ജനലുകൾക്കുമുള്ള തടികൾ കൊണ്ടു വന്നു. ചിലയിടങ്ങളിൽ നിന്ന് പഴയ ഓടുകൾ വാങ്ങിക്കൊണ്ടു വന്ന് വേലിയകുളത്തിൽ കൊണ്ടു പോയി കഴുകി വെച്ചു.

ഉമ്മായും ബാപ്പയും ഏറെ സന്തോഷത്തോടെ കാത്തിരുന്ന വീടിന് കല്ലിടലിന്റ അന്ന് പോലീസ് എത്തി. ബന്ധു, വിധിക്കെതിരെ അപ്പീൽ പോയെന്നും സ്റ്റേ ഓർഡർ ഉണ്ടെന്നും വീട് വെക്കാൻ പറ്റില്ലാന്നും അറിയിച്ചപ്പോൾ അത്രയും നാൾ ശാന്തനായി കഴിഞ്ഞിരുന്ന ബാപ്പ തലയിൽ കൈ വെച്ച് താഴേക്കിരുന്ന ഇരുപ്പ് ഇന്നും കണ്ണിൽ നിന്ന് മാഞ്ഞിട്ടില്ല.

കിളികൾ കൂട് കൂട്ടുന്നതിനായി ഓരോരോ നാരുകൾ കൊണ്ടു വരുന്നതും ശേഖരിക്കുന്നതും കാണുമ്പോൾ മക്കൾ വലുതാവും മുന്നേ ഒരു ഓടിട്ട വീട് വെക്കാനായി ഏറെ അദ്ധ്വാനിച്ച ഒരു പാവപ്പെട്ട മനുഷ്യനായിരുന്ന ബാപ്പയെ ഓർത്തെന്റെ ചങ്ക് പിടയാറുണ്ട്. പിന്നീട് ഏറെ താമസിയാതെ അസുഖം മൂലം കിടപ്പിലായ ബാപ്പയ്ക്കും ഉമ്മായ്ക്കും 80 സെന്റ് വസ്തുവിന്റെ അങ്ങേയറ്റം അഞ്ചു സെന്റ് എന്ന പള്ളിക്കമ്മിറ്റിയുടെ ഒത്തു തീർപ്പ് ചർച്ചയിൽ സമ്മതിക്കേണ്ടി വന്നപ്പോൾ ബാപ്പ പറഞ്ഞൊരു വാക്ക് മനസ്സിലുണ്ട്. "ഇതിന് ഞാൻ സമ്മതിക്കുന്നത് എന്റെ ജീവിതം കേസ് പറഞ്ഞു നഷ്ടമായതു പോലെ വളർന്നു വരുന്ന എന്റെ മക്കളെക്കൂടി കേസിൽ പെടുത്തി അവരുടെ ഭാവി നശിക്കരുത് എന്ന് കരുതിയാണ്."

ഒരു ഓട് പാകിയ വീടെന്ന സ്വപ്നം പൂവണിയിക്കാൻ കഴിയാതെ 48-ാം

വയസിൽ ഇഹലോക വാസം വെടിഞ്ഞ ബാപ്പയാണ് വീട് വെക്കുന്ന മനുഷ്യരെ കാണുമ്പോൾ എന്റെ മനസ്സിൽ വരുന്ന ആദ്യചിത്രം. പിന്നീട് കുറേ കാലത്തിനു ശേഷം ഞങ്ങൾ മക്കൾ ഉമ്മായുടെയും ഇക്കയുടെയും നാസറിക്കയുടെയും കരുതലിൽ ബാപ്പ വീടിനായി കരുതി വെച്ചിരുന്ന സാധനങ്ങളിൽ പൊടിഞ്ഞുപോയതും ചിതൽ തിന്നതുമായവ ഒഴിവാക്കി ബാക്കിയുള്ളത് ഉപയോഗിച്ച് വാപ്പയുടെ സ്വപ്നം സാക്ഷാൽകരിക്കുകയും ചെയ്തു.

കായംകുളവും ആലപ്പുഴയും നല്ല ദൂരം ഉള്ളതു കൊണ്ടാണ് കല്യാണം കഴിഞ്ഞയുടനെ ഞാനും സാജിതയും വാടക വീട്ടിലെത്തിയത്. പലപ്പോളും വീടുകൾ മാറി താമസിക്കേണ്ട ദുരവസ്ഥ ഓരോ വാടകക്കാരുടെയും ഉള്ള് പൊള്ളുന്ന ഒരവസ്ഥയാണ്. ഓരോ വീട് മാറുമ്പോളും സ്വന്തം ഭവനമെന്ന സ്വപ്നം ഉള്ളിലൊതുക്കിയിരുന്നു. കെട്ടിപ്പെറുക്കൽ പോലെ വിഷമമുള്ള വേറൊരു സംഗതിയും ഇല്ല എന്ന് ഓരോ ട്രാൻസ്ഫറിലും അനുഭവിക്കുന്ന ബുദ്ധിമുട്ടുകൾ പലരും പറയാറുണ്ട്.

വാടകയ്ക്ക് താമസിക്കുന്ന ഒരാളുടെ വീട്ടിൽ ചെന്നപ്പോൾ സിറ്റൗട്ടിൽ തന്നെ അഴിക്കാതെ ചില ഭാണ്ഡകെട്ടുകൾ കണ്ട് ഞാൻ ചോദിച്ചു. "ഇതെന്താ അകത്തേക്ക് സെറ്റ് ചെയ്യാത്തത്?"

"ഇനി സ്വന്തം വീട് കിട്ടിയിട്ടേ ഈ കെട്ടുകൾ അഴിച്ച് സെറ്റ് ചെയ്യൂ എന്ന് ഞാൻ കെട്ട്യോനോട് വാശി പിടിച്ചേക്കുവാ" എന്ന് ഒരു വിഷാദച്ചിരിയോടെ പറഞ്ഞ ആമിനയുടെ മുഖഭാവവും ഒരു സ്വന്തം ഭവനമെന്ന ചിന്തയ്ക്ക് ആക്കം കുട്ടി.

അങ്ങിനെയാണ് കൂട് കൂട്ടുക എന്ന ചിന്തയോടെ 1994 ൽ ബഹ്റിനിലേക്ക് പ്രവാസിയായി ആദ്യമായി വിമാനം കയറിയത്. ശ്രീരാമഭഗവാന്റെ വനവാസം പോലെ ഒരു ചിന്ന പ്രവാസം.

അത്രയും കാലം അവിടെ കഴിഞ്ഞിട്ട് ഒരു രക്ഷയുമില്ലാതെ തിരികെ വിമാനം കയറാൻ സാമ്പത്തികമായി സഹായിച്ചത് കോളേജ് കാമ്പസിലെ ചങ്കായിരുന്ന ഷിബു നാസറും മറ്റു ചിലരുമാണ്. മിക്കവാറും മാസങ്ങളിൽ ക്ഷേമം അന്വേഷിച്ചെത്തിയിരുന്ന ഷിബു ഇപ്പോളും ബഹറിനിൽ പ്രവാസിയാണ്. തിരികെ കാമ്പസിലെത്തി വീണ്ടും കാന്റീനിൽ ആയിക്കഴിയുമ്പോഴും മനസ്സിൽ നിറയെ വീട് എന്ന സ്വപ്നമായിരുന്നു.

കാന്റീനിലെ ചായ കുടിക്കിടയിലെ സ്റ്റാഫ് ചർച്ചകൾക്കിടയിൽ ആരോ പറഞ്ഞൊരു തത്ത്വം മനസിനെ വല്ലാതെ സ്പർശിച്ചു. "നിങ്ങൾക്കുള്ള മക്കളിൽ മുത്തത് പെൺകുട്ടിയാണെങ്കിൽ അവൾക്ക് 12 വയസ്സാകും മുന്നേ നിങ്ങൾക്ക് സ്വന്തമായി ഒരു ഭവനം അത്യന്താപേക്ഷിതമാണ്."

കൂടി നിന്നവർ അത് ശരിവെച്ചു. അപ്പോൾ ഒരാൾ വിശദീകരിച്ചു "മകൾക്ക് കല്യാണം വരുമ്പോൾ വാടക വീട്ടിലാണ് താമസമെന്നു പറഞ്ഞാൽ അതനുസരിച്ചുള്ള ബന്ധമേ നടക്കൂ. അതാണ് പൂർവ്വികർ ഈ തത്ത്വം പിന്തുടരുന്നത്."

വസ്തു വാങ്ങാനും വീട് സഹിതമുള്ളതെങ്കിലും അത്രയും നന്ന് എന്നതിൽ എന്നേക്കാൾ ഏറെ നിർബന്ധം സാജിതയ്ക്കാണ്. അതെല്ലാ ഭാര്യമാരും അങ്ങിനെയാണ്. നമുക്ക് എവിടെ താമസിച്ചാലും ശരിയായ ഒരു അഡ്രസ്സ് ഉണ്ടാവണമെങ്കിൽ സ്ഥിരമായ സ്വന്തം ഭവനം വേണമെന്നത് നാട്ടുനടപ്പുള്ള കേരളത്തിൽ അവരുടെ നിർബന്ധം സ്വാഭാവികം. ഓരോ ഫംഗ്ഷനുകളിലും കാണുന്നവർ ഇപ്പൊ എവിടാണ് താമസമെന്ന ചോദ്യം അവളെ വല്ലാതെ അസ്വസ്ഥയാക്കിയിരുന്നു. അത്തരം സാഹചര്യം ഒഴിവാക്കാൻ സ്ഥിരമായി ഭവനം വേണം.

സ്വപ്ന സാക്ഷാൽകാരത്തിനായി അനിയൻകുഞ്ഞിന്റെ ചിട്ടിയിൽ ചേർന്ന ഒരു ലക്ഷം രൂപയുടെ ചിട്ടി കിട്ടിയത് ആയിടയ്ക്കാണ്. അമ്പതിനായിരത്തിന്റെ വേറൊരു ചിട്ടി കൂടി ഉള്ളതു മനസ്സിൽ കണ്ടുകൊണ്ട് അൽപസ്വല്പം കടവുമൊക്കെ വാങ്ങിയും പണയം വെച്ചും ഒരിടത്ത് പതിനേഴു സെന്റും ഒരു ഓല വീടും വാങ്ങി. എങ്കിലും കോളേജുമായുമുള്ള ദൂരം കാരണം ആ വീട്ടിലേക്ക് താമസം മാറാതെ മടിച്ചു കരീപ്പീടികയിലൂള്ള വാടക വീട്ടിൽ തന്നെ കൂടി.

ഇതിനിടയിൽ അമ്പതിനായിരത്തിന്റ ചിട്ടി നടത്തിപ്പുകാരൻ മുങ്ങിയതോടെ പണി പാളി. കടം കേറി തുടങ്ങി. വാക്കു പാലിക്കാൻ, അന്തസ്സായി നിലനിൽക്കാൻ പലിശയ്ക്കെടുക്കാൻ തുടങ്ങി.

പ്രീഡിഗ്രി കോളേജിൽ നിന്ന് പോയതോടെ കച്ചവടവും പാളി. വസ്തു വിൽക്കാനുള്ള ശ്രമങ്ങൾ വസ്തുവിന്റെ അടുത്തുള്ളവർ പലതരത്തിൽ പരാജയപ്പെടുത്തിക്കൊണ്ടിരുന്നു. ഓല മേഞ്ഞ ആ വീട് സംരക്ഷിക്കാനാവാതെ പൊടിഞ്ഞു തുടങ്ങി. അവസാനമായപ്പോൾ കഴുക്കോലും വീണു. സിമന്റ്തറ മാത്രമായി. മനസ്സിനെ നൊമ്പരപ്പെടുത്തിയ വീടെന്ന വലിയ സ്വപ്നം മണ്ണടിയുന്നത് ഓരോ ദിവസവും ഉറക്കത്തെ അകറ്റി.

കടക്കാർ വീട്ടിൽ വരാൻ തുടങ്ങി. വെറും മൂവായിരം മാത്രം കൊടുക്കാനുള്ള കോളേജിലെ സ്നേഹിതൻ കൂടിയായ പലിശക്കാരൻ വീട്ടിലെത്തി സാജിതയോട് പറഞ്ഞു, "ഇന്ന് കാശ് കിട്ടിയില്ലെങ്കിൽ ജലാൽ ഉത്തരവാദിയാണെന്ന് എഴുതി വെച്ചിട്ട് ഞാൻ തൂങ്ങി മരിക്കും." കാതിലെ അവസാനത്തെ പൊന്നായ കമ്മൽ വിറ്റിട്ട് അയാൾക്ക് പൈസ കൊടുത്ത കാര്യം

പറഞ്ഞ് ഇടയ്ക്കിടയ്ക്ക് ഞങ്ങൾ നിർവികാരരാവാറുണ്ട്. അപ്പോളത്തെ ഞങ്ങളുടെയിടയിലെ മൗനമായിരിക്കും ഏറ്റവും ദൈർഘ്യമുള്ളത്.

രണ്ടര ലക്ഷത്തിന് വാങ്ങി ആറു വർഷം കാത്തു വെച്ചിട്ട് ഒന്നര ലക്ഷത്തിന് രഹസ്യമായി വില്പന നടത്തി പ്രദേശം വിടുമ്പോൾ കടം പെരുകി തലയ്ക്കു മുകളിലുണ്ടായിരുന്നു. എങ്കിലും വസ്തു വിൽപ്പിക്കാതെ ഉപദ്രവിച്ച ചിലരോട് ഞാൻ തന്നെ ജയിച്ചു എന്ന മനോഭാവം ആയിരുന്നെനിക്ക്.

അതാണു സത്യം

പള്ളിബസാറിലെ ചായക്കടക്കാരൻ ആര്യാട് വെട്ടുവഴിയിൽ വീട്ടിൽ പൂക്കുഞ്ഞ് ഇക്കാ എന്നെ കാണാനെത്തി.

ഈ ഇക്കായൊട് എനിക്കൊരു പ്രത്യേക ഇഷ്ടവും സ്നേഹവും ഒക്കെണ്ട്. അതെന്താണെന്നോ? സാജിതായെ കല്യാണം ആലോചിച്ച് നടത്തിത്തന്ന ചങ്ക് ബ്രോക്കർ കൂടിയാണ്. കല്യാണക്കാര്യത്തിൽ മാത്രമല്ല, ഇക്കാ പൊതുവെ എല്ലാ കാര്യത്തിലും ആൾ റൗണ്ടറാണ്.

സാധാരണ കല്യാണ ബ്രോക്കർമാർ കല്യാണം നടന്നു കഴിഞ്ഞാൽ ആ ഏരിയായിൽ വരാറില്ല എന്നു കേട്ടിട്ടുണ്ട്. അതിനു കാരണം ഒന്നുകിൽ ചെക്കന്റെ വീട്ടുകാർ കുറ്റം പറയും അല്ലങ്കിൽ പെണ്ണിന്റെ വീട്ടുകാർ. ഇതൊന്നുമില്ലങ്കിൽ രണ്ടുകൂട്ടരും ഒരുമിച്ച് ബ്രോക്കറെ ചീത്ത വിളിക്കും. എന്തായാലും ഒന്നുരണ്ട് ഉടക്കുകളും ചീത്ത വിളിയും ഉറപ്പാണ്. കമ്മീഷൻ കിട്ടിയില്ല, കുറഞ്ഞു പോയി ഇത്യാദി കാരണങ്ങൾ മനസ്സിൽ വെച്ച് കല്യാണ ബ്രോക്കർമാർ തന്നെ എരുവു കേറ്റി വഴക്കുണ്ടാക്കിച്ച് ഡൈവോഴ്സ് നടത്തിച്ച് വീണ്ടും വേറെ വേറെ കല്യാണം നടത്തി കമ്മീഷൻ വാങ്ങുന്ന ബ്രോക്കർമാരുള്ള നമ്മുടെ നാട് എത്ര സുന്ദരമാണ്!

ഇങ്ങനൊക്കെയാണെങ്കിലും പൂക്കുഞ്ഞ് ഇക്കായെ നുമ്മ ആ ലെവലിൽ പെടുത്തില്ല. എന്റെ കുടുംബ ബന്ധുവും മൂത്ത ജേഷ്ഠന്റെ പ്രിയപ്പെട്ട കൂട്ടുകാരനും സഹായിയായ അയൽക്കാരനും ഒക്കെയാണ്. രസികനായ ഇക്കായെ കുറിച്ച് ഷാജി കോലാപ്പൂരി ഒരു കഥ പറഞ്ഞിട്ടുണ്ട്. ഇക്കായുടെ ജേഷ്ഠൻ ഹംസാ ഇക്കാക്ക് തലവടിയിൽ ചായക്കട ഉണ്ടായിരുന്ന 1970 കാലം. ഇക്കായെ ആലപ്പുഴ ടൗണിൽ ഇറച്ചി വാങ്ങാൻ വിട്ടു. വാങ്ങി വരുന്ന വഴി ഒരു കഷ്ണം തെരുവുനായക്ക് ഇട്ടു കൊടുത്തു. അത് തിന്ന നായ സൈക്കിളിന് പുറകെ വെച്ചു പിടിച്ചു. ഭയന്നുപോയ പൂക്കുഞ്ഞ് ഇക്കാ അതിന്റെ ഓട്ടത്തിന്റ സ്പീഡ് കുറയ്ക്കാൻ ഇടയ്ക്ക് ഓരോ കഷണം കൂടി സംഭാവന ചെയ്തു. കടയിൽ എത്തിയപ്പോൾ ഇറച്ചി പകുതിയും കുറഞ്ഞു. പോരെങ്കിൽ നായ ഇക്കായുടെ പുറകെ കടയിലേക്ക് ഓടിക്കയറുകയും കടയിൽ ഇരുന്നവരെല്ലാം പേടിച്ചു പുറത്തേക്കോടുകയും ചെയ്തു.

ഇന്ന് വന്നപ്പോൾ ഞാനും സാജിതയും കൂടി ചോദിച്ചു, യഥാർത്ഥത്തിൽ അന്ന് ഇക്കാ ഇവളെ കാണിക്കാൻ ആരുന്നോ അന്നെന്നെ കൂട്ടി കൊണ്ടു പോയത്?

“ഡാ, സത്യം പറയാല്ലോ അന്ന് വേറൊരു പെണ്ണിനെ കാണിക്കാനാണു പോയത്. അത് ഇവളുടെ ഒരു ബന്ധുവായിരുന്നു. അന്ന് ഫോൺ ചെയ്തപ്പോൾ പെണ്ണിന്റെ വാപ്പയെ ഫോണിൽ കിട്ടിയില്ല. നിന്നെ വിളിച്ചു കൊണ്ടു പോകയും ചെയ്തു. അപ്പോ പിന്നെ ഏതെങ്കിലും ഒന്നിനെ കാണിക്കാതെ വിട്ടാൽ നിന്റുമ്മാ എന്നെ വഴക്കു പറയും. അങ്ങിനെ ഇതങ്ങ് ഒത്തു.”

“ആട്ടെ അന്നെത്ര കമ്മീഷൻ കിട്ടി?”

“ഞാനൊന്നും വാങ്ങിയില്ലെടാ. നീയെന്റെ അനിയനല്ലേ?”

“പിന്നൊരു കാര്യം, എന്റെ ആൺ മക്കൾക്കു കൂടി നോക്കി വെച്ചോ കല്യാണം രണ്ടു വർഷം കഴിഞ്ഞു മതി. പിന്നെ ഇപ്പോ വർക്ക് ഒക്കെ എങ്ങനുണ്ട്?”

“ഓ ഇക്കാലത്ത് എല്ലാം ഓൺ ലൈൻ കല്യാണമല്ലേ? അത് വേണ്ടാന്നുള്ളവർ മാത്രമേ നുമ്മടെ അടുത്ത് വരാറുള്ളൂ. എന്നാലും കുഴപ്പമില്ല. ഇപ്പോ അഞ്ചാറ് കേസുകളുണ്ട്.

സഹകരണ ബാങ്കുകൾ

ദേശസാൽകൃത ബാങ്കുകളിൽ ഒരു ലോൺ എടുക്കാനോ സ്വർണ്ണം പണയം വെക്കാനോ പറ്റാത്ത ഒരു കാലമുണ്ടായിരുന്നു. കേരളത്തിൽ സ്വർണ്ണപ്പണയത്തിൽ വട്ടിപ്പലിശ വാങ്ങിയിരുന്ന ഫൈനാൻസിയേഴ്സിൽ നിന്നും നാട്ടുപ്രമാണിമാരിൽ നിന്നും കേരളത്തിലെ ജനങ്ങളെ രക്ഷിച്ചത് ഈ സഹകരണ ബാങ്കുകളും സൊസൈറ്റികളുമാണ്.

ഈ വിഷയത്തിൽ, ഒരു നാല്പതു വർഷം പിന്നോട്ടു നോക്കുകയും ഇന്ന ത്തെ അവസ്ഥകൾ ശരിയായി വിലയിരുത്തുകയും ചെയ്യുന്നവർക്കറിയാം കാര്യങ്ങൾ. എന്റെ സ്വന്തം അനുഭവങ്ങൾ ഇക്കാര്യത്തിൽ ധാരാളമുണ്ട്. ഞാനെന്നും ഈ സഹകരണ പ്രസ്ഥാനത്തോട് കടപ്പെട്ടിരിക്കുന്നു കാരണം കടം കിട്ടുന്നത് സഹായമെന്നു കരുതുന്ന കൂട്ടത്തിലാണു ഞാൻ. കടം വാങ്ങുമ്പോൾ പലിശ കൊടുക്കേണ്ടി വരുന്നു. ഇന്നത്തെ കാലത്ത് മുഴു വനും കയ്യിൽ സ്വരുക്കൂട്ടിയിട്ടു കാര്യങ്ങൾ നടത്താമെന്നു കരുതിയാൽ പല സ്വപ്നങ്ങളും നടക്കാതെ പോകും. പലിശ കൊടുക്കേണ്ടി വരുന്നത് ഒരു മനുഷ്യന്റെ സാമ്പത്തിക അടിത്തറയ്ക്ക് വളരെ ദോഷമാണെന്ന് ഓർക്കേണ്ടതുണ്ട്.

ഹൗസിംഗ് ലോണിനായി എസ്.ബി.ടി യിൽ ഒന്നര മാസം കയറിയിറങ്ങി എല്ലാം ശരിയാക്കി കൊടുത്തു. മറ്റന്നാൾ ആദ്യഗഡു വാങ്ങിക്കൊള്ളാൻ പറഞ്ഞയച്ച മാനേജർ പിറ്റേന്ന് ഫോണിൽ പറയുന്നു, നിങ്ങടെ ലോൺ പാസ്സാവില്ലന്ന്. ലീവ് തീരാറായി, മാനസികമായി തകർച്ചയിലായ ഞാൻ ഉടൻ ചെന്ന് ചോദിച്ചു, എന്താ കാരണം? 50 ലക്ഷം മതിപ്പ് വിലയുള്ള വസ്തു ഈട് തന്നു. ലോൺ അടയ്ക്കാനുള്ള വരുമാന സോർസ് കാട്ടി. വക്കീൽ വസ്തു ക്ലിയറിംഗ് നോട്ടറി തന്നു. എല്ലാം തന്നു പിന്നെന്താ കാര്യം? അത് നിങ്ങളുടെ അക്കൗണ്ടിൽ വരുന്ന പൈസ ഉടൻ തന്നെ നിങ്ങളുടെ ഭാര്യ എടുക്കുന്നു എന്നാണു മെയിൻ ബ്രാഞ്ച് മാനേജർ പറയുന്നത്. വളരെ ദേഷ്യം വന്ന ഞാൻ പറഞ്ഞു പിന്നെ പൈസ കൂട്ടി വെക്കാനുള്ളതാണോ? പല തരം ആവശ്യങ്ങൾക്ക് വിനിയോഗിക്കാനല്ലേ സർ? ഒരു ലേഡി ആയതോണ്ട് ഇത്രയേ പറയുന്നുള്ളൂ എന്നു പറഞ്ഞ് ആ ആപ്ലിക്കേഷൻ പേപ്പർ അവരുടെ മുന്നിൽ കീറി മേശപ്പുറത്തിട്ടു ഇറങ്ങി പോന്നു.

പിന്നീടാണ് ഞാനും ഭാര്യയും ആലപ്പുഴ സഹകരണ ബാങ്കിന്റെ ഈവനിംഗ് ബ്രാഞ്ചിലെത്തി മാനേജരോട് ചോദിച്ചത്. സർ, എനിക്ക് ഒരാ ഴ്ചത്തെ ലീവേയുള്ളൂ എല്ലാ പേപ്പറും ക്ലീയറണ്. എസ്.ബി.ടി ക്കാർ എന്നെ വഞ്ചിച്ചതാണ്. തരാൻ പറ്റുമോ ഇല്ലയോ? അതറിഞ്ഞിട്ട് അടുത്ത

വഴി നോക്കാനാ. ഉടൻ തന്നെ പേപ്പറുകൾ നോക്കി, മാനേജർ ഹെഡ്ഓഫീസിൽ വിളിച്ച് കാര്യങ്ങൾ പറഞ്ഞു. അപ്പോൾ തന്നെ ഞങ്ങളോടൊപ്പം പ്രോപ്പർട്ടി നോക്കാനെത്തി. പകുതിയായ പുരപണി കണ്ട് രണ്ടാം ദിവസത്തെ മീറ്റിങ്ങിൽ വെച്ച് അഞ്ചാം ദിവസം ആദ്യ ഗഡു തന്നു. ദേശസാൽകൃത ബാങ്കിന്റെ അതേ പലിശ തന്നെ.

മാനേജർ പറഞ്ഞ ഒരു യഥാർത്ഥ്യം മനസീന്നു മാറൂല്ല. നിങ്ങൾക്കു തരുന്ന ഈ ബാങ്കിന്റെ പണം റിട്ടയർ ചെയ്ത ഉദ്യോഗസ്ഥരുടെ നിക്ഷേപമാണ്. കൂടാതെ വായ്പാ സ്ഥാപനങ്ങളിൽ നിന്നും ബാങ്ക് വായ്പയും എടുക്കുന്നു. നിങ്ങൾ അടച്ചില്ല എങ്കിലും അവർക്ക് കൃത്യമായി പലിശ കൊടുക്കണം. ബാങ്കിന്റെ നടത്തിപ്പ് കാര്യങ്ങൾ ഒക്കെ ഈ ചെറിയ ലാഭത്തിൽ നിന്നാണ്. അതുകൊണ്ട് നിങ്ങൾ കൃത്യമായി തുക അടച്ച് പിഴകൾ ഒഴിവാക്കണം.

എത്രയെത്ര പാവങ്ങളാനെന്നോ ഈ സഹകരണ ബാങ്കുകളിൽ നിന്ന് കടമെടുത്തു കാര്യങ്ങൾ നേടുന്നത്! അഞ്ചു ദിവസം ഞാനത് നേരിൽ കണ്ടു. ജപ്തി നേരിടുന്നവരും മകളുടെ കല്യാണം, പ്രസവം, വീടുവെപ്പ്... നല്ല മനസുള്ളവർ ആശുപത്രികൾ സന്ദർശിക്കുന്നതു പോലെ ഇവിടങ്ങളിലൊക്കെ ഒന്നു പോണം. അവിടെ എത്തുന്നവരുടെ പ്രശ്നങ്ങളെ ദൂരെ നിന്നെങ്കിലും മനസ്സിലാക്കാൻ ശ്രമിക്കണം.

നിഷ്കളങ്കൻ

പലപ്പോളായി ശേഖരിച്ചു ഫ്രിഡ്ജിൽ സൂക്ഷിച്ചിരുന്ന പാൽപ്പാട ഉരുക്കി നെയ്യ് ആക്കുന്നതിന്റെ കൊതിപ്പിക്കുന്ന മണത്തിൽ ആകൃഷ്ടനായാണ് ഈയുള്ളവൻ അടുക്കളയിലേക്ക് ചെന്ന് ഞാൻ സഹായിക്കട്ടെയോ എന്നു ചോദിച്ചത്. "സഹായിക്കാൻ വന്നതു കൊള്ളാം കരിച്ചു കളയരുത്. ചെറിയ തീയിൽ ദാ ഇങ്ങിനെ തവി അടിയിൽ ചേർത്തിളക്കണം" എന്നു കാണിച്ചു തന്നിട്ട് ഓള് പോയി.

നെയ്യ് മുകളിലായി, പാൽപ്പാട മൊരിഞ്ഞു തുടങ്ങിയപ്പോൾ ആളെത്തി. ഇനിയും താമസിച്ചാൽ കരിഞ്ഞു പോകുമെന്നെനിക്കറിയാം. ഇതിന്റെ മണം കേട്ടപ്പോൾ എനിക്കതു മനസ്സിലായി എന്നു പറഞ്ഞു കൊണ്ട് അടുപ്പിൽ നിന്ന് വാങ്ങിയ നെയ്യ് അരിച്ചെടുക്കാൻ തുടങ്ങി. അതിനിടയിൽ അല്പം തുളുമ്പി പോകയും ചെയ്തു.

മണം കേട്ട് കൺട്രോൾ വിട്ട് നിന്ന എന്നോട് പറഞ്ഞു,

"ആ സ്ലാബിൽ വീണത് തുത്തെടുത്തു കയ്യിൽ പുരട്ടിക്കോ. ങ്ടെ ഇഷ്ട പാചകക്കാരി ഈ നെയ്യാണ് കയ്യിലൊക്കെ പുരട്ടുന്നത് എന്ന് ചാനലിൽ പറയാറുണ്ട്. അതാണ് കൈയുടേം കാലിന്റേം സൗന്ദര്യ രഹസ്യമെന്നാ പുള്ളിക്കാരി പറയുന്നത്."

"ഏയ് അത് എന്റെയൊന്നും ഇഷ്ടക്കാരിയല്ല. എറണാകുളത്തെ കൂട്ടുകാരൻ ഹമീദിന്റെയാ. ഗൾഫിലുള്ള മിക്കവർക്കും മനസ്സിലൊരു ഇഷ്ടനായികയുണ്ടാവും അത്രേയുള്ളു."

"അപ്പോ നിങ്ങടെ മനസ്സിലെ നായിക ആരാ?"

നെയ്യ് കയ്യിലും ദേഹത്തും പുരട്ടുന്നതിനിടയിൽ ഞാൻ പറഞ്ഞു, "ഏയ് എനിക്കങ്ങനെ ആരുമില്ല. എനിക്കതൊന്നും ഇഷ്ടമേയല്ലാ."

"ഹോ ഞാനെത്ര ഭാഗ്യവതി! എന്റെ കെട്ടിയോൻ എത്രയോ നിഷ്കളങ്കൻ!"

"താങ്ക്യൂ, രണ്ടാം വാക്സിന്റെ സർട്ടിഫിക്കറ്റിനേക്കാളും വിലയുള്ള വാക്കുകളാണ് സഖീ നിന്റേത്. പാലാണ്, തേനാണ് എൻ ഖൽബിലെ പൈങ്കിളി പഞ്ചാര കുഴമ്പാണു നീ."

നൊമ്പരങ്ങൾ

ഇസ്‌ലാമിക് കലണ്ടറിലെ അറബി മാസമായ സഫർ യാത്രകളുടെ മാസമായാണ് ഇസ്‌ലാമിക സമൂഹവും പണ്ഡിതരും വിലയിരുത്തുന്നത്.

കൊറോണയ്ക്കു മുൻപുള്ള കാലങ്ങളിൽ തങ്ങളുടെ വാഹനങ്ങളിൽ പുതപ്പുകളും ആഹാര സാധനങ്ങളും പാത്രങ്ങളും വിറകും ഗ്യാസും വണ്ടി നിറയെ കുടുംബാംഗങ്ങളുമായി യാത്ര ചെയ്യുന്ന അറബ് വംശജരുടെ കാഴ്ചയാണ് ഗൾഫിലെ റോഡുകളിൽ നിറയെ കാണുക.

യാതൊരു ലുബ്ധും (പിശുക്ക്) കാട്ടാതെ, വാങ്ങൽ ശേഷിയിൽ മുൻപന്തിയിൽ നിൽക്കുന്ന അറബികൾ ഈ സമയങ്ങളിൽ കച്ചവടക്കാരായ ഞങ്ങൾക്ക് നല്ല കോളാണു നൽകുന്നത്.

പുസ്തക പ്രകാശനത്തിന് ഇവിടത്തെ ഷോപ്പ് അടച്ചിട്ട് രണ്ടു മാസത്തെ ലീവിന് നാട്ടിലേക്കു പോയ ഞാൻ യാത്രാ വിലക്കു കാരണം പത്തു മാസത്തോളം നാട്ടിൽ നിൽക്കേണ്ടി വന്നു. എന്നെ പോലെ ധാരാളം ആളുകൾ ഇതുപോലെ പ്രതിസന്ധിയിൽ പെട്ടുപോയി. എന്തായാലും സൗദിയിൽ തിരിച്ചെത്തി ഷോപ്പിൽ കുറേ പൊടി പിടിച്ചെങ്കിലും സാധനങ്ങൾ ഒന്നും കേടായില്ല, നഷ്ടമായില്ല എന്നത് ആശ്വാസമായി.

പറഞ്ഞു വന്നത് യാത്രകളെ കുറിച്ചാണ്. ഏഴു വർഷം മുന്നേ ഒരു ദിവസം ഉച്ചയ്ക്ക് കുടുംബവീട്ടിൽ അടുത്തു നിന്ന് ചോറൂട്ടിയ ശേഷം അര മണിക്കൂർ നീ ഉറങ്ങീട്ട് പോയാല് മതീന്ന് നിർബന്ധിച്ച ഉമ്മാ മരണപ്പെടുന്നത് സഫർ മാസത്തിന്റെ അവസാന മണിക്കൂറുകളിലാണ്. ഞാൻ കായംകുളത്തെ എന്റെ വീട്ടിലെത്തിയപ്പോൾ ഫോൺ. അങ്ങേത്തലക്കൽ മാമാ റെഷീദ്.

“ജലാലേ ഉമ്മാക്ക് സുഖമില്ല, നീ വേഗം വാ”

“എന്റുമ്മാക്ക് എന്തു പറ്റി?”

“ഇത്താ മിണ്ടണില്ലടാ.”

ഉമ്മാ വിട്ടുപോയി. പ്രിയപ്പെട്ടവർ പ്രാർത്ഥനയിൽ ചേർക്കുക.

ഇത്തവണ അല്ലാഹുവിലേക്ക് യാത്ര പോയത് മൂത്ത ഇക്കാ ആയിരുന്നു. നാട്ടുകാർ കുഞ്ഞുമോൻ എന്നു വിളിച്ചിരുന്ന ഇക്കാ ശുദ്ധനായ പഞ്ചപാവമായ ആളായിരുന്നു. അനിയന്മാരുടെ ഉയർച്ചകളിൽ ഏറെ സന്തോഷിച്ചിരുന്ന ഇക്കാക്ക് ചെറിയ രീതിയിൽ ശ്വാസത്തിന്റെ ബുദ്ധിമുട്ടുണ്ടായിരുന്നു. ഞങ്ങൾ അനിയന്മാരെ കാണുമ്പോൾ നെഞ്ചിൽ കൈ

വെച്ചോണ്ട് എനിക്കിപ്പോൾ തീരെ വയ്യടാ എന്ന് ഒരു പറച്ചിലുണ്ട്. കാണുമ്പോഴും കുടുംബവിശേഷങ്ങൾ ചർച്ച ചെയ്യുമ്പോളും അസുഖം മറന്ന് ആവേശഭരിതനും ഊർജ്ജസ്വലനും ആകുമായിരുന്നു. എത്ര ശ്രദ്ധിച്ചിട്ടും കൊറോണയുടെ പിടുത്തത്തിൽ നിന്നും ഞങ്ങളുടെ പ്രിയപ്പെട്ട ഇക്കാക്ക് രക്ഷപെടാനായില്ല.

ഇത്തവണയും ഞാൻ പ്രവാസത്തിലേക്ക് തിരിക്കുന്നതിന് എട്ടു ദിവസം മുന്നേയാണ് കുടുംബത്തിൽ ഇക്കായുടെ മരണമെത്തിയത്. വല്ലാത്തൊരു മാനസികാവസ്ഥ ആയിരുന്നതു കൊണ്ടാണ് കാണാമെന്നേറ്റിരുന്ന പലരോടും യാത്രപോലും പറയാതെ എന്റെ പ്രവാസ സ്ഥലമായ സൗദിയിലെ നജ്റാനിലേക്ക് പോന്നത്. ഇടത്താവളമായി പതിനഞ്ചു ദിവസം ഖത്തറിൽ ഉണ്ടെന്നറിഞ്ഞു കാണാനെത്തിയ ഒരുപാട് ചങ്കുകൾ...

സൗദിയിൽ പ്രവേശിക്കാൻ മറ്റൊരു രാജ്യത്ത് പതിനഞ്ചു ദിവസം നിർബന്ധിത കൊറന്റൈൻ വേണമെന്ന ചട്ടം നിലനിൽക്കെ മാനസികമായ വിഷമ സന്ധിയിൽ എത്തിയ എനിക്ക് നാട്ടിൽ നിന്നുള്ള യാത്രയുടെ നൂലാമാലകൾ എല്ലാം ശരിയാക്കി സ്വന്തം റിസ്കിൽ ഖത്തറിൽ എത്തിച്ചു ഹൃദ്യമായ ഭക്ഷണം ഉൾപ്പെടെ എല്ലാ സൗകര്യങ്ങളും ഒരുക്കി തന്ന ഖത്തറിലെ എല്ലാ സ്ഥലങ്ങളും കാഴ്ചകളും കാട്ടിത്തന്ന പ്രിയപ്പെട്ട സുഹൃത്ത് നൗഷാദ് സുട്ടുവിനെ സ്നേഹപൂർവ്വം ഓർക്കുന്നു.

കിട്ടേണ്ടത് കിട്ടിയപ്പോൾ

ഒരു വിവാഹ ചടങ്ങിലാണ് "ജലാൽ അല്ലേ" എന്നു ചോദിച്ചു വന്ന സാഹിതയെ കണ്ടത്.

എന്തൊരു സൗന്ദര്യമാണീ സ്ത്രീക്ക് എന്നോർത്ത് കൊടുമ്പിരിക്കൊള്ളുമ്പോളേക്കും അടുത്ത ചോദ്യം,

"ഷെരീഫിന്റെയും സാക്കിറിന്റെയും കൂട്ടുകാരൻ ആണല്ലേ?"

അവരുടെ വശ്യതയുള്ള ഭാവത്തിലെ അതിമനോഹരമായ സംസാരത്തിൽ അലിഞ്ഞു ചേർന്നങ്ങനെ പരിസരം മറന്നു നിൽക്കവേ അവർ തുടർന്നു, "ഞാൻ കാന്റീൻകാരന്റെ കുറിപ്പുകൾ വായിച്ചപ്പോൾ അവരുടെ പേര് കണ്ടു. എനിക്കത്ഭുതമായി. ഞാൻ പഠിക്കുമ്പോൾ ജലാൽ അവിടെയില്ല. അക്കാലത്തെ എന്റെ ഫ്രണ്ടാണ് സാക്കിർ. എന്റെ കൂട്ടുകാരി ആയിരുന്ന റസിയയുടെ ഫ്രണ്ടായിരുന്നു ഷെരീഫ്."

"ഹോ,ഹോ... ഇപ്പ മനസ്സിലായി. ഫ്രണ്ടല്ല കാമുകിമാർ. നിങ്ങൾ പ്രീഡിഗ്രി കഴിഞ്ഞ് പോയപ്പോളാണ് ഞങ്ങൾ കൂട്ടുകാരായത്. അവർ എന്നോട് ഇക്കാര്യം ഡിസ്കസ് ചെയ്യുമായിരുന്നു. വാ ആ മരത്തിന്റെ തണലിൽ നമുക്കങ്ങോട്ട് നീങ്ങി നിൽക്കാം."

"അയ്യോ കെട്ടിയോൻ ഇപ്പോ വിളിക്കാൻ വരും. തന്നെയുമല്ല ഇങ്ങിനെ സംസാരിക്കാൻ നിന്നാൽ ശരിയാവില്ല. എന്റെ ബന്ധുക്കളൊക്കെയുള്ള കല്യാണമാണ്."

വല്ലാത്ത നിരാശയോടെ ഞാൻ പറഞ്ഞു, "എന്നാൽ മാറി നിൽക്കണ്ട ഇവിടെ വെച്ച് പറ.

ഇത്രേം മനോഹരിയായ ഇയാളെ സാക്കിർ എന്താ കെട്ടാഞ്ഞത്? പഹയന് ഭാഗ്യമില്ല. ഞാനെങ്ങാനും ആരുന്നെങ്കി ഇയാളെ കെട്ടിയിട്ടേ ബാക്കി കാര്യമുള്ളാരുന്നു. എന്ത് രസമാ ങ്ങളെ കാണാൻ." എന്റെ പ്രശംസ സാഹിറയെ ഉൾപ്പുളകം കൊള്ളിച്ചു എന്ന് ആ മുഖഭാവം തെളിയിച്ചു.

"ഓ... പിന്നേ ജലാലിന് എത്രയെത്ര പ്രണയങ്ങൾ ഉണ്ടായിരുന്നെന്ന് പുസ്തകത്തിൽ ഞാൻ എണ്ണി നോക്കി, പലവട്ടം...."

എന്റെ ഉച്ചത്തിലെ ചിരി ആളുകൾ ശ്രദ്ധിക്കുന്നു എന്നും ഒന്നു പതുക്കെ ചിരിക്ക് എന്നവൾ മനോഹര മുഖഭാവത്തോടെ ശാസിച്ചു.

"എന്നിട്ട് എത്രയെണ്ണം വരെ എണ്ണി" ചിരിയടക്കാനാവാതെ ഞാൻ ചോദിച്ചു.

"അതെങ്ങിനെ എണ്ണാൻ? കുറേ എണ്ണി വരുമ്പോൾ അടുപ്പിൽ പാൽ തിളച്ചു തൂവും. അല്ലങ്കിൽ പുട്ടിന് ആവി വരും. അപ്പോൾ അതിന്റെ പുറകെ പോകും. അപ്പൊ പിന്നെ എണ്ണം തെറ്റില്ലേ?"

ആ ഹ്യൂമർ സംസാരം എന്നെ അത്ഭുതപ്പെടുത്തി. കൈ കൊണ്ട് തോളിൽ ഒറ്റ അടി കൊടുത്തു കൊണ്ട് പറഞ്ഞു, "ഇയാളെ പോലുള്ള ഭാര്യമാരെ, കാമുകിമാരെ കിട്ടുന്നവർ അതീവ ഭാഗ്യം ചെയ്തവർ."

അയ്യോ ഇതൊരു പബ്ലിക് ഇടമാണേന്ന് ഓർമ്മിപ്പിച്ചു കൊണ്ടവർ പറഞ്ഞു, "എന്റെ കെട്ടിയോൻ കണ്ടോണ്ട് വന്നാൽ ഇങ്ങളെ കൈകാര്യം ചെയ്യും. അങ്ങേർക്കറിയില്ലല്ലോ ഇതൊരു ലോക പ്രശസ്ത റൈറ്റർ ആണെന്ന്. പിറ്റേന്ന് പത്രത്തിൽ വന്ന് ങ്ങടെ ഇമേജ് കൊളമാകുമേ. പിന്നെ എന്നേക്കാളൊക്കെ എത്രയോ ഹ്യുമർ പറയുന്നു പലപ്പോഴും ങ്ങടെ സാജിത."

ഇത്രേം നേരമുണ്ടായിരുന്ന ഉഷാറിന് ഒരു ബ്രേക്ക് പിടിത്തം ഉണ്ടായ പോലെ മനസ്സ് പതറി ചോദിച്ചു, "സാജിതയ അറിയുമോ?"

"പിന്നില്ലേ, കണ്ടിട്ടില്ലെങ്കിലും മനസ്സിൽ നിറഞ്ഞു നിക്കുന്ന രൂപമാണ് നിങ്ങടെ പ്രിയ പത്നി. അവരുടെ ചില കമന്റുകളിൽ നിന്ന് മനസിലാകും ജലാലിന്റെ സാഹിത്യ വഴിയിൽ അവർ നൽകുന്ന സപ്പോർട്ട്."

ഞാൻ ഷർട്ടിന്റെ കോളർ ഒന്നുയർത്തി താഴ്ത്തി ഗാർവ്വോടെ പറഞ്ഞു, "അതേ അവളാണെന്റെ ഭാഗ്യം."

മുഖത്ത് ആരാധനയുടെ അപാരത വർഷിച്ചു കൊണ്ടവർ മൊഴിഞ്ഞു,

"പക്ഷേ ജലാലിനെ, വായനക്കാരായ ഞങ്ങളുടെ അത്രേം ആ പാവം മനസ്സിലാക്കിയിട്ടില്ല."

ദേ പിന്നേം! ഞാൻ അറിയാതെ വീണ്ടും അടിക്കാൻ കയ്യോങ്ങി. പുറ കോട്ട് നീങ്ങിക്കൊണ്ടവർ "ചുമ്മാതിരി ചുമ്മാതിരി" എന്ന് കണ്ണു കാണിച്ചു.

"ആട്ടെ നിങ്ങടെ പഴയ കാമുകരെ പിന്നീട് കണ്ടു കിട്ടിയോ?"

"ഇല്ലന്നേ. എനിക്ക് സാക്കിറിന്റെ നമ്പർ ഒന്നു താ. അതിനാ ഞാൻ ജലാലിനെ ട്രെയിസ് ചെയ്ത് കണ്ടുപിടിച്ചു വന്നത്."

"അയ്യോ! എന്റെ മൊബൈൽ വണ്ടിയിൽ ഇരിക്കുവാ. ഇയാളുടെ മൊബൈലിൽ എന്റെ നമ്പർ അടിക്ക്. ഞാൻ അവന്റെ നമ്പർ അയക്കാം."

അടവ് പെട്ടെന്ന് കണ്ടു പിടിച്ചപോലെ അവർ പറഞ്ഞു.

"അയ്യടാ പുളുസേ... ഈ പോക്കറ്റിൽ പിന്നെന്തുവാ?" വീർത്തിരിക്കുന്ന പാന്റിന്റെ പോക്കറ്റ് ചുണ്ടി കാട്ടികൊണ്ട് അവർ ചോദിച്ചു.

“അല്ല...ആ മൊബൈലിന്റെ ചാർജ്ജ് തീർന്നു. അതാ പാന്റിന്റെ പോക്കറ്റിൽ ഇട്ടേക്കുന്നത്. കിട്ടേണ്ടത് കിട്ടിയപ്പോൾ ഞാൻ വിശ്വാസ്യത കൈവരിക്കാൻ ശ്രമിച്ചു.

“സാഹിതയ്ക്ക് ഞാൻ അവന്റെ നമ്പർ അയക്കാം. എന്റെ നമ്പർ മൊബൈലിൽ അടിച്ചിട്ടേര്. എന്നെ വിശ്വാസമെങ്കിൽ വിളിച്ചോളൂ. ഞാൻ പറഞ്ഞ കോമഡികൾ ഓവറായി അല്ലേ ? സോറി.”

“അയ്യയ്യോ അങ്ങനൊന്നുമില്ല ഞാൻ ചുമ്മാ പറഞ്ഞതാ. ഞാൻ മിസ്ഡ് കാൾ അടിച്ചേക്കാം ട്ടാ.”

ക്യാമ്പസോർമ്മകൾ

ജീവിതത്തിൽ പല സന്ദർഭങ്ങളിലും പൈസയേക്കാൾ വലുതായി ചില മൂല്യങ്ങൾ കാത്തു സൂക്ഷിച്ചിരുന്നത് വളരെ നന്നായിരുന്നുവെന്നു തോന്നുന്നത് 25 വർഷത്തിനു ശേഷവുമുള്ള ഇത്തരം ഓർമ്മ പങ്കുവെക്കലിൽ ആണ്.

കോളേജ് കാന്റീൻ കാലത്തെ വിദ്യാർത്ഥി നേതാവായിരുന്ന സീബോ ശശി നൽകിയ കമന്റ്:

"ടീബാഗ് ആദ്യമായി ചായയിൽ കാണുന്നത് ജലാലിക്കയുടെ കടയിലായിരുന്നു. താജ്മഹൽ ആയിരുന്നു ബ്രാൻഡ് എന്നാണോർമ്മ. നമുക്കന്ന് സാദാ ചായ കുടിക്കാനേ യോഗമുള്ളായിരുന്നു. സാറുമ്മാരും ചില പ്രധാനികളുമൊക്കെ ആ ചായ കുടിക്കുന്നത് ഇത്തിരി സങ്കടത്തോടെ നോക്കി നിന്നിട്ടുണ്ട്. കിരൺ ആണ് എനിക്ക് ആദ്യമായി ടീബാഗ് ഇട്ട ചായ വാങ്ങിച്ചു തരുന്നത്.

കുടിച്ചു കൊണ്ടിരുന്നപ്പോൾ ഞാൻ ജലാലിക്കയോടു പറഞ്ഞു എനിക്കിതു കുടിക്കാൻ പെരുത്ത ആഗ്രഹമായിരുന്നെന്ന്. എല്ലാ വെള്ളിയാഴ്ചയിലും ഒരു ടീബാഗ് ചായ ഫ്രീ പുള്ളി എനിക്കു അപ്പോൾ തന്നെ പ്രഖ്യാപിച്ചു.

ഫ്രീ ചായയിൽ മാത്രം ഒതുങ്ങിയില്ല എന്നതാണു സത്യം. വടയായും സമോസയായും പൊതിച്ചോറായും ഒത്തിരി കടം ബാക്കിയായി. ജലാലിക്കയും ക്ലാസ്സിക്ക് ഹോട്ടലിലെ കുഞ്ഞുമോനിക്കയും തീർക്കാൻ പറ്റാത്ത കടപ്പാടുള്ളവരാണ്. വിശപ്പിനു മാത്രമല്ല, ക്യാമ്പസ്സിൽ നടന്ന ചില സംഘർഷങ്ങളിൽ തടി കേടാകാതെ രക്ഷപെടാനായി ജലാലിക്കയുടെ കടയിലെ സോഡാക്കുപ്പി രക്ഷകനായ ഒരു അനുഭവവും എനിക്കുണ്ട്. അതൊക്കെ ഒരു കാലം... തിരികെ ഒന്നൂടെ വന്നിരിന്നുവെങ്കിലെന്ന് വെറുതെ മോഹിക്കുന്നൊരു കാലം."

എംഎസ്എം കോളേജിൽ മിക്കവാറും ഇലക്ഷൻ നടക്കുന്ന സമയത്ത് കടുത്ത സംഘർഷാവസ്ഥ ഉണ്ടാകാറുണ്ട്. അന്നൊക്കെ പ്രീഡിഗ്രിയുള്ളതു കൊണ്ട് 5500-ൽ പരം പേർ പഠിക്കുന്ന കേരളത്തിലെ ഏക കോളേജും ഞങ്ങടെ കോളേജ് തന്നെ. കേരളത്തിലെ രാഷ്ട്രീയ പരീക്ഷണശാല എന്നൊരു ഓമനപ്പേരും ഞങ്ങടെ കോളേജിനുണ്ട്. മിക്കവരെയും അടുത്തറിയുന്ന മുഖപരിചയമെങ്കിലും സൂക്ഷിക്കുന്ന അധ്യാപകരും വിദ്യാർത്ഥികളും.

ഇലക്ഷന്റെ അന്ന് രാവിലെ മുതൽ കോളേജിന്റെ ചുറ്റുവട്ടം പോലീസിനെ കൊണ്ടു നിറയും. ഈ സകല പോലീസുകാർക്കും ചായയും ലഘുഭക്ഷ

ണവും കൊടുക്കണം. പോളിംഗ് ബൂത്തുകളിലുള്ള അദ്ധ്യാപകർക്കും നോൺ ടീച്ചിനും വേണ്ടി തിരക്കിനിടയിലൂടെ വലിയ ട്രേയിൽ ചായയുമായി പോകുമ്പോൾ, ഓടിനടക്കുന്ന സ്ഥാനാർഥികളെയും പ്രവർത്തകരെയും വളരെ ശ്രദ്ധിക്കണം. ഇല്ലെങ്കി കൂട്ടിയിടിച്ച് പണിതീർന്നതു തന്നെ. പിന്നെ ചുണ്ടുനനച്ച് കണ്ണിറുക്കി കാട്ടുന്ന വെടല പെൺപിള്ളാരെയും. ആകെ ജഗപൊഗയാണെങ്കിലും ആസ്വാദ്യം തന്നെ.

ഞങ്ങൾ സഹോദരങ്ങളും സഹപ്രവർത്തകരും പത്തോ പതിനഞ്ചോ പേർ ഏതു അടിയന്തിര സാഹചര്യവും നേരിടാൻ തയ്യാറായി നിൽക്കും. പരാതിയില്ലാതെ എല്ലായിടത്തും എത്തിച്ചേരും. വോട്ടെണ്ണി കഴിയുമ്പോൾ ഇടിതുടങ്ങും. മേശ ഏജന്റുമാർ കണക്കുകൾ പരസ്പരം കൈമാറി കൂട്ടി വരുമ്പോൾ ആരു തോറ്റാലും തോറ്റവർ സംഘടിക്കും. പ്രിൻസിപ്പളിന്റെ യും റിട്ടേനിംഗ് ഓഫീസറിന്റെയും റൂമിൽ സംഘർഷമുണ്ടാകും. ഉന്തൽ തള്ളൽ, എടാപോടാ, ഗോഗ്വാ വിളികൾ... ഒരിക്കൽ നിയമസഭാ സ്പീക്കറുടെ ചേംബറിൽ കണ്ടതൊക്കെ പ്രിൻസിപ്പലിന്റെ റൂമിൽ അരങ്ങേറും. പ്രിൻസി പ്പലിനെ ആരും ഒന്നും ചെയ്യില്ല. പക്ഷെ ടെൻഷനാക്കും. ചിലപ്പോൾ മുറിയി ലിട്ട് പൂട്ടി ഘെരാവോ ചെയ്യും.

ചിലപ്പോൾ വിദ്യാർത്ഥികൾ ഓട്ടം, ഓടിച്ചട്ടടി... ഇതിനിടയിലും അടി ക്കാൻ വരുന്ന എതിരാളിയോട് അടിക്കല്ലേ എന്ന് കണ്ണുകൊണ്ട് അപേക്ഷിച്ച് അടി വാങ്ങാത്ത സൂപ്പർ താരങ്ങളുമുണ്ട്. ആകെ കലപില. ഫലം പ്രഖ്യാ പിക്കാൻ പറ്റൂല. റീകൗണ്ടിംഗ് ആവശ്യമുയരും. എതിർകക്ഷി സമ്മതിക്കില്ല. അപ്പോളേക്കും പോലീസ് ജാഗരൂകരാവും.

ഇതിനിടയിൽ ആരെങ്കിലും കോളേജിലേക്കുള്ള വൈദ്യുതി വിച്ഛേദിക്കും. അതോടെ ഇരുട്ടിലും എല്ലാവരും ജാഗരൂകരാവും. ബാലറ്റുപെട്ടി പോയാൽ അദ്ധ്യാപകരുടെ പണിപാളും. പുറത്തൂന്ന് ആളെ അകത്തേക്ക് കയറ്റില്ല. അകത്തൂന്ന് പുറത്തു പോയി സാധനം വാങ്ങാനും കഴിയില്ല. ഈ ടെൻഷ നിടയിൽ അദ്ധ്യാപകർക്ക് ഇമ്മിണി കട്ടൻചായ കിട്ടിയാൽ അമൃത് കിട്ടിയ തുപോലെ ആ മുഖം തെളിയും. എങ്ങിനെയും അതെങ്കിലും അവസാനം വരെ എത്തിച്ചിട്ടേ ഞാൻ കാന്റീൻ അടച്ചു പോരുകയുള്ളൂ.

കോളേജിനു പുറത്ത് കൂടിനിൽക്കുന്ന പ്രവർത്തകർ പലപ്പോളും കോ ളേജിലേക്ക് കല്ലെറിയും. കൈവിട്ട കല്ലിനു വിവരമില്ലാത്തതിനാൽ ഏതു ധൈര്യക്കാരനും ഓടിയൊളിക്കുന്നതു കാണാം. പക്ഷെ ഒന്നുണ്ട്, അത് പറയാതെ വയ്യ. എംഎസ്എം കോളേജിൽ രാഷ്ട്രീയം കളിച്ചവരെല്ലാം ജീവി തത്തിൽ വിജയം നേടിയിട്ടുണ്ട്. സംഘർഷങ്ങളിൽ പരിക്കേറ്റ ചുരുക്കം ചിലർ ഇപ്പോളും വിഷമിക്കുന്നുമുണ്ട്. തലയ്ക്ക് അടികിട്ടി മാനസിക രോഗി യായിത്തീർന്ന ഒരാളെയും കണ്ടിട്ടുണ്ട്.

പ്രീഡിഗ്രി ഒരു ചെറിയ ഡിഗ്രിയല്ല

കാമ്പസുകളിലെ വസന്ത കാലമായിരുന്നു പ്രീഡിഗ്രി കോഴ്സ്. പത്താം ക്ലാസ് ജയിച്ചു വരുന്ന എല്ലാവർക്കും ആവശ്യമെങ്കിൽ ചേർന്നു പഠിക്കാമായിരുന്നൊരു കോഴ്സ്. മറ്റ് കോഴ്സുകൾ അപൂർവ്വമായിരുന്ന അക്കാലത്ത് ഒട്ടു മിക്കവരും പി.ഡി.സിക്ക് പഠിക്കും. കോളേജിൽ പഠിക്കുന്നു എന്നു പറഞ്ഞാൽ ചിലരെങ്കിലും മുഖഭാവം മാറ്റി ഒട്ടൊരു റെസ്പെക്റ്റഡ് ആയി മടക്കിക്കുത്തഴിച്ച് ബഹുമാനിച്ചിരുന്നു. ഞങ്ങടെ പ്രദേശത്തുള്ള ദിലീപായിരുന്നു അന്ന് ആലപ്പുഴ എസ്.ഡി കോളേജിൽ പോയിരുന്ന 16 വയസുള്ള കൂട്ടുകാരൻ. ബി.എസ്.എ.സൈക്കിളിൽ ആഡംബര പൂർവ്വം രണ്ടു ബുക്ക് കാരിയറിൽ വെച്ച് ഒട്ടൊരു ഗമയോടെ പോകുന്ന ദിലീപ്. പുള്ളിയോട് പതിനഞ്ചുകാരനായ ഞാനൊരിക്കൽ ചോദിച്ചു, ഈ പി.ഡിസി. യുടെ ഫുൾ ഫോമെന്താണെന്ന്. ദിലീപാണ് പറഞ്ഞത് പ്രീ ഡിഗ്രി കോഴ്സ് എന്നാണെന്ന്.

കോളേജ് എന്നു കേട്ടാൽ അമേരിക്ക പോലെ സ്വതന്ത്ര മനോഹരം എന്ന് മനസ്സിൽ സങ്കല്പിച്ചിരുന്ന ഞാൻ പതിമൂന്നാം വയസ്സിൽ കോട്ടയം സി.എം.എസ് കോളേജിന്റെ മതിലിൽ തള്ളി നിൽക്കുന്ന മുഴപ്പുകളിൽ ചവിട്ടിക്കയറി ആ കാമ്പസിലേക്ക് നോക്കുമായിരുന്നു. കാമ്പസിനോട് അത്രയ്ക്ക് കൊതിയായിരുന്നു. നിയോഗം പോലെ പതിനെട്ടാം വയസ്സിൽ ചായക്കാരനായി കായംകുളം എം.എസ്.എം കോളേജ് കാമ്പസിൽ ആദ്യമായി എത്തിയപ്പോൾ സത്യത്തിൽ അമേരിക്കയിലെത്തിയ സന്തോഷമായിരുന്നു.

കാമ്പസിൽ നിറഞ്ഞൊഴുകുന്ന ഏതാണ്ട് ഒരേ പ്രായത്തിലുള്ള സുന്ദരീസുന്ദരന്മാരെ ഒട്ടൊരു ആനന്ദത്തോടെ നോക്കി നിന്നു. ഓരോ കോഴ്സിന്റെയും ഫുൾഫോമുകൾ മാത്രമല്ല വേറെ പലതും അവിടില്ലാത്ത കോഴ്സായ സൈക്കോളജിയും കുറെയൊക്കെ പഠിക്കാൻ ശ്രമിച്ചു.

അന്ന് കോളേജിൽ പ്രീഡിഗ്രിയുടെ ഫസ്റ്റ്, സെക്കന്റ്, തേർഡ് ഗ്രൂപ്പുകളുടെ നാലു വീതം ബാച്ചുകളും ഫോർത്ത് ഗ്രൂപ്പിന്റെ രണ്ട് ബാച്ചുമാണുണ്ടായിരുന്നത്. രണ്ട് ഇയറുകളിലായി 28 ക്ലാസ്സ് മുറികൾ. 1980-90 കളിലെ വിദ്യാർത്ഥികളുടെ ആധിക്യം കൊണ്ട് ഷിഫ്റ്റ് സമ്പ്രദായത്തിലായിരുന്നു ക്ലാസ്സുകൾ. ഒന്നാം വർഷക്കാർ രാവിലെ ഒൻപതു തൊട്ട് പന്ത്രണ്ടര മണി വരെയും രണ്ടാം വർഷക്കാർക്ക് ഒന്ന് തൊട്ട് അഞ്ചു മണി വരെയും.

അഡ്മിഷൻ കഴിഞ്ഞ് ഒന്നാം വർഷക്കാരെ വെൽക്കം ചെയ്യാനായി വിദ്യാർത്ഥി സംഘടനകൾ ഒരുക്കുന്ന സ്വീകരണ പ്രോഗ്രാമുകൾ പ്രിൻസിപ്പലിനും അദ്ധ്യാപകർക്കും ഏറ്റവും വലിയ തലവേദന ഉണ്ടാക്കിയിരുന്നു.

മിക്കവാറും വലിയൊരു സംഘർഷത്തിലും ആശുപത്രി വാസത്തിലും കോളേജ് കുറച്ചു ദിവസം അടച്ചിടാനുള്ള കാരണങ്ങളും വെൽക്കം പരിപാടികളുടെ ബാക്കിപത്രമായിരുന്നു. മുതിർന്ന ക്ലാസ്സുകളിലെ വിദ്യാർത്ഥികളുടെ ഏറ്റവും സന്തോഷമുള്ള കാമ്പസ് ഓർമ്മകളിൽ പ്രീഡിഗ്രി വെൽക്കം പരിപാടികൾ നിറഞ്ഞു നില്ക്കും. പലർക്കും പഴയതിനെ തേച്ചിട്ട് പുതിയ ലൈനുകൾ ഒപ്പിക്കാനുള്ള ആദ്യ ദിവസം. കാമ്പസിൽ നിറഞ്ഞാടുന്ന ചില പ്രണയ ജോഡികൾ തന്റെ കാമുവിനെ ഈ ബഹളങ്ങളിലേക്കൊന്നും പോകാൻ വിടാതെ പ്രണയിനി അന്നവനെ കൂടുതൽ കെയർ ചെയ്യുന്നതായി ഉൾച്ചിരിയോടെ നിരീക്ഷിച്ചിട്ടുണ്ട്. പ്രണയ ലേഖനങ്ങളും ആട്ടോഗ്രാഫുകളും പ്രണയാരംഭത്തിനായി ക്രിസ്മസ്കാർഡുകളും പ്യാരി ചോക്കലേറ്റുകളും തകർത്താടിയിരുന്ന കാലം.

സയൻസ് പഠിക്കുന്ന പ്രീഡിഗ്രിക്കാരെ അധികൃതർ വലയിൽ പെടുത്തിയ പോലെ പ്രത്യേക ബ്ലോക്കിൽ ഇട്ടിരുന്നു. ആ ഭാഗത്തേക്കുള്ള പ്രകടനങ്ങളും സമരങ്ങളും ഒഴിവാക്കണമെന്നുള്ള ചർച്ച അദ്ധ്യാപക-വിദ്യാർത്ഥി കൗൺസിലിൽ ഉയർന്നു വരാറുണ്ടായിരുന്നു. കെമിസ്ട്രി പ്രാക്ടിക്കൽ ലാബുകളിൽ നിന്നുയരുന്ന ആസിഡുകളുടെ ശ്വാസം മുട്ടുന്ന മണവും സുവോളജി ലാബിലെ മരണപ്പെട്ടതും ജീവനുള്ളതുമായ തവളകളും പാറ്റകളും. ഫിസിക്സ് ലാബിലെ ഫണലുകളിലെ തീ കാണിക്കുമ്പോൾ കളർ മാറുന്ന ശാസ്ത്ര വിസ്മയങ്ങളും ആദ്യമൊക്കെ അമ്പരപ്പ് തോന്നിച്ചിരുന്നു. ബോട്ടണിയിലെ സസ്യങ്ങളും പരീക്ഷണ നിരീക്ഷണങ്ങൾക്ക് വിധേയമാക്കി.

കെമിസ്ട്രിയിലെ തല മരവിക്കുന്ന മണങ്ങളിൽ ചിലരെങ്കിലുമൊക്കെ തല കറങ്ങി വീഴാറുണ്ടായിരുന്നു.

തവളകളുടെ ഞരമ്പുകൾ കണ്ടുപിടിക്കാൻ വ്യഗ്രതപ്പെടുന്ന വിദ്യാർത്ഥികൾ കാമ്പസ്സിൽ എത്ര ബഹളമുണ്ടായാലും അവരറിയില്ല എന്നു തോന്നിയിട്ടുണ്ട്. അങ്ങിനെയുള്ള ഒരുപാടുപേർ ഡോക്ടർമാരായിട്ടുണ്ടാവും. പിന്നീട്, ക്ലാസ്സ് മുറികൾ കൂട്ടി, ഷിഫ്റ്റ് സമ്പ്രദായം മാറ്റി പത്തു മുതൽ നാലു വരെ സമയത്ത് ക്ലാസ്സുകളായി.

പാവാടയും ഉടുപ്പും ധരിച്ചവർ പ്രീഡിഗ്രിക്കാരും പാവാടയ്ക്കൊപ്പം ഹാഫ് സാരി ചുറ്റിയവർ ഡിഗ്രി ഒന്നാം വർഷ രണ്ടാം വർഷക്കാരും സാരിയുടുത്തവർ മൂന്നാം വർഷക്കാരും എന്നൊരു സിംബൽ തന്നെ ആ കാലമുണ്ടാക്കി. ചുരിദാർ വ്യാപകമായപ്പോൾ ആര് പ്രീഡിഗ്രി ആര് ഡിഗ്രി എന്നറിയാൻ കാമ്പസിൽ അവർ സഞ്ചരിക്കുന്ന ഭാഗങ്ങളിലുള്ള ക്ലാസ്സുകളിലേക്കു നോക്കി വിലയിരുത്തി.

പരീക്ഷക്കാലമാവുമ്പോൾ യൂണിവേഴ്സിറ്റി ഫീസടയ്ക്കാൻ ബാങ്കുകളിൽ നിന്നുള്ള ചെലാൻ വാങ്ങലും കോളേജ് ഫീസടയ്ക്കലും ചിലർക്കൊക്കെ വലിയ തൊന്തരവായിരുന്നു. മറ്റു ചിലർ അത് ആഘോഷമാക്കിയിരുന്നു. വിദ്യാർത്ഥി നേതാക്കളുടെ അടുത്ത വർഷത്തേക്കുള്ള വോട്ട്ബാങ്ക് ബാലൻസാക്കി ആ സേവനത്തെ സേവ് ചെയ്തിരുന്നു. ഹാൾ ടിക്കറ്റ് വിതരണമായിരുന്നു മറ്റൊരു വലിയ സംഭവം. മാർക്ക് കുറഞ്ഞതിനാലും മറ്റും പുറമെ രജിസ്റ്റർ ചെയ്ത പാരലൽ പ്രീഡിഗ്രിക്കാരും കാമ്പസിലെ പ്രീഡിഗ്രിക്കാരും കൂടി അന്ന് കാമ്പസ്സിൽ ഒരു വലിയ മേളം തന്നെയായിരുന്നു. പി.ഡി.സി പരീക്ഷകളും വലിയ സംഭവമായിരുന്നു.

ടൈപ്പ് ചെയ്ത് ഒരു ബ്ലാക്ക് ബോർഡിൽ ഒട്ടിച്ചു വെക്കുന്ന ഹാൾ ടിക്കറ്റ് നമ്പറുകൾ ഒത്തു നോക്കി പരവേശത്തോടെ അവരവരുടെ പരീക്ഷാ ഹാൾ കണ്ടു പിടിക്കാനുള്ള മാരത്തൺ ഓട്ടത്തെ ആരു മറക്കും? കൂടുതൽ പേർ പരീക്ഷയെഴുതുന്ന ദിവസം കാമ്പസും പരിസരവും പോലീസുകാരുടെ നിരീക്ഷണത്തിലായിരിക്കും. നൂലിൽ കെട്ടിയ "ടാപ്പുകൾ" ക്ലാസ്സ് മുറികളിൽ എത്താതിരിക്കാൻ പോലീസ് കാവൽ പലപ്പോളും റോഡുകളിൽ ഉണ്ടായിരുന്നു.

കോളേജ് ഡേകളിലായിരുന്നു തകർത്തു വാരിയുള്ള ആഘോഷങ്ങളും കെട്ടിപിടിച്ചു പൊട്ടിക്കരഞ്ഞുള്ള വിടവാങ്ങലുകളും. ആണിലും പെണ്ണിലും ഒന്നിലേറെ പ്രണയങ്ങളുള്ള ഒരേ മുഖക്കാരായ ചിലരെയൊക്കെ ഇടവിട്ട സമയങ്ങളിൽ കാമ്പസിന്റെ പല മൂലകളിൽ കണ്ട് അസൂയ തോന്നിയിട്ടുണ്ട്.

പ്ലസ് ടു എന്ന കോഴ്സിലൂടെ കോളേജുകളുടെ ആത്മാവ് തന്നെയാണ് കാമ്പസിൽ നിന്നില്ലാതായത്. ആളും ആരവവും ഒഴിഞ്ഞു. പറഞ്ഞറിയിക്കാനാവാത്തൊരു അസ്വസ്ഥത കാമ്പസിലെ ഒഴിഞ്ഞ ക്ലാസ്സ് മുറികൾ എല്ലാവരിലുമുണ്ടാക്കി. പ്രീഡിഗ്രി കഴിഞ്ഞിറങ്ങിയവർ മിക്കവരും ജീവിതത്തെ നേരിടാൻ കരുത്ത് നേടിയിരുന്നു. എല്ലാത്തരം കോഴ്സുകാരുമുള്ള കാമ്പസുകൾ അവരെ അതിന് സജ്ജരാക്കിയിരുന്നു. പലപ്പോളായി ബാച്ചുകൾ കുറച്ചാണ് പ്രീഡിഗ്രി കാമ്പസിൽ ഇല്ലാതായത്. അവസാന ബാച്ചുകാർ ഒഴിയുമ്പോൾ, കുടുംബത്തിൽ നിന്ന് താമസം മാറിപ്പോകുന്ന മക്കളെ നോക്കി ചങ്ക് പൊടിയുന്ന വേദനയോടെ നിൽക്കുന്ന മാതാവിനെ പോലെ എല്ലാ കാമ്പസുകളും കണ്ണീർ പൊഴിച്ചിട്ടുണ്ടാവും.

ബ്രണ്ണനും, എം.എസ്.എം. കോളേജും

ഏതു കോളേജായാലും അവിടെ രാഷ്ട്രീയമുണ്ടെങ്കിൽ നേതാക്കളെ പുറത്തു നിന്ന് നിരീക്ഷിക്കുന്നവർക്ക് ഓരോരുത്തരെ കുറിച്ചും ചില തെറ്റി ല്ലാത്ത ധാരണകളുണ്ടാവും.

കോളേജിൽ നിന്നിറങ്ങി വർഷങ്ങൾക്കുശേഷവും ഞാനെന്ന ഭാവത്തോടെ തള്ളുന്നവരുടെ എണ്ണം വളരെ കൂടുതലാണ് എന്നാണ് അനുഭവം. അതും സംഭവം നേരിൽ കണ്ടു നിന്നവരോടും അതിൽ ഭാഗഭാക്കായവരോടും.... ഞാഹ്, ഞങ്ങ അതൊക്കെ കണ്ടിരുന്നു. ഇമ്മിണി പയ്യെ തള്ള് എന്ന് മന സ്സിലെങ്കിലും പറഞ്ഞിട്ടേ നുമ്മ സ്കൂട്ടാവൂ.

കോളേജ് കാന്റീൻകാരന്റെ കുറിപ്പുകൾ ഒന്നാം ഭാഗം എഴുതുമ്പോൾ മനസ്സ് ഏറ്റവും സമ്മർദ്ദത്തിൽ പെടുത്തിയത് കാമ്പസ് രാഷ്ട്രീയത്തെ കുറിച്ച് എഴുതിയപ്പോളാണ്. കടൽ പോലെ വളരെ വിശാലമായി കിടക്കുന്ന സംഭവങ്ങൾ. ഓരോ നേതാവിന്റെയും വെറൈറ്റി സ്വഭാവങ്ങൾ. കാര്യക്ഷ മതയോടെ ആത്മാർത്ഥ രാഷ്ട്രീയം കളിക്കുന്നവർ. സേവന സന്നദ്ധർ. രാഷ്ട്രീയ പേരിൽ ഷൈൻ ചെയ്ത് പഞ്ചാരയടിക്കാൻ എല്ലായിടത്തും കേറിയിറങ്ങുന്ന വിരുതന്മാർ. ക്ലാസ് മുറികളിലെ ആവേശ പ്രസംഗത്തി ലൂടെ വിദ്യാർഥിനികളുടെ ഹീറോ ആയി മാറുന്ന ചിലർ. സംഘർഷങ്ങളിലെ ഓട്ടങ്ങൾക്കിടയിൽ നയിക്കാൻ, മുന്നിൽ ഓടാൻ ധൈര്യപ്പെടുന്ന ധീര ന്മാർ. ആക്രമിക്കാനെത്തുന്ന കൂട്ടത്തെ കണ്ട് ഓടിയൊളിക്കാതെ അവരെ നേരിടാൻ വടിയോ മറ്റ് എന്തെങ്കിലും കിട്ടുമോ എന്ന് തിരയുന്ന മികച്ചവർ.

കൂടെ നിൽക്കുന്ന പ്രിയ സുഹൃത്തിനെ അധികാരത്തിനായുള്ള ഗ്രൂപ്പിസത്തിന്റെ പേരിൽ പുറംകാലിന് തൊഴിക്കുന്നവർ. ഇലക്ഷന്റെ തലേന്ന് സ്വയവും മറ്റുള്ളവരെ കൊണ്ട് കീറിക്കുന്നതായ ഉടുപ്പും മുണ്ടും ധരിച്ചു കുട്ടികളുടെ മുന്നിൽ സഹതാപം നേടാൻ ശ്രമിച്ചവർ തുടങ്ങി ഉഡാ യിപ്പിന്റ അപ്പോസ്തലന്മാർ വരെ മനസിലൂടെ കടന്നു പോയി.

എല്ലാ രാഷ്ട്രീയ കക്ഷികളിൽ നിന്നും ഓരോ വർഷവും കുറഞ്ഞത് അൻപതു പേരെങ്കിലും നേതാക്കളായി പ്രാഗല്ഭ്യം തെളിയിച്ചവരുണ്ടാവും. എല്ലാവരെയും ഉൾപ്പെടുത്തുക എന്നത് അസാധ്യം. ആരെക്കുറിച്ചെഴു തണം എന്നുള്ള കൺഫ്യൂഷൻ. എഴുതിയ പലതും ഒഴിവാക്കി. ചിലതൊക്കെ ചിലർക്ക് നോവും. ചിലർ ദേഷ്യപ്പെട്ടേക്കാം. അങ്ങനൊരു സംഭവമുണ്ടായി ട്ടില്ല എന്ന് വാദിച്ചേക്കാം. ചിലർക്ക് അഭിമാനകരമാവാം.

കാമ്പസിനെ സംബന്ധിച്ച് എല്ലാ സംഭവങ്ങൾക്കും സാക്ഷികളുണ്ടാവും. അതങ്ങിനല്ല ഇങ്ങനാരുന്നു എന്നു പറയാൻ ആളുണ്ടാവും. ഓരോ സംഭവത്തിനു പിന്നിലും ഓരോ കാരണം ഉണ്ടാവും, നിലപാടുകളും. ആർക്കും കള്ളം പറയാനും പറ്റില്ല.

കാന്റീൻകാരന്റെ കുറിപ്പുകളിൽ എന്തായാലും കാമ്പസ് രാഷ്ട്രീയം ഉണ്ടാവണം. പ്രത്യേകിച്ച് കേരളത്തിലെ രാഷ്ട്രീയ പരീക്ഷണശാല എന്നറിയപ്പെടുന്ന കായംകുളം എം.എസ്.എം കോളേജിനെ പശ്ചാത്തലമാക്കുമ്പോൾ.

ലക്ഷ്മൺ മാധവുമായുള്ള ഒരുപാട് ചർച്ചകൾക്കു ശേഷമാണ് പുസ്തകത്തിലെ കാമ്പസ് രാഷ്ട്രീയം എന്ന ഭാഗമുണ്ടായത്. അത് ഒരുപാട് സംഭവങ്ങൾ, നേതാക്കൾ, സമരങ്ങൾ ഒക്കെ ഒഴിവാക്കിക്കൊണ്ട് ആർക്കും നോവാതെ ഒപ്പിച്ചെടുത്തു.

ഇന്ന്, കേരളം പഴയ കാമ്പസ് സംഘർഷം ചർച്ച ചെയ്യുമ്പോൾ കോളേജുകളിൽ പഠിച്ച എല്ലാവരുടെയും ഓർമ്മകൾ തങ്ങളുടെ കാമ്പസിലേക്കാണ് പറക്കുന്നത്. നേതാക്കളിൽ ചിലർ വിജയപരാജയങ്ങളുടെ സിഗ്നലുകൾ ശൈലിയാക്കിയിരുന്നു. അത് അവരറിയാതെ മറ്റുള്ളവർ നിരീക്ഷിച്ച് ഉണ്ടായതാവാം.

പ്രകടനമോ ഉന്തും തള്ളുമോ ഉണ്ടാകുമ്പോൾ മുണ്ട് മടക്കി കുത്തിയാൽ ഇടി നടക്കും എന്ന് ഉറപ്പിച്ചിരുന്ന ഒരു നേതാവ് എം.എസ്.എം കോളേജിലും ഉണ്ടായിരുന്നു - ബാബുജാൻ!

എന്റെ ഫേസ് ബുക്ക് കുറിപ്പുകൾ പുസ്തകമാക്കണമെന്ന് ആദ്യമായി ആവശ്യപ്പെട്ട യുവത്വത്തിലെ ചങ്ക് കൂട്ടുകാരൻ നസീർ സർ കാണാനെത്തി. പല പ്രാവശ്യം ശ്രമിച്ചിട്ടും കാണാൻ പറ്റാതെ 27 വർഷത്തിനു ശേഷമാണ് തമ്മിൽ കാണുന്നത്. ഇദ്ദേഹത്തിനും അനിയൻ എച്ച് നജീമിനുമൊക്കെ കോളേജ് ഇലക്ഷന്റെ വോട്ടെണ്ണുമ്പോൾ തങ്ങളുടെ സംഘടന തോൽക്കുമെന്നു കണ്ടാൽ ബാലറ്റ് പെട്ടി എടുത്ത് കോളേജിനു മുന്നിലെ തവളക്കിണറ്റിലിടാനും ബാലറ്റ് കീറിക്കളയാനും വലിയ ഇഷ്ടമായിരുന്നു. ഇത്തരം ഒരുപാടു പേർ ഒരോ വർഷവും ഓരോ കാമ്പസിലുമുണ്ടാവും.

ഷാർജയിലെ ഊഷ്മളമായ പുസ്തക സൽക്കാരം

ലോകോത്തര എഴുത്തുകാരും പ്രസാധകരും പുസ്തകലോകവും ആകെത്തന്നെ ഒരൊറ്റ മേളയിലേക്ക് ആവേശത്തോടെ എത്തുന്ന ഷാർജ അന്താരാഷ്ട്ര പുസ്തകോത്സവം! അവിടെ മലയാളത്തിന്റെ പദവി എടുത്തു പറയേണ്ടതു തന്നെ.

പുസ്തക പ്രകാശനത്തിനായി ഷാർജയിൽ എത്തണമെന്നത് ഏതൊരു എഴുത്തുകാരന്റെയും ആശയാണ്. എനിക്ക് അങ്ങോട്ട് പോകാൻ സാജിതയെ കൂടെ കൂട്ടണമെന്നത് വലിയ ആഗ്രഹമായിരുന്നു.

സൗദിയിലായിരുന്ന എനിക്ക് ഷിബു ഉസ്മാന്റെയും ഹരിതം പ്രതാപൻ സാറിന്റെയും പ്രത്യേക ഇടപെടലിൽ മേളയിലേക്ക് എൻട്രി ലഭിച്ചപ്പോൾ ആദ്യം മെസേജ് അയച്ചത് സജീന ഹാരിസിനായിരുന്നു. എന്റെയും സാജിതയുടെയും പാസ്പോർട്ട് കോപ്പി അയക്കാനായിരുന്നു സജീനയുടെ മറുപടി.

ഹസ്ബന്റ് ലത്തീഫ് സാഹിബിന്റെ പ്രയ്ഡ് ട്യൂർസ് & ട്രാവൽസ് എന്ന ഏറെ പഴക്കമുള്ള സ്ഥാപനം ലോകത്തിൽ എല്ലായിടത്തുമുള്ള കസ്റ്റമർമാരെ തൃപ്തികരമായി ട്രാവൽ ചെയ്യിക്കാനുള്ള ഏറെ ബ്രാഞ്ചുകളുള്ള ഓഫീസാണ്.

പിറ്റേന്നു തന്നെ ഞങ്ങൾക്കുള്ള വിസിറ്റ് വിസയും ടിക്കറ്റും ഷാർജയിലെ ഏറ്റവും വലിയ ഫൈവ് സ്റ്റാർ ഹോട്ടലായ ഷാർജ പാലസ് ഹോട്ടലിൽ 12 ദിവസത്തേക്കുള്ള ബുക്കിങ്ങും ഏർപ്പാടു ചെയ്തതിന്റെ ഡോക്കുമെന്റ്സുകളും വാട്സാപ്പിലെത്തി. എനിക്ക് നജ്റാൻ - റിയാദ് - ഷാർജയും സാജിതക്ക് കൊച്ചി - ഷാർജയും.

ലക്ഷ്മൺ മാധവ്നെ ഷാർജയിലേക്ക് കൂടെ കൂട്ടാൻ ഞാൻ ഒരുങ്ങിയെങ്കിലും അദ്ദേഹം സ്നേഹപൂർവ്വം ഒഴിവായി.

എയർപോർട്ടിൽ ഞങ്ങളെ സ്വീകരിക്കാൻ സജീനയും ഹാരിസ് സാഹിബും കാത്തു നിന്നിരുന്നു. 28 ദിവസത്തിനു ശേഷം മടങ്ങുമ്പോൾ വരെ എല്ലാ കാര്യങ്ങളും സുഗമമായി നിറവേറ്റാൻ അവർ ഒപ്പമുണ്ടായിരുന്നു. ധാരാളം പണം ഞങ്ങൾക്കായി ചെലവഴിച്ച ചങ്കുകൾ.

പിറ്റേന്ന് രാവിലെ അന്താരാഷ്ട്ര പുസ്തക വേദിയിലെത്തുമ്പോൾ ഹരിതം പ്രതാപൻ സാറും അജിത് കണ്ടല്ലൂരും സാബു യൂനുസും മഹാദേവൻ വാഴശ്ശേരിയും ഹൻസ് മോട്ടോഴ്സ് സമീറും സാഹിത്യകാരി നിഖില സമീർ കുട്ടപ്പായിയും അനലയും മക്കളും പി.കെ. അനിൽകുമാറും സലാ

ഹുദീൻ ഹസനും അൽ അമീൻ മുഹമ്മദും ഷെബീറും അടങ്ങുന്ന ഒരു സംഘം തന്നെ വരവേല്പിനായി കാത്തു നിന്നിരുന്നു.

ഓരോ ദിവസത്തെയും അനുഭവങ്ങളും കാഴ്ചകളുമൊക്കെ അത്ഭുതകരമായിരുന്നു. ഹരിതം സ്റ്റാളിനോട് ചേർന്നുള്ള സ്റ്റാളിൽ സിനിമാ താരം കോട്ടയം നസീർ തന്റെ പുസ്തകം വില്പന നടത്തുന്നത് അത്ഭുതമായി.

പലരും അദ്ദേഹത്തെ തങ്ങളുടെ പുസ്തകത്തിന്റെ പ്രകാശനത്തിന് കൂട്ടി താര പരിവേഷം സൃഷ്ടിക്കാൻ ശ്രമിച്ചു കൊണ്ടിരുന്നു. ഒരു പ്രസംഗത്തിൽ അദ്ദേഹം തമാശയായി പറഞ്ഞത് മനസിനെ സ്പർശിച്ചു "ഞാനീ പുസ്തക പ്രകാശനം ചെയ്യാൻ ഇവിടെ കാത്തിരിക്കുന്ന 25 മിനിറ്റ് സമയത്ത് സ്റ്റാളിൽ നിന്നാൽ എന്റെ ഒരു പുസ്തകം എങ്കിലും വിൽക്കാം" വായന കുറഞ്ഞ കാലത്തെ എഴുത്തുകാരുടെയും പ്രസാധകരുടെയും ആശങ്ക ആ വാക്കിലുണ്ടായിരുന്നു.

ഷാർജ പുസ്തകോത്സവത്തിൽ ഷാർജ ഭരണകൂടത്തിന്റെ പ്രത്യേക അഭ്യർത്ഥനയാൽ നിയോഗം നിറവേറ്റുന്ന മോഹൻകുമാർ എന്ന കണ്ണൂർകാരൻ അമരക്കാരൻ വളരെ നല്ല മനുഷ്യനാണ്. വലിയ പദവിയിൽ ആണെന്നുള്ള ഭാവമില്ലാതെ എല്ലാ കാര്യങ്ങളും കൃത്യമായി നടപ്പാക്കുന്നു. ഒപ്പം ഇന്ത്യൻ അസോസിയേഷന്റെ പ്രസിഡന്റ് വൈ.എ.റഹിം സാറും സംഘവും എല്ലാവിധ ടെക്നിക്കൽ സപ്പോർട്ടുമായി ഹമീദ് സാഹിബും സംഘവും എഴുത്തുകാരെ പ്രോത്സാഹിപ്പിക്കാനും സഹായിക്കാനും എപ്പോളും ഓടി നടക്കുന്ന എഴുത്തുകാരി കൂടിയായ ശ്രീമതി ഗീതാ മോഹൻ പിന്നെയും കുറെ നല്ല മനുഷ്യരും...

വലിയ വലിയ എഴുത്തുകാരും സാധാരണക്കാരും സെലിബ്രിറ്റികളും നിറഞ്ഞൊഴുകുന്ന ഷാർജ പുസ്തക പവലിയൻ എപ്പോളും കലാമേളകളും കൂറ്റൻ സ്ക്രീനിലെ പ്രദർശനങ്ങളും ലോകോത്തര സുന്ദരീ സുന്ദരന്മാരുടെ സാമീപ്യം കൊണ്ടും വിഭ്രമിപ്പിക്കുന്ന പവലിയനാണ്. പുസ്തകങ്ങളുടെ സ്റ്റാളുകളുടെ ഇടയിലൂടെ കിലോമീറ്ററുകൾ നടന്നാലും കൊതി തീരില്ല.

എന്റെ പുസ്തക പ്രകാശന നാളിൽ വളരെ ദൂരെ നിന്നുപോലും എത്താൻ ശ്രമിച്ച് ട്രാഫിക് ബ്ലോക്കിൽ പെട്ടു പോയവർ..

ഷാർജയിൽ ഇംഗ്ലീഷ് പുസ്തക പ്രകാശനം നടത്തിയ ശ്രീ. ഐസക് ജോൺ പട്ടാണി പറമ്പിൽ, ജോൺ മത്തായി, ദശപുത്രൻ, ചാറ്റർജി, റജി മത്തായി, ദുബായ് വാർത്തയുടെ അമരക്കാരൻ അരുൺ, ക്യാമറമാൻ...

ആദ്യ ദിവസത്തെ ചിരി..സുഡാനി ലുക്കുള്ള സമീർ ഹൻസ് 18 വർഷം മുന്നേ നജ്റാനിൽ ജോലി ചെയ്തിരുന്ന കാലത്ത് എന്റെ ഷോപ്പിൽ വരുകയും

അറബിയിൽ എം.എസ്.എം. കോളേജിന്റെ കാര്യങ്ങൾ പറഞ്ഞ് എന്നെ വട്ട് പിടിപ്പിക്കുകയും ചെയ്ത പഹയനാണ്. ആളെ മനസ്സിലാകാതെ ഒരു സുഡാനി എങ്ങിനെ കോളേജിന്റെ കാര്യങ്ങൾ മനസ്സിലാക്കി എന്ന അന്ധാളിപ്പിൽ നിന്ന എന്നോട് മലയാളത്തിൽ പറഞ്ഞു, ജലാലിക്ക അല്ലേലും ഹൻസ് സമീറിനെ മറക്കും. കാരണം നിങ്ങടെ പറ്റ് ബുക്കിൽ എന്റെ പേര് കാണത്തില്ല എന്ന് പറഞ്ഞ ഓർമ്മകഥ സാബു യൂനുസിനോട് പറഞ്ഞാണ് ആളെ ഓർമിപ്പിച്ചത്. റൈറ്റേഴ്സ് ഫോറത്തിന് മുന്നിലെ കൂടിക്കാഴ്ചയിലെ ആദ്യ കൂട്ടച്ചിരി അതായിരുന്നു.

ഒരു കോളേജ് കാന്റീൻകാരൻ പുസ്തകം ഷാർജയിൽ പ്രകാശനം ചെയ്യുന്നത് വലിയ വാർത്തയായി ചാനലുകളിലും ദുബായ് റേഡിയോയിലും പത്രങ്ങളിലും നിറഞ്ഞു നിന്നു.

ദുബായ് എമിറേറ്റിലെ പ്രധാന ചാനലായ എൻ ടിവി ചാനൽ എന്റെ ഇന്റർവ്യൂ മാതൃഭൂമി ലേഖകൻ കുടിയായ സുരേഷ് വെള്ളിമുറ്റം കനപ്പെട്ട ചോദ്യങ്ങളോടെ സംപ്രേഷണം ചെയ്തത് വളരെ വൈറലായി. അതുപോലെ മുൻപ് ഏഷ്യാനെറ്റിലുണ്ടായിരുന്ന അരുൺ സാറിന്റെ ദുബായ് വാർത്താചാനലിലും ഇടം പിടിച്ചു.

പ്രകാശന സമയത്ത് എല്ലാ കടമ്പകളും കടന്ന് എത്തിച്ചേർന്നവരിൽ കോളേജ് കാമ്പസിനെ ഇളക്കി മറിച്ച ഗായകരായ ബോംബ് ഷാജി, നൗഷാദ് ഹസൻ, കൊല്ലം റസാക്കും കുടുംബവും അനീസ്, ബാദുഷ, സലാഹുദ്ധീൻ, ബിജു കണ്ണങ്കര എഫ് ബി യിലെ പ്രിയ ചങ്ക് കിരൺ മേനോൻ, സന്തോഷ് കൈലാസ്, പലസ്ഥലങ്ങളിലും കൂടെ കൊണ്ടുപോയ സുൽഫിക്കർ... വലിയൊരു സദ്യ തന്നെ തന്ന വിമൽ, ഷീനാ വിമൽ ബ്രില്യന്റായ മക്കൾ, ആയിക്കാട്ട് അസീസ് ഇക്കാ മകൻ ഷിഹാബും കുടുംബവും, സിനി ഷിബു, അനസ്, ഭാര്യ ഇനാസ്, മകൻ സമീർ പനവേലിൽ, ഭാര്യ ഡോക്ടർ ഷമ്മാ അബു, അബുദാബിയിൽ നിന്നെത്തിയ പ്രിയപ്പെട്ട ചങ്ക്, ഒരിക്കലും മറക്കാത്ത ഫോട്ടോകൾ എടുത്ത് നൽകിയ ഷുഹൈബ്, ബഷി ജുവലേഴ്സ് ബിജു, ഷാർജയിലെ വിശിഷ്ട കലാകാരനും ആർക്കിടെക്റ്റുമായ നിസാർ ഇബ്രാഹിം, ഭാര്യ സീനത്ത് ഇബ്രാഹിം, ഓരോരോ ദിവസങ്ങളിലായി കാണാനെത്തിയ കാമ്പസിന്റെ മറ്റ് പ്രിയപ്പെട്ടവർ...

എന്നെ ഒന്നിനും ബുദ്ധിമുട്ടിക്കാതെ ഏറെ ഭംഗിയായി ചിട്ടയോടെ എല്ലാം ഏറ്റെടുത്ത് നടത്തിയ സാഹിത്യകാരനും കവിയും കാമ്പസിൽ എപ്പോളും ഒരു സാഹിത്യ പുസ്തകവുമായി മാത്രം കാണാറുള്ള അജിത് കണ്ടല്ലൂരിന്റെ സേവന മനോഭാവം യഥാർത്ഥ സഖാവിനെ ഓർമ്മിപ്പിച്ചു. പ്രകാശനം ഏറെ ഭംഗിയാക്കി നൽകിയ സുഹൃത്തുക്കൾക്ക് ഇങ്ങിനൊന്നും നന്ദി പറഞ്ഞാൽ തീരില്ല.

സാധാരണക്കാരന്റെ ഒപ്പം എല്ലാവരുമുണ്ടാവും എന്നോർമിപ്പിച്ച നാളുകൾ. ധാരാളം ഇടങ്ങളിലെ ട്രീറ്റുകൾ മുന്തിയ ഹോട്ടലുകളിലേക്ക് ഭക്ഷണത്തിനു കൊണ്ടുപോയ ചങ്കുകൾ, റിയാദ് അത്താണിയുടെ സ്പെഷ്യൽ ഫംഗ്ഷൻ പി.കെ.യ്ക്കും എനിക്കും കവി മുനീർ കെ എഴൂർ, ഷാഫി, എഴുത്തുകാരി ആയിഷ സക്കീർ എന്നിവർക്കും നൽകിയ മെമെന്റോ മനസ്സിനെ കീഴ്പ്പെടുത്തുന്നതായിരുന്നു.

സലാഹുദീൻ ഹസനും കുടുംബവും ഒരുക്കിയ വിരുന്നിൽ പാട്ടും മേളവും ഒക്കെയായി അടിപൊളിയായി.

അബുദാബി മസ്ജിദ് കാണാനും ജുമാ കൂടാനും പോകാമെന്ന് ഹാരിസും സജീനയും പറഞ്ഞപ്പോൾ ഒരു ആശ കൂടി നിറവേറുകയായിരുന്നു. വളരെ പ്രസിദ്ധമായ ഷേക് സായിദ് മസ്ജിദിൽ സന്ദർശനം നടത്തുക എന്നതൊരു ചിരകാല അഭിലാഷമായിരുന്നു.

അങ്ങോട്ട് ചെല്ലുന്നു എന്നറിഞ്ഞ സുഭാഷ് മടക്കാവ് ഉടൻ വിളിക്കുകയും ഭക്ഷണം തന്റെ വില്ലയിൽ ആക്കാമെന്ന് പറയുകയും ചെയ്തു. ജുമാ കഴിഞ്ഞ് എത്തിയപ്പോൾ അദ്ദേഹത്തിന്റെ കുടുംബം മൂന്നു തരം ബിരിയാണിയും സദ്യയും ഒരുക്കി ഊട്ടിയ ശേഷം വിഖ്യാതമായ അബുദാബി ബീച്ച്ലേക്ക് ഞങ്ങളെ കൊണ്ടു പോകുകയും ചെയ്തു.

പിന്നീട് അബുദാബി കേരള സോഷ്യൽ സെന്റർ എന്ന അത്ഭുത ഇടത്തേക്ക് കൂട്ടിയ ചങ്ക് സുഭാഷ് അവിടെ ഒരുക്കിയത് പ്രത്യേക പുസ്തക പ്രകാശനം തന്നെ. ശ്രീ.സജീഷ് നായർ ലൈബ്രേറിയൻ ബിന്ദു ശോബിക്ക് മലയാളം ഇംഗ്ലീഷ് പുസ്തകങ്ങൾ കൈമാറി. സാഹിത്യകാരൻ സുനിൽ മാടമ്പി തന്റെ പുസ്തകം സാജിതയ്ക്ക് കൈമാറി. മലയാളിക്ക് അഭിമാനിക്കാവുന്ന തരത്തിൽ ആയിരകണക്കിന് പുസ്തകങ്ങളുള്ള ലൈബ്രറി ധാരാളം കുടുംബിനികളും കുട്ടികളും കേരളത്തിലെ ഗ്രാമങ്ങളിൽ കാണുന്ന ക്ലബ്ബുകൾ പോലെ നിറവാർന്ന കൂടിച്ചേരലുകൾ കൊണ്ട് സമ്പന്നമായൊരിടം.

ഷാർജ പുസ്തകോത്സവം കഴിഞ്ഞുള്ള നാളുകളിലെ താമസത്തിനായി കുട്ടപ്പായിയും അനലയും കുടുംബവും അവരുടെ ഫ്ളാറ്റിലേക്ക് കൂട്ടി. എന്നും വെറൈറ്റി ഭക്ഷണങ്ങൾ കൊണ്ട് സ്നേഹം നിറച്ചു അനലയും മക്കളും.

പിന്നൊരാഴ്ച ദുബായിലെ ഒട്ടുമിക്ക ഇടങ്ങളിലും സന്ദർശനം. രാവിലെ സജീന ഹാരിസ് എത്തും. തമാശകളുടെ കെട്ടുകളഴിച്ചും പരസ്പരം ട്രോളിയും കുരുപൊട്ടിക്കുന്ന വർത്താനങ്ങളും കൊണ്ട് നിറഞ്ഞ ദിനങ്ങൾ. ഇരുപത്തഞ്ചോളം ദിവസത്തെ സന്തോഷ നിമിഷങ്ങൾ. കുട്ടപ്പായിയോടും

അനലയോടും മക്കളോടും കണ്ണു നിറയ്ക്കുന്ന യാത്ര പറയലോടെ ഫ്ളാറ്റിനു മുന്നിൽ കാത്തു നിന്നിരുന്ന ഹാരിസ്സിന്റെയും സജീനയുടെയും വണ്ടിയിൽ കയറുമ്പോൾ ജന്മാന്തര ബന്ധം ഇടയ്ക്ക് മുറിയുന്ന നൊമ്പരം. ദുബായ് എയർപോർട്ടിൽ എല്ലാ നടപടി ക്രമങ്ങളും കഴിയുന്നതു വരെ സജീന ഹാരിസ് ഒപ്പം നിന്നു. ഒരു ജന്മത്തിലെ മുഴുവൻ സ്നേഹവും നൽകി തിരിഞ്ഞു നടക്കുമ്പോൾ ഞാനും സാജിതയും മുഖത്തോടു മുഖം നോക്കി. സജീനയുടെ കണ്ണുകളിലെ നനവ് ഞങ്ങളിലേക്കും പടർന്നിരിക്കുന്നു...

ഒരു ഗ്രന്ഥകർത്താവാകാനുള്ള യോഗ്യതയുണ്ടോ എന്ന വിട്ടുമാറാത്ത ആശങ്കയിലും അപകർഷതയിലും നിന്നുകൊണ്ട് ഒന്നാം ഭാഗം പ്രസിദ്ധീകരിച്ചപ്പോൾ എന്റെ മുൻവിധികളെ വകഞ്ഞു മാറ്റിക്കൊണ്ട്, അത്ഭുതകരമായ പിൻതുണയാണു ലഭിച്ചത്. അതിന്റെ ആവേശത്തിലാണ് ആവർത്തന വിരസമായാൽ പോലും ആ പുസ്തക വിശേഷം പലയിടങ്ങളിലായി ഇതിൽ കടന്നുവന്നത്. ആത്മപ്രശംസ പോലെ തോന്നിയേക്കാമെങ്കിലും എല്ലാം സത്യമായ കാര്യങ്ങളാണ്. എല്ലാവരേയും നന്ദിയോടെ ഓർത്തുകൊണ്ട്, ആ വസ്തുതകൾ നിരത്തി വെച്ച് ഞാനൊന്ന് ആഹ്ലാദിച്ചോട്ടെ സുഹൃത്തുക്കളേ... ശുഭം.

ചായക്കാരനിൽ നിന്ന് എഴുത്തുകാരനിലേക്കുള്ള യാത്ര

സാക്കിർ ഹുസൈൻ
മാധ്യമ പ്രവർത്തകൻ

ഇരുപത്തിമൂന്നു വർഷം ചായ പകർന്ന കോളേജ് ക്യാംപസ്, അവിടത്തെ പ്രണയങ്ങൾ, തമാശകൾ... ഒക്കെ ചേർത്ത് ജലാൽ റഹ്മാൻ എഴുതിയ പുസ്തകത്തിന്റെ ആദ്യഭാഗം ഇപ്പോൾ മറ്റു ഭാഷക്കാരും വായിച്ചു കൊണ്ടിരിക്കുന്നു. "ഒരു കോളേജ് കാന്റീൻകാരന്റെ കുറിപ്പുകൾ" എന്ന ശ്രദ്ധേയമായ ആ പുസ്തകത്തിന്റെ ഇംഗ്ലീഷ് പരിഭാഷ പ്രസിദ്ധീകരിക്കപ്പെട്ടു. ക്യാംപസ് മാത്രമല്ല കുറിപ്പുകളിലെ വിഷയം. കുട്ടിക്കാലവും പ്രവാസവും കാട്ടിക്കൊടുത്ത അനുഭവങ്ങളുമുണ്ട്. കണ്ണു നനയിക്കുന്നതും ചിരിപ്പിക്കുന്നതുമൊക്കെ.

എട്ടാം ക്ലാസ്സിൽ പഠനം മുടങ്ങിയ ശേഷം പതിനേഴു വയസ്സു മുതൽ ഇരുപത്തിമൂന്നു വർഷം കായംകുളം എം.എസ്.എം കോളേജിൽ ചെറിയൊരു കാന്റീൻ നടത്തിയ ജലാൽ റഹ്മാൻ പിന്നീട് പ്രവാസിയായി. കാന്റീൻകാലം മുതലേയുള്ള വായനകളും കുറിപ്പെഴുത്തും പ്രവാസകാലത്തും മുടങ്ങിയില്ല. സുഹൃത്തുക്കൾ ആ രസകരമായ കുറിപ്പുകളെ കണ്ടെടുത്ത് പുസ്തകമാക്കിയതാണ്. ഇതിനകം ആ പുസ്തകത്തിന്റെ മൂന്നു പതിപ്പുകൾ വിറ്റഴിഞ്ഞു.

സൗദിഅറേബ്യയിലെ തന്റെ കടയിൽ പ്രദർശിപ്പിച്ചിരിക്കുന്ന പുസ്തകവും അതിൽ കടയുടമയുടെ ചിത്രവും കണ്ട് പല രാജ്യക്കാരായ പരിചയക്കാർ കാര്യം അന്വേഷിച്ചു. ജലാലിന്റെ പുസ്തകമാണെന്നറിഞ്ഞപ്പോൾ അവർക്കും അതു വായിക്കണം. പക്ഷേ മലയാളം അവർക്കറിയില്ലല്ലോ. ഇംഗ്ലീഷിലാക്കാൻ ചിലർ നിർബ്ബന്ധിച്ചു. അറബിയിലേക്കു മൊഴിമാറ്റാൻ സൗദി പൗരന്മാർ ആവശ്യപ്പെട്ടു.

ഇതെല്ലാം ജലാൽ എം.എസ്.എം കോളേജിലെ പഴയ വിദ്യാർത്ഥി നേതാവും കലാകാരനും എഴുത്തുകാരനുമായ ലക്ഷ്മൺ മാധവിനെ അറിയിക്കുന്നുണ്ടായിരുന്നു. മലയാളം പുസ്തകത്തിന്റെ മുഖ്യ പ്രേരണയായ ലക്ഷ്മൺ തന്നെ ഇംഗ്ലീഷ് പരിഭാഷ ഏറ്റെടുത്തു. ജലാലിന്റെ അനുഭവങ്ങൾ ലക്ഷ്മൺ ഇംഗ്ലീഷിലാക്കി.

അമ്മാവൻ ഷാഹുൽ ഹമീദ് നടത്തിയിരുന്ന കോളേജ് കാന്റീനിൽ സഹായി ആയാണ് കൗമാരത്തിൽ ജലാൽ എത്തിയത്. ഷാഹുൽ ഗൾഫിലേക്കു പോയപ്പോൾ കാന്റീൻ ജലാൽ ഏറ്റെടുത്തു. അനുജൻ നൗഷാദ് സഹായിയായി. മെല്ലെ മെല്ലെ ജലാൽ ക്യാംപസിന്റെ ജലാലിക്കയായി. കോളേജ് സമയം കഴിഞ്ഞാൽ ജലാൽ വായനയുടെ ലോകത്തായിരുന്നു. ചില പുസ്തകങ്ങൾ വായിച്ചപ്പോൾ ഇതുപോലെ തനിക്കും എഴുതാൻ കഴിയുമെന്നു തോന്നി. ചിലതൊക്കെ കുറിച്ച് രഹസ്യമാക്കി വച്ചു. അടുപ്പമുള്ളവരെ മാത്രം കാണിച്ചു.

കോളേജിൽ പഠിച്ചില്ലെങ്കിലും അവിടത്തെ സ്പന്ദനങ്ങൾ ജലാൽ അറിഞ്ഞിട്ടുണ്ട്. വിദ്യാർത്ഥികൾക്കിടയിലെ പ്രണയങ്ങളും സംഘട്ടനങ്ങളും ഏറെ കണ്ടു. ചില പ്രണയങ്ങൾ ജലാലിന്റെ മനസ്സിലും ഉണ്ടായിരുന്നു. വിവാഹിതനായ ശേഷവും അതറിയാതെ പെൺകുട്ടികൾ ഇങ്ങോട്ട് പ്രണയിച്ചിട്ടുണ്ടെന്ന് ജലാൽ പറയുന്നു. എട്ടിൽ പഠനം മുടങ്ങിയതിനാൽ കോളേജിൽ പഠിക്കുക അസാധ്യം. എങ്കിലും ചായയുമായി പോകുമ്പോൾ ഒരു രസത്തിന് ക്ലാസ്സിലൊക്കെ ശ്രദ്ധിച്ചിരുന്നെന്ന് ജലാൽ.

ഗൾഫിലേക്കു പോയിട്ടും വായനയും എഴുത്തും തുടർന്നു. ചിലതൊക്കെ സാമൂഹിക മാധ്യമങ്ങളിലും എഴുതി. അങ്ങനെയാണ് പുസ്തകമെന്ന ആശയം രൂപപ്പെട്ടത്. ഇപ്പോഴും എം.എസ്.എം കോളേജിൽ പഠിച്ചവർ ജലാലിനെയും പുസ്തകത്തെയും സമൂഹ മാധ്യമങ്ങളിൽ ചർച്ച ചെയ്തു കൊണ്ടേയിരിക്കുന്നു.

പുസ്തകത്തിന്റെ ആദ്യ ഭാഗത്തിൽ ജലാലിന്റെ കുറിപ്പുകൾ എല്ലാം തന്നെ ഉൾപ്പെടുത്തിയിരുന്നില്ല. വായനക്കാരുടെ നിരന്തരമായ ആവശ്യപ്രകാരമാണ്, ബാക്കിയുള്ള ഏതാനും കുറിപ്പുകൾ ഉൾപ്പെടുത്തിക്കൊണ്ട് ഇപ്പോൾ രണ്ടാം ഭാഗം പ്രസിദ്ധീകരിക്കുന്നത്. “അങ്ങും ഇങ്ങും എങ്ങും” എന്ന രണ്ടാംഭാഗം ഹൃദ്യമായ വായനാനുഭവം തന്നെയാണ്.

ചാരം മൂടിയ അക്ഷരക്കനലുകൾ

ലക്ഷ്മൺ മാധവ്

ഒരു റോസാ ചെടിയുടെ കമ്പ് മുറിച്ചു നോക്കിയാൽ അതിൽ പ്രത്യേകിച്ചൊന്നും പറയാനുണ്ടാവില്ല. മുള്ളുകളുള്ള ഒരു തണ്ട് - അത്രമാത്രം. എന്നാൽ ആ തണ്ട് മണ്ണിൽ നട്ട് വെള്ളവും വളവും കൊടുത്താൽ ക്രമേണ അതിൽ ഇലകൾ കിളിർത്തുവരുന്നു. പിന്നീടത് മൊട്ടിടുന്നു. ആ മൊട്ട് വിടർന്ന് അഴകും സുഗന്ധവുമുള്ള ഒരു പൂവാകുന്നു. റോസാ തണ്ടിലുണ്ടായിരുന്ന ഒരു സാധ്യതയാണു (Possibility) നാം കണ്ടത്.

സാധ്യത എന്നത് മുൻകൂട്ടി തെളിയിക്കുന്ന കാര്യമല്ല. ഒരു അനുമാനമാണ്, വിശ്വാസമാണ്. അനുമാനവും വിശ്വാസവും ദൃഢമാകുമ്പോഴാണ് സാധ്യത ശക്തമാകുന്നത്. സ്വന്തമായാലും മറ്റുള്ളവരുടേതായാലും കഴിവുകളുടെ സാധ്യത പ്രകടിപ്പിക്കുന്നതിനുള്ള അവസരമാണുണ്ടാകേണ്ടത്. സഹൃദയരുടെ ലോകത്താണ് അതൊക്കെ സംഭവിക്കുന്നത്.

ജലാൽ റഹ്മാനിൽ ഒരു എഴുത്തുകാരന്റെ സാധ്യതയുണ്ടെന്ന് വളരെ നേരത്തേ തന്നെ സ്വയം തിരിച്ചറിഞ്ഞതാണ്. അതുകൊണ്ടു തന്നെ വളരെ വർഷങ്ങൾക്കു മുമ്പ് ജലാൽ എഴുതി തുടങ്ങിയിരുന്നു. പക്ഷേ, പ്രൈമറി വിദ്യാഭ്യാസം മാത്രമുള്ള ജലാൽ തന്റെ എഴുത്തുകൾ മറ്റാരെയും കാണിക്കാൻ ധൈര്യപ്പെട്ടില്ല. എഴുത്തുകാരെല്ലാം ഉന്നത വിദ്യാഭ്യാസമുള്ളവരാണെന്നും അങ്ങനെയുള്ളവരുടെ എഴുത്തുകളേ സ്വീകരിക്കപ്പെടുകയുള്ളൂ എന്നും ജലാൽ കരുതി. സോഷ്യൽ മീഡിയ വന്നതിനു ശേഷമാണ് എന്തും സംഭവിക്കട്ടെ എന്നുറപ്പിച്ച് അതിലൂടെ ജലാൽ എഴുതാൻ തുടങ്ങിയത്.

ഇവിടെ കുറ്റബോധത്തോടെ ഒരു കാര്യം പറയട്ടെ. സോഷ്യൽ മീഡിയയിലെ ജലാലിന്റെ കുറിപ്പുകൾ മന:പൂർവ്വം ഞാൻ വായിച്ചിരുന്നില്ല. ഒരു ചായക്കച്ചവടക്കാരൻ അല്ലെങ്കിൽ കാന്റീൻകാരൻ എന്തെഴുതാനാ എന്ന മുൻവിധിയോ അവഗണനയോ ആയിരുന്നു കാരണം. പക്ഷേ ആ കുറിപ്പുകൾ വായിച്ച അനേകമാൾക്കാർ, വീണ്ടും വീണ്ടുമെഴുതാൻ ജലാലിനെ പ്രോത്സാഹിപ്പിക്കുന്നുണ്ടായിരുന്നു കുറിപ്പുകൾ പുസ്തക രൂപത്തിലാക്കാൻ

ഒട്ടേറെ സുഹൃത്തുക്കൾ ജലാലിനോട് ആവശ്യപ്പെട്ടു. പക്ഷേ, ജലാലിന് അതിനുള്ള ധൈര്യമുണ്ടായില്ല. സുഹൃത്തുക്കളുടെ ആവശ്യം നിരന്തരമായപ്പോൾ, ആശങ്കകളോടെ, പുസ്തകമാക്കാനുള്ള തീരുമാനമെടുത്തു. എന്നാൽ പ്രവാസിയായ ജലാലിന് സൗദിയിലിരുന്നു കൊണ്ട് പുസ്തകം തയ്യാറാക്കുന്നത് ബുദ്ധിമുട്ടായിരുന്നു. അതിനായി നാട്ടിൽ നിന്ന് ആരുടെയെങ്കിലും സഹായം ജലാലിന് ആവശ്യമായി വന്നു.

കുറിപ്പുകൾ പുസ്തകമാക്കണമെന്ന് ആവശ്യപ്പെട്ടുകൊണ്ട്, ഒരു ദിവസം ജലാലിന്റെ കോൾ വന്നു. എന്നിൽ സമ്പൂർണ്ണ വിശ്വാസമർപ്പിച്ചു കൊണ്ടുള്ള ആവശ്യപ്പെടലായിരുന്നു അത്. അതിനെക്കുറിച്ച് സംസാരിച്ചു കൊണ്ടിരുന്നപ്പോളെല്ലാം എന്റെയുള്ളിൽ, ഞാൻ വായിച്ചിട്ടില്ലാത്ത കുറിപ്പുകളോടുള്ള അവഗണനന തുടർന്നുകൊണ്ടിരുന്നു. അതൊരു മുൻവിധിയായിരുന്നു. പക്ഷേ, ഈ ആവശ്യം തള്ളിക്കളയാൻ എനിക്കായില്ല. കാരണം മൂന്നു വർഷത്തെ എന്റെ ഡിഗ്രി പഠന കാലത്ത്, കാന്റീൻകാരനായ ജലാലാണ് എന്റെ ക്യാമ്പസിലെ അന്നദാതാവ്. ആവശ്യമുള്ളപ്പോളെല്ലാം ജലാലിന്റെ കാന്റീനിൽ നിന്ന് ചായയും പലഹാരങ്ങളുമെടുത്തു കഴിച്ചിട്ട് ഭിത്തിയിൽ കരികൊണ്ട് പറ്റെഴുതുന്നതല്ലാതെ ഒരു രൂപ പോലും ഞാൻ കൊടുത്തിട്ടില്ല. അങ്ങനെയുള്ള ജലാലിനോട് എനിക്ക് ഹൃദയസാമീപ്യമുണ്ടാകണമല്ലോ.

ഉപാധികളെല്ലാം മാറ്റി വെച്ച് പുസ്തകം തയ്യാറാക്കുന്ന ജോലി ഞാനേറ്റെടുത്തു. കുറിപ്പുകളെല്ലാം എനിക്ക് അയച്ചു തന്നു. അവയെല്ലാം വായിച്ചു നോക്കിയപ്പോളാണ് ഞാൻ നേരത്തേ പറഞ്ഞ സാധ്യത ബോധ്യമായത്. സത്യത്തിൽ എനിക്ക് ജലാലിനോട് ക്ഷമ ചോദിക്കാൻ തോന്നി - മുൻപ് അവസരമുണ്ടായിട്ടും വായിച്ചു നോക്കാതെ ആ കുറിപ്പുകളെ അവഗണിച്ചതിന്. എന്റെ പശ്ചാത്താപം പുസ്തകം തയ്യാറാക്കുന്നതിലുള്ള വേഗവും ഉത്തരവാദിത്തവും കൂട്ടി. ജലാലിന്റെ ആശങ്കകൾ പടിപടിയായി കുറഞ്ഞു വന്നു.

ജലാലിന്റെ കുറിപ്പുകൾ കാമ്പും കഴമ്പുമുള്ളതാണ്. ചാരം മൂടിയ അക്ഷരങ്ങളുടെ കനലുകൾ. നൊമ്പരങ്ങളെ പൊതിയുന്ന നർമ്മ ഭാവനകൾ. വ്യത്യസ്തമായ ജീവിതാവസ്ഥകളോട് മനശ്ശാസ്ത്രപരമായ നിരീക്ഷണ സമീപനങ്ങൾ. അക്കാഡമിക് വിദ്യാഭ്യാസമല്ല, ജീവിതമാണ് ജലാലിന്റെ ഉന്നത വിദ്യാഭ്യാസമെന്നു ബോധ്യപ്പെടുത്തുന്ന അന്വേഷണങ്ങൾ. നിഷ്ക

ളങ്കവും സത്യസന്ധവുമായ ആഖ്യാനം. സ്വന്തം ജീവിതവും; കൺമുന്നിൽ കാണുന്ന എല്ലാ ജീവിതങ്ങളും ഇടകലർത്തി, ലളിതമായ ഭാഷയിലുള്ള വിവരണം. വാക്കുകൾ കൊണ്ടുള്ള മായാജാലമില്ലാതെ നാട്ടുഭാഷയിലുള്ള ഹൃദ്യമായ അവതരണം. ഈ കുറിപ്പുകൾ പുസ്തകമായാൽ ശ്രദ്ധിക്കപ്പെടും എന്ന ഒരു വാചകത്തിലാണ് ജലാലിനോട് ഞാൻ ക്ഷമാപണം നടത്തിയത്.

'ഒരു കോളേജ് കാന്റീൻകാരന്റെ കുറിപ്പുകൾ' എന്ന ആ പുസ്തകം മൂന്നു പതിപ്പുകളിറങ്ങി. ഇംഗ്ലീഷ് പതിപ്പും പ്രസിദ്ധീകരിക്കപ്പെട്ടു. ഇന്ത്യയിലും വിദേശത്തും പുസ്തകങ്ങൾ ശ്രദ്ധ നേടി. വാർത്താ മാധ്യമങ്ങളിൽ നിറഞ്ഞു നിന്നു. അങ്ങനെ ജലാൽ റഹ്മാൻ എഴുത്തിന്റെ മുഖ്യധാരയിലെത്തി. ആ പുസ്തകത്തിന്റെ രണ്ടാം ഭാഗമായ 'അങ്ങും ഇങ്ങും എങ്ങും' മറ്റൊരു വായനയുടെ ലോകം നമുക്കു മുന്നിൽ തുറന്നിടുന്നു.

www.ingramcontent.com/pod-product-compliance
Lightning Source LLC
LaVergne TN
LVHW090333051026
849518LV00005B/1953